வரலாறு படைத்த வரலாறு

நாகூர் ரூமி

சிக்ஸ்த்செ‌ன்ஸ் பப்ளிகேஷன்ஸ்
10/2 (8/2) போலீஸ் குவார்ட்டர்ஸ் சாலை
(தியாகராயநகர் பேருந்து நிலையத்திற்கும் காவல் நிலையத்திற்கும் இடைப்பட்ட சாலை)
தியாகராயநகர், சென்னை – 600 017
Phone: 2434 2771, 2986 0070 Cell: **72000 50073**

Sixthsense Publications   6 th sense_karthi
e-mail : sixthsensepub@yahoo.com Website: www. sixthsensepublications.com

Title:
Varalaru Padaitha Varalaru

Author:
Nagore rumi

Publisher
K.S. Pugalendi

Managing Editor
P. Karthikeyan

Layout
P.S. Sukumar

Address:
Sixthsense Publications
10/2(8/2) Police Quarters Road,
(Between Thiyagaraya Nagar Bus Stop & Police Station)
Thiyagaraya Nagar, Chennai - 17
Phone: 2434 2771, 29860070
Cell: **72**000 **50**0**73**

Sixthsense Publications
6 th sense_karthi
e-mail : sixthsensepub@yahoo.com
Website: www. sixthsensepublications.com

Pages : 264
Price : Rs. 350

First Edition   : June, 2016
Second Edition   : September, 2023

Copyright © **Nagore Rumi**

தலைப்பு : வரலாறு படைத்த வரலாறு
நூலாசிரியர் : நாகூர் ரூமி
பக்கங்கள்   : 264
விலை   : **ரூ. 350**
உரிமை : © நாகூர் ரூமி
முதற்பதிப்பு   : ஜூன், 2016
இரண்டாம் பதிப்பு   : செப்டம்பர், 2023

சிக்ஸ்த்சென்ஸ் பப்ளிகேஷன்ஸ்
10/2 (8/2) போலீஸ் குவார்ட்டர்ஸ் சாலை
(தியாகராயநகர் பேருந்து நிலையத்திற்கும் காவல்
நிலையத்திற்கும் இடைப்பட்ட சாலை)
தியாகராயநகர், சென்னை – 600 017
தொலைபேசி : 24342771, 29860070
கைபேசி: **72**000 **50**0**73**
மின்னஞ்சல்: sixthsensepub@yahoo.com

இந்தப் புத்தகத்திலுள்ள எந்த ஒரு
பகுதியையும் பதிப்பாளர் மற்றும்
எழுத்தாளர் அனுமதியை எழுத்து மூலம்
பெறாமல் பதிப்பிக்கக் கூடாது

நீங்கள் Smart Phone உபயோகிப்பவராக
இருந்தால் QR Code Reader Application மூலம்
இதை Scan செய்தால் நேரடியாக எமது
இணையதளத்திற்கு சென்று மேலும் எங்கள்
வெளியீடுகள் பற்றிய விவரங்களைப் பெறலாம்.

A1 ISBN : 978-93-83067-44 -2

நூல் முகம்

பொதுவாகவே வரலாற்றின்மீது நமக்கு அக்கறை யிருப்பதில்லை. கல்லூரிகளிலும் பல்கலைக் கழகங்களிலும் வரலாற்றுத் துறைகள் தூங்கும் துறைகளாக, தூசிபடிந்த துறைகளாகவே இருப்பது இன்றைய வரலாறு. வரலாறு என்றால் ஏதோ சலிப்பூட்டும் ஒன்று என்ற தவறான கருத்திலிருந்து முதலில் நாம் வெளியே வரவேண்டும். திரிக்கப்படாத, மறைக்கப்படாத வரலாற்றைத் தேடிப் பிடிக்க வேண்டும், தேடிப் படிக்க வேண்டும். அப்போதுதான் நாம் யார், நம் பெருமைகள் என்ன, சிறுமைகள் என்ன, பலம் என்ன, பலவீனம் என்ன என்பதெல்லாம் புரியும்.

நம்முடைய அக்கறையின்மையின் காரணமாக, அரசியல் நோக்கங்களுக்காகத் திரிக்கப்பட்ட, கூட்டப்பட்ட, குறைக்கப் பட்ட வரலாறுதான் நம்முன் வைக்கப்படுகிறது. அல்லது திணிக்கப்படுகிறது. உலகம், சமயம், தத்துவம், இலக்கியம், விஞ்ஞானம், சாதனையாளர்கள் என்று எந்த வரலாறாயினும் அவற்றில் நமக்கான செய்திகள் உள்ளன. நம்முடைய கடந்த காலத்தின் நிகழ்காலம், இன்னும் உயிர்வாழ்ந்துகொண்டிருக்கும் மதிப்பீடுகள் என்ன என்பதெல்லாம் அப்போதுதான் புரியும்.

அந்த வகையில் வரலாறு படைத்த பல சுவையான வரலாற்று நிகழ்ச்சிகளையும், தனி மனித சாதனைகளையும் பற்றி எழுதுவது நன்மை பயக்கும் என்று தோன்றியதால் இதைத் தொடங்குகிறேன். உண்மையின் ஒளியில் வரலாற்றைத் தெரிந்துகொள்ளவேண்டியது நம் கடமை என்றே சொல்வேன். 'சொல்வதெல்லாம் உண்மை' என்று நான் சொல்லமாட்டேன்.

அது அப்படித்தானா இல்லையா என்பதை நீங்கள்தான் முடிவு செய்யவேண்டும். உணர்ச்சிப்பூர்வமாக அல்ல. அறிவுப்பூர்வமாக. ஆராய்ச்சிப்பூர்வமாக. சந்திப்போம்.

மார்ச் 2015 முதல் செப்டம்பர் வரை இக்கட்டுரைகளைத் தொடராக வெளியிட்ட தினமணி.டாட்.காமுக்கும், அதன் ஆசிரியர், நண்பர் திரு.பார்த்தசாரதி அவர்களுக்கும், அவ்வப் போது உற்சாகமூட்டும் விதத்தில் விமர்சனக் குறிப்புகள் எழுதி முகநூலில் பதிவிட்ட சகோதரி தினமணி டாட்.காம் அசோசியேட் எடிட்டர் உமாசக்திக்கும், சில ஒளிப்படங்களை எடுத்துக் கொடுத்துதவிய நண்பர் கொள்ளு நதீம் அவர்களுக்கும், சில நூல்களைக் கொடுத்துதவிய நண்பர் கவிஞர் யாழன் ஆதி அவர்களுக்கும், ரசித்து கருத்துகளைப் பதிவு செய்தவர்களுக்கும், வழக்கம்போல அழகிய வடிவமைப்பில் நூலாக இதைக் கொண்டுவரும் சிக்ஸ்சென்ஸ் பதிப்பகத்தாருக்கும், குறிப்பாக திரு. புகழேந்தி அவர்களுக்கும், திரு. கார்த்திக் அவர்களுக்கும் என் நெஞ்சார்ந்த நன்றிகள்.

புத்தகத்தை முழுமையாக வாசித்து விரிவான அணிந்துரை வழங்கிய திரு. சுகி சிவம் அவர்களுக்கு என் மனமார்ந்த நன்றி.

அணிந்துரை

சுகி சிவம்

நான் மிகவும் பேராசைக்காரன். மூன்று நட்சத்திரம் ஐந்து நட்சத்திரம் விடுதியில் தங்கவைத்தாலும் திருப்தியடைவதில்லை. ஆயிரம் பத்தாயிரம் நட்சத்திர விடுதியையே விரும்புவேன். ஆம். ஜன்னலைத் திறந்தால் வானத்து நட்சத்திரங்களைக் கொத்துக் கொத்தாக வரவு வைக்கவேண்டும். ஆகாயம் மீது அப்படி ஒரு ஈர்ப்பு எனக்கு. புவியீர்ப்பு தாண்டி வான் ஈர்ப்பு என் மனோவிதி. மண்மீது பலருக்குக் கண். விண் மீது எனக்குக் கண்.

இப்படி ஆகாயமாகவே வாழ்ந்த மற்றும் வாழும் ஞானிகள் மீதும் எனக்கு ஓர் ஆர்வம். ஜலாலுத்தீன் ரூமி அப்படி என்னைப் பாதித்தவர். அந்த ரூமி பெயரை இணைத்துக்கொண்ட அவர் மீதும் ஓர் ஈர்ப்பு. இவரது இயற்பெயர் பழகிய பின்னரே தெரிந்தது. நண்பர் நாகூர் ரூமி அவர்களது எழுத்து எனக்கு மிகப் பிடிக்கும். அசட்டுத்தனம் இல்லாத ஓர் ஆனந்த உயர்வை அவர் எழுத்தின்மூலம் விதைக்கிறார். பொறிபுலன்களுக்குத் தீனிபோடும் சராசரி எழுத்தாளராக இல்லாமல் அறிவுக்கு, மனதின் செழுமைக்கு, ஆனந்த ஆன்ம முழுமைக்கு இவர் பேனா உழுது உணவளிக்கிறது. அவர் எழுத்துகளை வாசிப்பேன், நேசிப்பேன். பலரைப் படிக்கச் சொல்லி வடம் பிடிப்பேன்.

அவரது 'வரலாறு படைத்த வரலாறு' புத்தகத்தை வழங்கியதும் புதுக் குழந்தையை வாங்கும் தாய் மாமன் தவிப்பில் வாங்கி வைத்தேன். வருடி வருடி வாசித்தேன், சிரித்தே, ரசித்தேன். புத்தகக் குழந்தையைக் கொஞ்சினேன். சீண்டி சீண்டி அதன் முக ஆலாபனைகளைச் சேமித்தேன். கருத்து, சொல்லாட்சி, நடையழகு, சமூக ஆர்வம், அறச்சீற்றம், மேல் ஸ்தாயி சஞ்சாரம், சொல்லாமல் சொல்லும் சூட்சுமங்கள் என ஒவ்வொன்றையும் அனுபவித்து ஆனந்தம் அடைந்தேன். மகத்துவமிக்க மனிதகுல மனோரஞ்சிதங்களை அப்படியே நெஞ்சில் பதியம் போடும் மரகத எழுத்துகள். சிலிர்க்க வைக்கும் சம்பவங்கள்..உறைய வைக்கும்

சரித்திரங்கள். அடடா, உலகையே வலம் வந்த பிள்ளையாரின் உணர்வை இந்த ஒற்றைப் புத்தக வாசிப்பு தருகிறதே!

உலக வரலாறு என்று பரந்துபடச் சொன்னாலும் உண்மையில் உலக வரலாறு ஒருசில தனி மனிதர்களின் வரலாறுதான். இந்த ஒற்றை உண்மையை இந்தப் புத்தகம் ஓங்கி உரைக்கிறது. எத்தனை எத்தனை மாமணிகள்..அண்ணல் நபிகளில் தொடங்கி காந்தி, நேரு, தெரஸா, ஹெலன் கெல்லர், ஆப்ரஹாம் லிங்கன், தந்தை பெரியார், காமராசர், கணிதமேதை ராமானுஜன் என்று மனிதகுல மாணிக்கங்களின் மகத்துவம் இந்தப் புத்தகத்தில் பட்டு நெசவாகியிருக்கிறது.

எத்தனையோ தகவல்கள் கூடை கூடையாய் இந்நூலில் கொட்டிக் கிடந்தாலும் உமர் இப்னு ஹத்தாப் எனப்படும் இஸ்லாமியப் பேரரசின் இரண்டாம் கலீஃபா பற்றிய கட்டுரை என்னை வெகுவாக உலுக்கியது. அமைச்சர்கள் நியமனம் மற்றும் நீக்கம் தமிழ்நாட்டில் தமாஷ் காட்சி. உமர் கவர்னர்களை நியமித்ததும் விலக்கியதும் எத்தனை ஞானமயமானது.அதற்கான காரணங்கள் அற்புதம் அற்புதம்..அதைவிட அவர் கடனாக நூறு தீனார்கள் கேட்டதும், கருவூலக் காப்பாளர் "அடுத்த மாதம் வரை நீங்கள் உயிரோடு இருப்பதற்கு உத்தரவாதம் தரமுடியுமா?" என்று திருப்பிக் கேட்ட கேள்வியும் என்னைப் புரட்டிப் போட்டுவிட்டது. நான் மிக லயித்துப்போன கட்டுரை அது. தன் நாட்டு நதிக்கரையோரம் ஒரு நாய் பட்டினியால் செத்துப்போனால் கூட அது தன் கடமை தவறிய செயல் என நினைத்த ஆட்சியாளர் எத்தனை உச்சமானவர்!

'கார்காலம்' என்ற கட்டுரையில் ஹென்றி ஃபோர்டு வெறும் பணம் ஈட்டிய தொழிலதிபர் என்பதைத் தாண்டி, ஊனமுற்றவர்கள், பார்வையற்றவர்கள், காது கேளாதவர், ஒரு கால் மட்டும் உள்ளவர்கள் என்ன என்ன வேலை பார்க்க முடியும் என்று யோசித்துத் திட்டமிட்டுப் பணியமர்த்தினார்என்பதைப் படிக்கும் போது நெகிழ்ந்து போனேன்.தொழிலதிபர்கள் யாவரும் கூர்ந்து படிக்கவேண்டிய பாடப்புத்தகம் அவர் வாழ்வு.

குடும்பம் இல்லாதவர் என்று குத்தலாகப் பேசப்பட்ட பெருந்தலைவர் குருவியின் குடும்பம் பற்றிக் கவலைப்பட்ட இளகிய இதயக்காரர் என்றொரு கட்டுரை படம் பிடிக்கிறது. கனவுத் தொழிற்சாலையில் கட்டிளம் பெண்களைக் கட்டித்தழுவி முத்தம் கொடுப்பவர் உலக நாயகனா? ஆஃப்கானிஸ்தானிலிருந்து

கன்யாகுமரிவரை தன் ஆட்சியை விரித்த ஆலம்கீர் அவரங்கசீப் உலகநாயகனா என்றொரு கட்டுரை கேள்வி கேட்கிறது. அவரங்கசீப் பற்றி உலவும் எதிர்மறைச் செய்திகளை மறுத்து அக்கட்டுரை புதுப் பாதை போடுகிறது.

பள்ளிப் படிப்பில் ஆர்வமே இல்லாத தாகூர் எத்தனை பெரிய படைப்பாளியாக உருவெடுத்தார் என்பதை ஒரு கட்டுரை சுட்டுகிறது. அதேசமயம் அதைப் படிக்கும்போது, நமது பெற்றோர் பிள்ளைகளைப் பாடாய்ப்படுத்தி படிக்க வைப்பது சுடுகிறது. பணக்காரப் படைப்பாளி தாகூரைக் கண் முன் நிறுத்துகிறது அந்தக் கட்டுரை.

மஹாபாரத பீமனுக்குப் பிறகு மற்றொரு பீம் மஹர் பாரத பீமாக வலம் வந்த செய்தியை மற்றொரு கட்டுரை விளக்குகிறது. தீண்டாமை என்னும் பைத்தியக்கார நோயால் படிப்பு, உத்யோகம் எங்கும் அவர் பட்ட வேதனைகள், முடிவெட்டிக்கொள்ளக்கூட முடியாத கொடுமைகள் படிப்பவரைப் பாடாய்ப் படுத்துகிறது. நூறு ஆண்டுகள் நரி போல உயிர் வாழ்வதைவிட ஒரே ஒரு நாள் புலியைப் போல வாழ்வதே சிறப்பு என்று மரணத்திலும் தெளிவாக இருந்த மைசூர்ப்புலி திப்புவின் மதப் பகையற்ற மனோபாவம், வெள்ளையரை வாட்டும் தேசிய உணர்வு நம்மைச் சிலிர்க்க வைக்கிறது.

கல்கத்தாவுக்கே...இல்லை.. துயருற்ற மனிதர்கள் யாவருக்குமே தாயான உண்மையான தாய் தெரசாவுக்கு எத்தனை எதிர்ப்புகள்... அவரை ஊரை விட்டு வெளியேற்ற விரும்பியவர்களிடம், ‘‘அன்னையை வெளியேற்றத் தயார். அவர் ஆற்றும் பணியை உங்கள் அன்னையர் வந்து ஆற்றத் தயாரா?’’ என்று கேட்ட கமிஷனரின் கம்பீரம்...

இப்படி புத்தகம் முழுவதும் மானுடம், நேர்மை, தியாகம் போன்ற உயர்வான, உன்னத உணர்வுகள் கொட்டிக்கிடக்கின்றன. பல நூறு புத்தகங்களின் பழச்சாறு பக்கத்திற்குப் பக்கம் பொங்கி வழிகிறது. ஓராயிரம் புத்தகங்களில் உள்ளது ஒரு புத்தகத்திலா? ஒவ்வொரு பக்கமுமே தனித்தனி புத்தகம்தான் போங்கள்..வேறெப்படிச் சொல்ல?

எல்லாக் கட்டுரைகளுக்கும் சிகரம் வைத்தாற்போல ‘புகழப்பட்டவர்’ என்ற திருப்பெயர் பெற்ற அண்ணல் நபிகள் பற்றிய அருமையான கட்டுரையில் அவரது கண்ணியமும் கருணையும் பேசப்படுகிறது. அதில் ஒரு செய்தி. போரில்

அடிமைப்படுத்தப்பட்டவர்கள் பணம் கொடுத்து விடுதலை பெறும் உரிமை தரப்படுகிறது. பணம் தரமுடியாதவர்கள் விடுதலை பெற்றுக்கொள்ள ஒரு நிபந்தனை விதிக்கப்படுகிறது. ''எழுதப் படிக்கத் தெரிந்தவர்களாக இருந்தால் ஒரு கைதி பத்து முஸ்லீம் குழந்தைகளுக்கு எழுதப்படிக்கக் கற்றுக்கொடுத்து தங்கள் விடுதலையைப் பெறலாம் என்று புகழப்பட்டவர் சொன்னார்'' என்கிற செய்தி அதிக ஆச்சரியம் தருகிறது. ''அன்ன புண்ணியம் யாவினும் கோடி ஆங்கோர் ஏழைக்கு எழுத்தறிவித்தல்'' என்ற பாரதி வாக்கு எத்தனை நுட்பமானது என்று எனக்குப் புரியத் தொடங்கியது.

மகாத்மா காந்தி பற்றிய படப்பிடிப்பு ஒரு திரைக்கதை படிக்கும் அனுபவம் தருகிறது. இப்படியெல்லாமா மனிதர்கள் வாழ்ந்திருப்பார்கள்என்றுமானுடத்தின்மீதுமகத்தானமதிப்பையும் மரியாதையையும் ஒட்டுமொத்த நூலும் தோற்றுவிக்கிறது. எவ்வளவு கடின உழைப்பை ஆசிரியர் செய்திருக்கவேண்டும்? எத்தனையாண்டுக்கால வாழ்நாள் அறிவுசேமிப்பு இந்நூல் என்று வியந்துபோகிறேன். ஒரு சிறுகதையோ, நாவலோ எழுத படைப்பாற்றல் மட்டும்தான் வேண்டும். கட்டுரை வரைய படிப்பாற்றல் + படைப்பாற்றல் வேண்டும் என்கிறேன்.

துப்பாக்கியை நட்டு வைத்து வளர்க்க விரும்பிய குழந்தை பகத்சிங் தன்னையே உயிர்ப்பலி தந்து பாரத தேவியைக் காக்க நினைக்கும் வாலிப பகத்சிங் ....வளரும் கட்டுரையை இளம் பிள்ளைகள் அவசியம் படிக்கவேண்டும். 'அதிர்ஷ்டக்காரன்' அவனா? அல்லது அவன் ரத்தத்தில் விடுதலை பெற்று ஜனவரி முதல் தேதியை 'குடி'யரசு நாளாக்கும் இன்றைய இந்திய இளைஞனா? யோசிக்க வேண்டும்.

வள்ளன்மைக்கு ஜாதி மதம் கிடையாத என வாழ்ந்த ஐயா அப்துல் ஹகீம் அவர்கள் குழந்தைகளைப் பார்த்ததும், 'கொள்ளை' என்று குதூகலிக்கும் கொடையுணர்வைப் படிக்கும்போது நான் அழுதேவிட்டேன்.

தகவல்களைத் தேன் போல் திரட்டினாலும் எலிசபெத் ராணி போலச் சேகரித்து சிந்தனைச் செல்வமாய்க் குவித்துள்ள நாகூர் ரூமி அவர்களை எப்படி எப்படிப் பாராட்டினாலும் தகும். எல்லாப் புத்தகங்களிலும் சில பக்கங்கள் இருப்பது வழக்கம். ஆனால் இவர் புத்தகத்தில் மட்டும் ஒவ்வொரு பக்கத்திலும் சில பல புத்தகங்கள் அடங்கி இருக்கின்றன.

செய்திகள் கனமானவை என்கிற சிறப்பு ஒருபுறம் சிலிர்க்கிறது என்றால் நடை நான் எப்படி அழகு பார்த்தாயா என்று மறுபுறம் கண் சிமிட்டுகிறது. பாரதி பற்றி எழுதும்போது தாய்த்தமிழைத் தந்தைத் தமிழாக்கிவிடுகிறார். ஆம். எங்கள் தந்தையர் நாடு என்று தாய்நாட்டைப் பற்றி பாரதி குறித்தது போலவே மாயம் செய்துவிடுகிறார். எப்படி? பாரதி மறைந்தது தமிழுக்கு மீசை சிரைக்கப்பட்டதுபோல என்று எழுதுகிறார்.

இளையராஜாவுக்குக் கோட்டு போட்டது போல இருக்கும் ராமானுஜம் என்று கணித மேதைக்குப் புதிய வார்ப்பு செய்கிறார். இடை இடையே புத்தகத்தில் தான் ஒரு கவிதா ரசிகன் என்பதையும் ரூமி வெளிப்படுத்தாமல் விடவில்லை.

நானில்லாதபோது
என் பணியை யார் செய்வீர்கள்?
கேட்டது அஸ்தமிக்கும் சூரியன்
நாங்கள் செய்வோம் தலைவா
என்றன மெழுகு வர்த்திகள்

என்கிற தாகூரின் கவிதை அதன் சாட்சி நெருப்பு.

வெளிநாட்டு வெள்ளைக்காரன் பரங்கி எனப்பட்டதன் காரணம் ஃபிர் ரங்கி என்கிற கணிப்பே என்பன போன்ற சிறுசிறு தகவல்கள். சின்னக் குழந்தைக்குப் போடும் கன்னச் சிவப்பில் மினுக்கும் மஞ்சள் பொன் மாதிரி.

இந்த இருபத்தி நான்கு கட்டுரைகளுமே ஒரு பொக்கிஷ அறைதான். அத்தனையும் படிக்க, சிந்திக்க, பின்பற்ற, பேச, விளக்க, அனுபவிக்கப் பயன்படும் அறிவு மலர்கள். பண்பாட்டுப் பசியாற பக்குவ உணவு வகைகள். இந்தப் புத்தகக் கச்சேரிக்குத் தலையாட்டாத ரசிகன் இருக்க முடியாது. நெஞ்சாரப் பாராட்டுகிறேன். வாழ்த்துகிறேன்.

பொருளடக்கம்

1. அழகிய முதல் முன்மாதிரி — 11
2. அவமான ஏணி — 21
3. மறக்கப்பட்ட உயிர்த்தியாகம் — 31
4. தமிழகத்தின் ஒன்பதாண்டு பொற்காலம் — 39
5. மஹர் என்று ஒதுக்கப்பட்ட மஹா ஆளுமை — 45
6. இறப்போர் இல்லமும் இறவாப் புகழும் — 55
7. மைசூரின் புலி — 65
8. சிறையிலும் சுதந்திரமாக இருந்தவன் — 75
9. கலியுகக் கர்ணன் நவாப் சி அப்துல் ஹகீம் — 87
10. பாரதி கண்ட புதுமைப்பெண் — 97
11. குஞ்சாலி மரைக்காயர்கள் — 107
12. கணிதமே வாழ்வு — 117
13. பார்வையற்ற விளக்கு — 127
14. மாவீரன் மருதநாயகம் — 139
15. தமிழின் முறுக்கு மீசை — 149
16. கல்விக் கண் திறந்தவர் — 159
17. உயிரை வாங்கிய ஒரு கையெழுத்து — 169
18. நம்பிக்கையாளர்களின் தளபதி — 181
19. 'கார்' காலம் — 191
20. கேள்வியின் நாயகன் — 201
21. உலக நாயகன் — 213
22. அத்தனை முகங்களும் அழகு — 223
23. உண்மையை நேசித்த உன்னதம்! — 233
24. காஷ்மீர் ரோஜா — 243

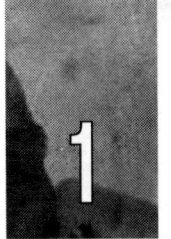

1

அழகிய முதல் முன்மாதிரி

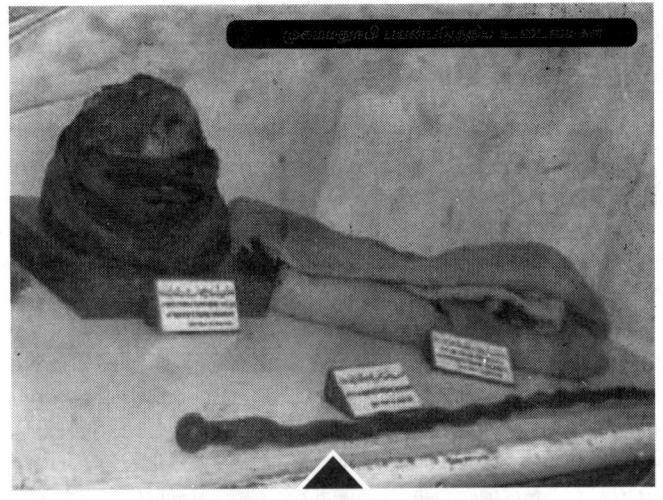

அவர் ரொம்ப சாதாரணமான மனிதர்.
அவர் ரொம்ப அசாதாரணமான மனிதர்.
என்ன முரணாகத் தெரிகிறதா? ஆமாம். முரண்தான்.
ஆனால் இது வரலாற்றின் முரணழகு.
அவர் அப்படித்தான். அவரைப்பற்றி என்னால் வேறு
எப்படியும் விவரிக்க முடியவில்லை. அவரைப் பற்றி
நீங்கள் புரிந்துகொண்டீர்களென்றால் நான் சொன்னது
சரிதான் என்பதை ஒத்துக்கொள்வீர்கள்.

ண்ணுவது, உடுப்பது, நடப்பது, பேசுவது என அன்றாட அலுவல்களைப் பொருத்தமட்டில் அவர் நம்மைப் போன்ற சாதாரண மனிதர்தான். நம்மைப்போலவே தலை வாரிக்கொள்வார், தலைக்கு எண்ணெய் தேய்த்துக்கொள்வார். நடுத்தர உயரம். பார்க்க மிகவும் அழகானவர். நடையில் சுறுசுறுப்பு இருக்கும். பரபரப்பு இருக்காது. பிடித்த உணவை உண்பார். பிடிக்காததை வைத்துவிடுவார். ஆனால் எந்த உணவையும் அவர் குறைசொன்னதில்லை. இன்னும் சொல்லப் போனால் தன் வாழ்நாளில் ஒருமுறைகூட மூன்றுவேளையும் அவர் வயிராற உண்டதில்லை. அவர் உணவும் நம்முடையதைப் போல 'வெரைட்டி'யானதல்ல. காய்ந்த ரொட்டி, பேரீச்சம் பழங்கள், ஆட்டுப்பால் – இவைதான் அவரது வழக்கமான உணவு. அவரது போர்வையில்கூட பல இடங்களில் கிழிந்து ஒட்டுகள் போடப்பட்டிருக்கும்.

ஆனால் நம்மைப் போன்றவர்களால் செய்யமுடியாத பல அரிய சாதனைகளை அவர் செய்து காட்டினார். ரோமாபுரிச் சக்கர வர்த்திகளுக்கும் பாரசீகப் பேரரசர்களுக்கும்கூட கிடைக்காத மரியாதையும் கண்ணியமும் அவருக்குக் கிடைத்தது. இரண்டு உதாரணங்கள் மூலம் இதை எளிதாகப் புரிந்துகொள்ளலாம். அவர் தலையில் பதினான்கு வெள்ளை முடிகளுக்கு மேல் இல்லை என்று அவருடைய தோழர்கள் கூறினர்! அவருடைய வாழ்க்கையை அப்படியே 'வீடியோ' எடுத்த மாதிரி தோழர்கள்

முஸ்லிம்களுக்கும் குறைஷிகளுக்கும்
பத்ர் என்ற இடத்தில் ஒரு போர் நடந்தது
இஸ்லாமிய வரலாற்றில் நடந்த
முதல் யுத்தம் அது.
அது ஒரு தற்காப்பு யுத்தம்.

உன்னிப்பாகக் கவனித்து எழுதியும் சொல்லியும் வைத்தனர். ஒரு முறை அவருடைய மனைவிகளில் ஒருவரான உம்மு ஹபீபாவைப் பார்க்க அவருடைய தகப்பனார் அபூ சுஃப்யான் என்பவர் வந்தார். அவர் அரேபிய நாட்டுக் குறைஷிக்கோத்திரத் தலைவர்களில் ஒருவர்.

குறைஷிக்கோத்திரமோ நம் கட்டுரை நாயகரின் பரம எதிரியாக இருந்தது. ஆனால் வேடிக்கை என்னவெனில் அப்பாவும் மகளும் எதிரெதிர் அணியில்! மகளைப் பார்க்க வந்தவர் அங்கு இருந்த ஒரு இருக்கையில் அமரப்போனார். அவ்வளவுதான். உடனே அந்த இருக்கையை உருவிய உம்மு ஹபீபா, ''என் கணவர் அமரும் இருக்கையில் அமரும் தகுதி உங்களுக்கு இல்லை'' என்று கோபமாகக் கூறினார்!

அவ்வளவு மரியாதை கொடுக்கப்பட்ட அவர் யார்? அவர் பெயரென்ன? இருக்கட்டும், சொல்கிறேன். இப்போதைக்கு 'புகழப்பட்டவர்' என்று வைத்துக்கொள்வோம். ஏனெனில் அரபி மொழியில் அவரது பெயரின் அர்த்தம் அதுதான்!

போர்க்கைதிகளின் நிலை

போர் என்று வந்தால் அதில் தோற்றவர்களும், அவர்களின் பொருட்களும் வெற்றிபெற்றவர்களின் உடைமையாகிவிடும். போர்க் கைதிகள்பொதுவாககொல்லப்படுவார்கள். அல்லது அடிமைகளாக வைத்துக் கொள்ளப்படுவார்கள். அல்லது சித்திரவதை செய்யப்

▶ புனித பார்தலோமியா நாள் படுகோலை

படுவார்கள். தலையை வெட்டுதல், உள்ளுறுப்புக்களை வெளியில் எடுத்தல், சில கருவிகளின் மூலம் உடலுறுப்புக்களின் அளவைக் குறைத்தல், விரல்களை வெட்டுதல், நகங்களைப் பிடுங்குதல், கண்களைக் குருடாக்குதல், மர்ம உறுப்புகளைச் சிதைத்தல் – இப்படிச் சித்திரவதைகளின் பட்டியல் தொடர்கிறது வரலாற்றின் பக்கங்களில்.

முஸ்லிம்களுக்கும் குறைஷிகளுக்கும் பத்ர் என்ற இடத்தில் ஒரு போர் நடந்தது. இஸ்லாமிய வரலாற்றில் நடந்த முதல் யுத்தம் அது. அது ஒரு தற்காப்பு யுத்தம். தங்களைத் தாக்கவந்த குறைஷிகளோடு முஸ்லிம்கள் போரிடவேண்டிய கட்டாயம் ஏற்பட்டது. எதிரிகள் ஆயிரம் பேருக்கு மேல் இருந்தனர். ஆனால் முஸ்லிம்களோ வெறும் 313 பேர்தான் இருந்தனர். ஆனால் இறுதியில் முஸ்லிம்கள் வென்றனர். அன்று மட்டும் அவர்கள் வென்றிராவிட்டால், அந்த அதிசயம் நடந்திராவிட்டால், இன்று உலகில் முஸ்லிம்கள் இருந்திருப்பார்களா என்பது சந்தேகமே. இறைவன் முஸ்லிம்களுக்கு அன்று வெற்றியைக் கொடுத்தான்.

முஸ்லிம்களின் பக்கம் பதினான்கு பேர் உயிரிழந்தனர். எதிரிகள் எழுபது பேருக்கு உயிரிழப்பு. போர்க்கைதிகளாகவும்

எழுபது பேர் இருந்தனர். அவர்களெல்லாருமே முஸ்லிம்களை ஜென்ம விரோதிகளாக எண்ணி வெறுத்தவர்கள்.

அவர்களை என்ன செய்யலாம் என்று புகழப்பட்டவர் தன் ஆத்ம நண்பர்களான உமரிடமும், அபூபக்கரிடம் கேட்டார். அவர்களைக் கொன்றுவிடலாம் என்று கூறினார் உமர். அவர் எப்போதுமே அப்படித்தான். அதற்கு அவர் சொன்ன காரணம் ரொம்ப தர்க்கரீதியானது. நாம் தோற்றிருந்தால் நம்மை அவர்கள் நிச்சயம் கொன்றிருப்பார்கள் என்றார். அது சரிதான். என்றாலும் கொல்லவேண்டாம், பிணயத்தொகை பெற்றுக்கொண்டு விடுதலை செய்யலாம் என்று அபூபக்கர் கூறினார். அவர் 'காரக்டர்' அப்படி. புகழப்பட்டவர் எப்போதுமே மன்னிப்பையே தேர்ந்தெடுத்தார். தொகையைப் பெற்றுக்கொண்டு போர்க்கைதிகள் விடுதலை செய்யப்பட்டனர். பிணயத்தொகை சுமார் 1000 திர்ஹம் (வெள்ளிக்காசு) முதல் 4000 திர்ஹம் வரை இருந்தது. பெரும் வசதிபடைத்தவர்கள் தங்கள் உறவினர்களை மீட்க அதிகமாகவும் கொடுத்தனர்.

இதுவே உலக வரலாற்றில் ஒரு புதுமைதான். ஏனெனில் உலகெங்கிலும் மதங்களின் பெயரால் நடத்தப்பட்ட யுத்தங்களிலும் போராட்டங்களிலும் அநியாயமாக மக்கள் கொல்லப்பட்டனர். கும்பல் கும்பலாக, கூட்டம் கூட்டமாக. உதாரணமாக ஃப்ரான்ஸ் நாட்டில் கத்தோலிக்கர்களுக்கும் ப்ராடஸ்டண்ட்டுகளுக்கும் இடையே இருந்த வெறுப்பின் காரணமாக, அரசு உதவியுடன், அரசு உத்தரவுடன் ப்ராடஸ்டண்டுகள் கொடூரமான முறையில் கொல்லப்பட்டனர். ஆண்கள், பெண்கள், வயதானவர்கள், குழந்தைகள் என்று எதையும் பாராமல். அதுவும் இரவோடு இரவாக! அவர்களின் எண்ணிக்கை 5000லிருந்து 70,000வரை இருந்ததாக கூறப்படுகிறது! இது நடந்தது ஆகஸ்ட்டு 23-24 இரவு 1572ம் ஆண்டு! 'புனித பார்தலோமியா நாள் படுகொலை' என்று வரலாற்றில் இது அறியப்படுகிறது!

ஆனால் பத்ரில் நடந்தது என்ன? மன்னிப்பு. கருணை. கைதிகளில் புகழப்பட்டவரின் சிற்றப்பா அப்பாஸ், மருமகன் அபுல்ஆஸ் போன்றோரும் இருந்தனர். ஆனால் சொந்தக்காரர்கள் என்பதற்காக அவர்களுக்கு எந்தச் சலுகையும் காட்டப்படவில்லை. மற்ற போர்க் கைதிகளைப் போலவே அவர்களும் நடத்தப்பட்டார்கள்.

கைதிகளை அன்பாகவும் கண்ணியமாகவும் நடத்த வேண்டும் என்று புகழப்பட்டவர் உத்தரவு கொடுத்திருந்தார். அதன்படியே போர்க்கைதிகள் நடத்தப்பட்டார்கள். கைதியாக இருந்த அபூஅஸீஸ் என்பவர் கூறுகிறார்: "மதினாவில் இருப்பவர்களுக்கு இறைவனின் ஆசி உண்டாகட்டும். எங்களை (ஒட்டகம் போன்ற) வாகனங்களின்மீது ஏற்றிவிட்டு அவர்கள் நடந்து வந்தார்கள். கோதுமை ரொட்டியை எங்களுக்குக் கொடுத்துவிட்டு அவர்கள் வெறும் பேரீச்சம் பழங்களைச் சாப்பிட்டார்கள்."

சுஹைல் இப்னு அம்ர் என்ற கைதியைப் பணம் கொடுத்து விடுதலைசெய்ய அவரது உறவினர் வந்தார். ஆனால் சுஹைலை அப்படியே அனுப்ப உமருக்கு இஷ்டமில்லை. "தலைவரே, எனக்கு உத்தரவிடுங்கள், நான் சுஹைலின் பற்களையாவது பிடுங்க வேண்டும். அப்போதுதான் அவன் உங்களைப் பற்றி தவறாகப் பேசாமல் இருப்பான்" என்று கூறினார். அதற்கு புகழப்பட்டவர் என்ன கூறினார் தெரியுமா?

"எந்தக் காரணத்தைக் கொண்டும் நான் யாருடைய உறுப்பையும் சிதைக்கமாட்டேன். அதற்கு அனுமதியும் கொடுக்கமாட்டேன். அப்படிச் செய்தால் அதையே இறைவனும் எனக்குச் செய்வான்" என்றுகூறினார்! இந்த விஷயத்தை ஆரம்பகால வரலாற்றாசிரியரான இப்னு ஹிஷாமிலிருந்து ஜார்ஜ் சேல், வில்லியம் முய்ர் போன்ற மேற்கின் வரலாற்றாசிரியர்கள் அனைவருமே குறிப்பிடத் தவறு வதில்லை. காரணம், உலக வரலாற்றில் இது போன்றதோர் அதிசயம் வேறெங்கும் நடந்ததில்லை!

ஆனால் விஷேசம் இங்கே முடிந்துவிடவில்லை. வரலாறு படைத்த வரலாறு இங்கேதான் தொடங்குகிறது. பணம் தரமுடியாத ஏழைகள் ஒன்றுமே வாங்கிக் கொள்ளப்படாமலே விடுதலை செய்யப்பட்டனர். எழுதப் படிக்கத் தெரிந்தவர்களாக இருந்தால், ஒரு கைதி பத்து முஸ்லிம் குழந்தைகளுக்கு எழுதப் படிக்கக் கற்றுக் கொடுத்து தங்கள் விடுதலையைப் பெறலாம் என்றும் புகழப்பட்டவர் சொன்னார்! அதன்படியே செய்து விடுதலை பெற்றனர் சிலர்! யான் பெற்ற இன்பம் பெறுக இவ்வையகம் என்று சொல்லக் கேள்விப்பட்டிருக்கிறோம். ஆனால் இங்கே ஒருவர் யான் பெறாத இன்பம் பெறுக இவ்வையகம் என்று ஒரு அழகிய முன்மாதிரியாகத் திகழ்ந்துள்ளார். ஆம். புகழப்பட்டவருக்கு எழுதவும் படிக்கவும் தெரியாது!

வரலாறு படைத்த வரலாறு | நாகூர் ரூமி

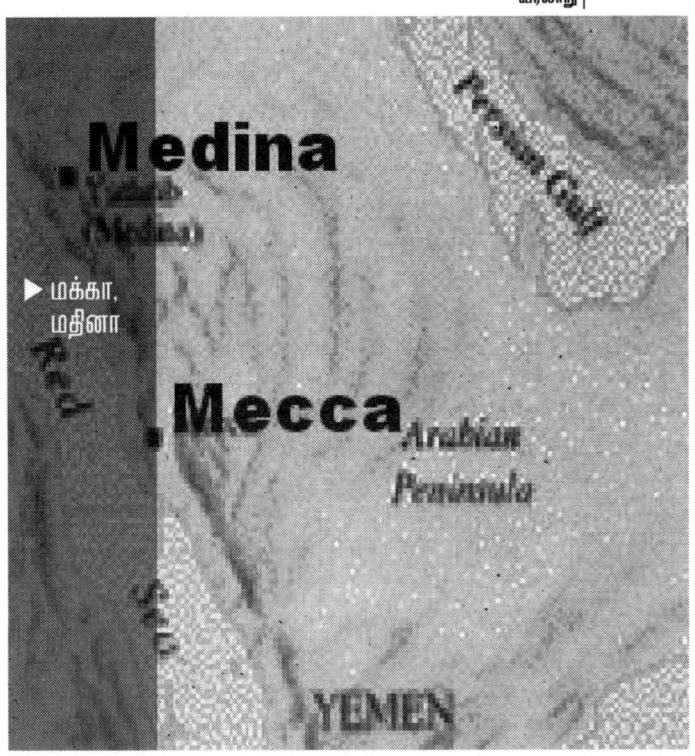

▶ மக்கா, மதினா

வரலாற்றில் ஒளிர்ந்துகொண்டிருக்கும் புதிய பக்கம் இது. அதுவரை, ஏன் இதுவரையிலும்கூட, யாரும் செய்யாத புதுமை இது. எழுதப்படிக்கக் கற்றுக்கொடுத்தால் ஒரு போர்க்கைதி விடுதலை பெறலாம் என்று உத்தரவு போடப்பட்டு நிறைவேற்றப்பட்ட வரலாறு வேறு எந்த நாட்டிலாவது, எந்தக் காலத்திலாவது, எந்தக் கலாச்சாரத்திலாவது உண்டா? இது நடந்தது கிபி ஏழாம் நூற்றாண்டில்!

மக்கா வெற்றியின்போது நடந்தது என்ன?

இதுமட்டுமா? யுத்தகளத்தில், வெற்றியின் உச்சத்தில், தன்னை வருத்திய எதிரிகள்மீது யாருக்காவது கருணை பிறக்குமா? பிறந்திருக்கிறது! புகழப்பட்டவர் மக்காவில் வாழ்ந்தது ஐம்பது ஆண்டுகள். மதினாவில் வாழ்ந்தது பதிமூன்று ஆண்டுகள். அவர்

மக்காவில் இஸ்லாம் என்ற மார்க்கத்தை எடுத்துரைத்ததற்காக கொடுக்கப்பட்ட இன்னல்கள் கொஞ்சநஞ்சமல்ல.

ஓடஓட அவரை விரட்டியிருக்கிறார்கள். ரத்தம் பீறிடும் அளவுக்கு கல்லால் அடித்திருக்கிறார்கள். அவர் தொழுதுகொண்டிருந்தபோது அவர் முதுகில் செத்த ஒட்டகத்தின் அழுகிய குடலைப் போட்டிருக்கிறார்கள். அவரது கழுத்தை நெறித்துக் கொல்ல முயன்றிருக்கிறார்கள். அவர் மீது பாறாங்கல்லைப் போட முயன்றார்கள். அவரது உணவில் விஷம் வைத்தார்கள். சாப்பாடு, தண்ணீர் கிடைக்காதவாறு மூன்று ஆண்டுகள் ஊரைவிட்டு ஒதுக்கி வைத்திருந்தார்கள். கருக்கலில் கோத்திரத்துக்கு ஒருவராக வாளை எடுத்துக்கொண்டு அவர் வீட்டை விட்டு வெளியில் வரும்போது கொல்ல முயன்றார்கள். விரட்டிக்கொண்டு போய் கதையை முடிக்க முயன்றார்கள். அவரைப் பின்பற்றியவர்கள் ஏழைகள் என்பதாலேயே சித்திரவதை செய்தார்கள். பெண் என்றும் பாராமல் ஒரு அடிமைத் தாயின் குறியில் ஈட்டியைச் செலுத்திக் கொன்றார்கள். இப்படியாக புகழப்பட்டவரை ஒழிக்க, அவருக்கு எதிராக மக்காவில் இருந்த குறைஷிகள் செய்த அட்டூழியத்தைப் பற்றி ஒரு நூலே எழுதலாம்.

எல்லாவற்றுக்கும் பழிதீர்க்கும் நேரம் ஒன்று வந்தது புகழப்பட்டவருக்கு. அது உலக வரலாற்றிலேயே ஈடு இணையற்ற நிகழ்ச்சியாகும் இது. இஸ்லாமிய சாம்ராஜ்யம் ஸ்தாபிக்கப்பட்டுவிட்டது. மக்கா வெற்றியின் போது புகழப்பட்டவர் மக்கள் தலைவராக ஆட்சியதிகாரத்தின் உச்சியில் இருந்தார். மதினாவிலிருந்து 10,000 பேருடன், குறைஷிகள் யாரும் எதிர்பாராத ஒரு தருணத்தில் மக்காவுக்குள் நுழைந்தார்.

எந்த நகரம் அவருடைய இறைச் செய்தியை ஏற்றுக் கொள்ள மறுத்ததோ, எந்த நகரம் அவரையும் அவரது தோழர்களையும் சித்ரவதை செய்ததோ, அந்த நகரம் அன்று அவர் காலடியில் கிடந்தது. குறைஷிகள் போர் செய்வதற்குத் தயாராவதற்குக்கூட எந்த வாய்ப்பும் தராத வகையில் மக்காவினுள் நுழைந்தது புகழப்பட்டவரின் உண்மையான அமைதிப்படை.

யுத்த நியதிகளின்படி, அவருக்கும் அவரைப் பின்பற்றிய சமுதாயத்தினருக்கும் இழைக்கப்பட கொடுமைகளுக்கெல்லாம் நியாயமாக பழிக்குப்பழி வாங்கவேண்டிய நேரம் அதுவே. ஆனால்

அவர் என்ன செய்தார்? க'அபாவினுள் ஒளிந்து கொண்டிருந்த குறைஷிகள், நிச்சயமாக கொல்லப் பட்டுவிடுவோம் என்ற அச்சத்தில் உறைந்து போயிருந்தனர். அப்போதுகூட அவருடைய இதயத்தில் அன்பும் பரிவும் நிறைந்து வழிந்து ஓடியது. வெற்றியின் அந்த தருணத்தில், இழைக்கப்பட்ட கொடுமைகளெல்லாம் மறக்கவும் மன்னிக்கவும் பட்டன.

"இன்று உங்கள்மீது எந்தக் குற்றமுமில்லை. நீங்கள் எல்லாவற்றிலிருந்தும் விடுதலையாகிவிட்டீர்கள். மனிதனுக்கும் மனிதனுக்கும் இடையில் உள்ள எல்லா ஏற்றத் தாழ்வுகளையும் வெறுப்பையும் நான் என் காலுக்குக்கீழே போட்டு நசுக்கி விட்டேன். மனிதர்கள் அனைவரும் ஆதமின் பிள்ளைகள். ஆதமோ மண்ணால் படைக்கப்பட்டவர்" என்று கூறினார். பொது மன்னிப்பு வழங்குதல் என்பதே அவர் தொடங்கி வைத்ததுதான் என்றுகூடச் சொல்லலாம்.

'ஆதம் மண்ணால் படைக்கப்பட்டவர்' என்று சொன்னதன் மூலம் நீயும் மண், நானும் மண், மண்ணில் என்னடா உயர்வு தாழ்வு என்ற உண்மையை சொல்லாமல் சொல்லிவிட்டார் அவர்! ஜாதி, குலம், கோத்திரம் வழியாக வரும் உயர்வு, தாழ்வு எண்ணங்களுக்குக் கொடுக்கப்பட்ட செருப்படி அது.

ஒரு துளி ரத்தம் கூட சிந்தாமல், மக்கா வெற்றி கொள்ளப்பட்டது. அவர் விரும்பியிருந்தால், ஒருவரைக்கூட விடாமல், கொன்று குவிக்கப்பட்ட தலைகளால் மலைகளை ஏற்படுத்தியிருக்க முடியும். ஜனங்களை வெற்றி கொள்வதைவிட மனங்களை வெற்றி கொள்வதே இஸ்லாத்தின் முறையாக இருந்தது. இருக்கிறது.

அப்படியானால் முஸ்லிம் தீவிரவாதிகள்? என்ற கேள்வி எழலாம். ஒருவர் சரியான முஸ்லிமாக இருக்கும் பட்சம் அவரால் தீவிரவாதியாக இருக்கவே முடியாது. ஏனெனில் இஸ்லாம் அமைதியையும் சமாதானத்தையும் மட்டுமே எடுத்துரைக்கிறது. தீவிரவாதம் செய்பவர் தீவிரவாதி. அவர் எந்த மதத்தைச் சேர்ந்தவராக இருந்தாலும் அந்த மதத்துக்கும் அவரது செயலுக்கும் தொடர்பில்லை. எந்த மதமும் தீவிரவாதத்தையோ வன்முறையையோ செய்யுங்கள் என்று சொல்லவே இல்லை. மாறாக எல்லா மார்க்கங்களும் அன்பையே போதிக்கின்றன. ஆழ்ந்து கவனித்தால் இந்த உண்மை புரியும்.

இக்கட்டுரை நாயகர், புகழப்பட்டவர் யார் என்று இந்நேரம் உங்களுக்குத் தெரிந்திருக்கும். ஆமாம். இஸ்லாம் என்ற மார்க்கத்தைப் பரிபூரணப்படுத்திய வரலாற்றின் அழகிய முன் மாதிரி முஹம்மது நபி (ஸல்) தான் அவர். முஹம்மது என்றால் 'புகழப்பட்டவர்' என்று பொருள். புகழப்பட்டவர் மட்டுமல்ல, என்றும் புகழப்படவேண்டியவரும்கூட, அல்லவா?!

2

அவமான ஏணி

அவர் ஒரு வழக்கறிஞர். இந்தியர்தான்,
ஆனால் லண்டனில் சட்டம் படித்து
'பாரட்லா', 'பாரிஸ்டர்' என்றெல்லாம்
சொல்லப்படும் பட்டம் பெற்றவர்.
தென்னாப்பிரிக்காவில் இருந்த அப்துல்லா சேத்
என்ற வியாபாரியின் வழக்கு சம்பந்தமாக
அவர் அங்கு சென்றிருந்தார்.
ஆனால் வக்கீல் தொழிலில்
கொடிகட்டிப்பறந்தவரல்ல அவர்.

INDIANS DOGS
NOT ALLOWED

▶ எழுதிய ஒரு பலகை

இன்னும் சொல்லப்போனால் ஆள் கொஞ்சம் பயந்தாங் கொள்ளிதான். ஏதோ படித்துப் 'பாஸ்' செய்துவிட்டார். ஆனால் நாலுபேர் முன்னிலையில், அதுவும் கோர்ட்டில், வழக்கறிஞர்கள், நீதிபதி முன்னிலையிலெல்லாம் பேசி, வழக்கை எடுத்துரைத்து வாதாட வேண்டும் என்பதிலெல்லாம் அவருக்கு நடுக்கம்தான். ஆனால் வேறு வழியில்லாமல் எப்படியோ தைரியத்தை வரவழைத்துக்கொண்டு, தென்னாப்பிரிக்க அழைப்பை ஏற்றுக்கொண்டு சென்றுவிட்டார். பிழைப்புக்கு ஒரு வழி வேண்டுமல்லவா?

ஏற்கனவே அப்துல்லாசேத்தின் வழக்கு தொடர்பாக ஒரு வழக்கறிஞர்குழுவே செயல்பட்டுக்கொண்டிருந்தது. அதில் இவரும் ஒருவராகச் சென்றிருந்தார். ஆள் பார்க்க நல்ல சிவப்பாக இருப்பார். லண்டனில் படித்ததனால் 'கோட், சூட்' ஷூவெல்லாம் போட்டு மாப்பிள்ளை மாதிரி இருப்பார்.

இந்தக் கதை நடக்கும்போது அவர் தங்கியிருந்த நகரம் டர்பன். அங்கிருந்து அவர் பிரிட்டோரியா என்ற இன்னொரு நகரத்துக்குப் போகவேண்டியிருந்தது ஏனெனில் பிரிட்டோரியாவுக்கு வாருங்கள் அல்லது உங்கள் பிரதிநிதியை அனுப்புங்கள் என்று அப்துல்லா சேத்துக்கு வக்கீலிடமிருந்து கடிதம் வந்திருந்தது. தன் பிரதிநிதியாக நம் பாரிஸ்டரை அனுப்ப சேத் முடிவுசெய்தார். நம் நோஞ்சான் பயந்தாங்கொள்ளி வக்கீலும் போவதற்கு ஒத்துக்கொண்டார்.

> அவமானப்பட்டால்
> நமக்கு பழி சொல்லத்தெரியும்
> அவமானப்பட்டால்
> **மஹாத்மாவுக்குத்தான்**
> அதிலிருந்து மீளும்
> **வழிசொல்லத்தெரியும்.**

இப்போது அவர் கொஞ்சம் விபரமாகியிருந்தார். கொஞ்சம் அனுபவமும், கொஞ்சம் துணிச்சலும் வந்திருந்தது. ஆனால் கொஞ்சம்தான்.

'நீங்கள் எங்கே தங்கவேண்டும்?' என்று அப்துல்லா சேத் கேட்டார்.

'நீங்கள் எங்கு தங்கச் சொல்கிறீர்களோ அங்கேயே தங்குகிறேன்' என்று சொன்னார் நம் பாரிஸ்டர்.

'சரி, நான் அங்கிருக்கும் நம் வக்கீலுக்கு எழுதுகிறேன். நீங்கள் தங்குவதற்கு வேண்டிய ஏற்பாடுகளை அவர் செய்வார்' என்று அப்துல்லா சேத் சொன்னார். அதன்பிறகு நம் வக்கீல் ரயிலில் பிரிட்டோரியா செல்வதற்காக முதல் வகுப்பு டிக்கட் எடுக்கப்பட்டது. படுக்கை வேண்டுமென்றால் அதற்காக ஐந்து ஷில்லிங் பணம் கூடுதலாகக் கொடுக்கவேண்டும். அதையும் செய்துவிடலாம் என்று சேத் கூறினார். ஆனால் நம் வக்கீல் நோஞ்சான் மட்டுமல்ல, சிக்கனம் என்ற பெயரில் அவசியமான சுகங்களைக்கூட வேண்டாமென்று மறுப்பவர். அது அடுத்தவர் பணத்தில் என்றாலும்! எனவே ஐந்து ஷில்லிங் மிச்சப்படுத்திவிடலாம் என்ற எண்ணத்தில் படுக்கை வேண்டாமென்று திட்டவட்டமாகக் கூறிவிட்டார்.

ரயிலும் கிளம்பிவிட்டது. இரவு ஒன்பது மணிக்கு ரயில் மாரிட்ஸ்பர்க் என்ற நகரத்துக்குப் போய்ச்சேர்ந்தது. அந்த

அப்துல்லா சேத்

ஸ்டேஷனில்தான் பிரயாணிகளுக்குப் படுக்கைகளைக் கொண்டுவந்து வைப்பார்கள். ஒரு சிப்பந்தி வந்து படுக்கை வேண்டுமா என்று நம் பாரிஸ்டரைக் கேட்டார். பந்தாவாக, வேண்டாம் என்று அவர் சொல்லிவிட்டார். அதன் பிறகு இன்னொருவர் வந்தார். அவர் சிப்பந்தி அல்ல. அவர் ஒரு பயணி. வந்தவுடன் இவரை ஏற இறங்கப் பார்த்தார். பார்வையில் ஒரு வெறுப்பும் ஏளனமும் இருந்தது. அவருடைய முகத்தில் எள்ளும் கொள்ளும் வெடித்தது.

பாரிஸ்டருக்குப் புரிந்துவிட்டது. தான் ஒரு இந்தியன் என்பதை அந்த பயணி புரிந்து கொண்டுவிட்டார். தென்னாப்பிரிக்காவில் இந்தியர்கள் எந்தவிதமான அந்தஸ்தில் இருந்தாலும் அவர்கள் 'கூலி'களாகவே கருதப்பட்டனர். இந்தியர்கள் என்றால் அவ்வளவு கேவலம். ஏன், இந்தியாவில்கூட பஹர்தலி ஐரோப்பிய க்ளப் என்ற க்ளப் ஒன்றில், "நாய்களுக்கும் இந்தியர்களுக்கும் அனுமதி இல்லை" என்று எழுதிய ஒரு பலகை வைக்கப்பட்டிருந்தது. அதை எதிர்த்துப் போரிட்ட பிரீதி லதா என்ற வங்காளிப் பெண் போராளிகூட அதற்காக உயிரிழந்தார். ஆங்கிலேயே காலனி ஆதிக்கத்தில் நம் நிலை இப்படித்தான் இருந்தது. ஒரு நாய்க்குக் கொடுக்கப்பட்ட மதிப்புகூட நமக்கு இல்லாமலிருந்தது. காரணம், நாம் கருப்பு, நமக்கு ஆங்கிலம் தெரியாது, இத்யாதி இத்யாதி.

முதல் வகுப்பில் ஏறிய அந்தப் பயணி நம் இந்திய வக்கீலை அப்படிப் பார்த்துவிட்டுப் போனதில் ஆச்சரியம் ஒன்றுமில்லை. ஆனால் கோபத்தோடு வெளியேறிய அவர் அப்படியே போய் விடவில்லை. இரண்டு அதிகாரிகளை அழைத்து வந்தார்! ஒரு அதிகாரி நம் பாரிஸ்டரைப் பார்த்து, "இங்கே வா, நீ போய் சரக்கு ரயிலில் ஏறிக்கொள்" என்றார்!

அந்த இடத்தில் நாம் இருந்திருந்தால் என்ன சொல்லி யிருப்போம்! ஆனால் நம் வக்கீல் உணர்ச்சிவசப்படாமல் ரொம்ப தர்க்க ரீதியாகப் பேசினார்.

"என்னிடம் முதல் வகுப்புக்கான டிக்கட் இருக்கிறது" என்று எடுத்துக்காட்டினார்.

"அதைப்பற்றி எனக்கு அக்கறையில்லை. நான் சொல்கிறேன், நீ சரக்கு ரயிலில் போய் ஏறிக்கொள்" என்று அதிகாரமாகக் கூறினார் அந்த அதிகாரி. அதிகாரி என்றால் அதிகாரம் மட்டும்தான் இருக்கவேண்டும். அறம் இருக்க வேண்டிய அவசியமில்லை என்பது ஆங்கிலேயே கலாச்சாரம்! ஆனால் நம் பாரிஸ்டருக்கும் கொஞ்சம் கோபம் வந்துவிட்டது. கொஞ்சம்தான் வந்தது என்றாலும் கோபம் கோபம்தானே!

"இல்லை, இந்தப் பெட்டியில் நான் பயணம் செய்வதற்கு டர்பனிலிருந்தே எனக்கு அனுமதி உண்டு. எனவே நான் இதில்தான் பிரயாணம் செய்வேன்" என்றார் பாரிஸ்டர்!

"இல்லையில்லை. இதில் நீ போகக்கூடாது. பிடிவாதம் செய்தால் போலீஸை வைத்து உன்னை இறக்கிவிட வேண்டி வரும்" என்றார் அதிகாரி.

"போலீஸை வேண்டுமானால் அழைத்துக் கொள்ளுங்கள். ஆனால் நான் இறங்கப்போவதில்லை" என்று உறுதியாகச் சொன்னார் பாரிஸ்டர்!

ஆனால் அந்த உறுதி ரொம்ப நேரம் நீடிக்கவில்லை. ஒரு போலீஸ்காரர் வந்தார். பாரிஸ்டரை விசாரிக்கவும் இல்லை, எதுவும் அவருடன் பேசவும் இல்லை. வந்தவுடன் பாரிஸ்டரின் கையைப் பிடித்து தரதரவென இழுத்துக்கொண்டு போய் ரயிலுக்கு வெளியே தள்ளிவிட்டார்! பாரிஸ்டரின் சாமான்களும் தூக்கி வெளியில் எறியப்பட்டன. ரயிலும் கிளம்பிப் போய்விட்டது. பாரிஸ்டர் சரக்கு ரயிலில் ஏறவில்லை. வெளியில் தூக்கி எறியப்பட்ட தன் சாமான்களை எடுத்துக்கொள்ளாமல் ஒரு கைப்பையை மாத்திரம் எடுத்துக்கொண்டு பிரயாணிகள் ஓய்வெடுக்கும் அறைக்குச் சென்றார் அவர்.

அப்போது தென்னாப்பிரிக்காவில் குளிர்காலம். மாரிட்ஸ்பர்க் நகரம் கடல் மட்டத்திலிருந்து 1955 அடி உயரத்தில் இருந்தது! குளிர் பின்னியெடுத்தது. ரயில்வே அதிகாரிகள் வசமிருந்த தன்

▶ குதிரை வண்டிக் கோச்

சாமான்களையும் போய் அவர் கேட்கவில்லை. மேலும் மேலும் அவமானப்பட அவர் விரும்பவில்லை. நடுங்கிக்கொண்டே நள்ளிரவுவரை ஓய்வறையில் ஒதுங்கிக் கொண்டார் பாரிஸ்டர். அந்த அறையில் ஒரு விளக்குகூட இல்லை! அப்போதுதான் அவர் யோசித்தார். வழக்கை முடிக்காமல் இந்தியாவுக்குத் திரும்பிவிடலாமா? வழக்கை முடித்துவிட்டுத் திரும்பலாமா? எப்படி யோசித்தாலும் ஒரு விஷயத்தைச் சுற்றியே அவர் மனம் திரும்பத்திரும்ப செக்குமாடு மாதிரி சுற்றிக்கொண்டிருந்தது. அது என்ன விஷயம்?

அதுதான் தென்னாப்பிரிக்காவில் நிலவிய நிற மற்றும் இன துவேஷம். பாரிஸ்டர் படித்த தனக்கே இந்த நிலை என்றால், படிக்காத, உண்மையிலேயே கூலிகளாக வேலை பார்க்கும் இந்தியர்களின் கதி என்ன? அதற்கு நாம் ஏதாவது செய்ய வேண்டாமா?

இப்படியெல்லாம் அவர் மனம் யோசித்தது. ரயிலோடு அந்த அவமான அனுபவம் முடிந்துவிடவில்லை. தொடர்ந்து பல அவமானங்கள் தென்னாப்பிரிக்காவில் அவருக்காகக் காத்துக் கொண்டிருந்தன. ஒரு அவமானப் படலத்தினூடே அவர் பயணிக்க வேண்டியிருந்தது.

அந்த ரயிலில் ஏற முடியாமல் போன அவரால் மறுநாள் அடுத்த ரயிலில்தான் செல்ல முடிந்தது. அதுவும் அப்துல்லா சேத்துக்கும் ரயில்வே பொதுமேலாளருக்கும் நீண்ட தந்திகள் கொடுத்தபிறகு. ஆனால் அடுத்த ரயில் அவரை சார்லஸ் என்ற நகரில் இறக்கிவிட்டது. ஏனெனில் அதற்குமேல் ரயில்பாதை கிடையாது. அங்கிருந்து நான்கு சக்கர குதிரை வண்டிக் 'கோச்' சில்தான் பிரிட்டோரியாவுக்குப் போகவேண்டும்.

ஆனால் அதிலும் ஒரு பிரச்சனை இருந்தது. அங்கும் அவருக்கு ஒரு அவமானம் காத்துக்கொண்டிருந்தது. மாரிட்ஸ்பர்க் ரயில் வண்டியில் ஏற்பட்ட அவமானத்தைவிடப் பெரிய அவமானம் அது. மிக மோசமான அனுபவம் அது. அப்படி என்ன அனுபவம்?

கோச் வண்டியில் செல்வதற்கும் முன்பதிவு செய்து இடம் பிடிக்கவேண்டும். அதுவும் செய்யப்பட்டிருந்தது. சார்லஸ் டவுனில் இருந்த வெள்ளைக்கார வண்டி ஏஜண்ட்டுக்கும் சேத் தந்தி கொடுத்திருந்தார். இந்தக் காலத்தில் அனுப்பப்படும் குறுஞ்செய்தி மாதிரி அந்தக் காலத்தில் தந்தி இருந்துள்ளது.

ஆனால் அந்தக் குதிரைவண்டி ஏஜண்ட்டுக்கு நம்ம வக்கீலை ஏற்றிக்கொண்டுபோக விருப்பமில்லை. ஏன்? பிரயாணிகளை வண்டிக்கு உள்ளே உட்காரவைக்க வேண்டும். ஆனால் நம்ம வக்கீலோ ஒரு இந்தியக் கூலி. ஒரு கூலியை வண்டிக்கு உள்ளே வெள்ளைக்காரர்களோடு உட்கார வைப்பதா? அதுதான் அந்த ஏஜண்ட்டின் பிரச்சனை. எனவே, 'உங்கள் டிக்கட் ரத்தாகிவிட்டது' என்று அவர் பொய் சொன்னார். ஆனால் நம்ம ஆள் வழக்கறிஞராயிற்றே, அப்படியே கேட்டுக்கொள்வாரா என்ன? அது அப்படி இல்லை என்று தக்க பதிலடிகொடுத்தார்!

இப்போது வண்டியின் 'தலைவ'ருக்கு சங்கடமாகிவிட்டது. வண்டி ஓட்டியின் பின்பக்கமாக இரண்டு இருக்கைகள் இருந்தன. அதிலொன்றில் தலைவர் உட்காருவார். போனால் போகுதென்று இன்னொன்றில் நம்ம பாரிஸ்டரை உட்காரச் சொன்னார். அதுவே

▲ தென்னாப்பிரிக்காவில் காந்தியின் சிலை

பெரிய அநியாயம்தான். அதில் உட்கார மாட்டேன் என்று அடம்பிடித்திருந்தால் இன்னொருநாள் வீணாகியிருக்கும். அதனால் மேற்கொண்டு பிரச்சனை செய்ய விரும்பாமல், ஆத்திரமாக வந்தாலும் அடக்கிக்கொண்டு பாரிஸ்டர் அதில்போய் உட்கார்ந்து கொண்டார். ஆனால் பிரச்சனை அதோடு முடிந்துவிடவில்லை.

வண்டி பார்டகோப் என்ற இடத்துக்குப் போய்ச் சேர்ந்தது. அங்குதான் அடுத்த பிரச்சனை ஆரம்பித்தது. தலைவர் சுருட்டு குடிக்க விரும்பினார். அதுவும் நம்ம பாரிஸ்டர் உட்கார்ந்திருந்த

இடத்தில் அவர் உட்கார்ந்து! வண்டியோட்டியிடம் கேட்டு ஒரு பழைய கோணித் துணியை வாங்கினார். பிரயாணிகள் கால் வைத்து ஏறும் இடத்தில் அதைப் போட்டு அதில் பாரிஸ்டரை உட்காரச் சொன்னார்! அவ்வளவுதான். பாரிஸ்டரின் பொறுமைக் கயிறு முற்றிலுமாக அறுந்து விழுந்தது. He was at the end of his tether என்று சொல்லலாம். அவர் கொதித்தெழுந்தார்.

'என்ன அநியாயம் இது? நான் உள்ளே உட்காரவேண்டியவன். ஆனால் நீர் என்னை இங்கே உட்காரவைத்தீர். அதையும் பொறுத்துக்கொண்டேன். ஆனால் இப்போது, நீர் வெளியில் உட்கார்ந்து சுருட்டு பிடிப்பதற்காக நான் உம் காலடியில் உட்காரவேண்டும் என்று சொல்கிறீர். இதை நான் அனுமதிக்க முடியாது. வேண்டுமானால் உள்ளேபோய் உட்காருகிறேன்' – இவ்விதமாகப் பேசிக்கொண்டே போனார் பாரிஸ்டர். ஆனால் அவர் பேசி முடிக்குமுன் அது நடந்துவிட்டது.

அவர் பேசிக்கொண்டிருந்தபோதே அந்த வண்டியின் 'தலைவர்' வந்து பாரிஸ்டரின் கன்னங்களில் ஓங்கி அறைய ஆரம்பித்தார். ஒரு அறை அல்ல, பல அறைகள். தொடர்ந்து விழுந்துகொண்டே இருந்தன. பாரிஸ்டரின் கையைப் பிடித்து இழுத்து அவரைக் கீழே தள்ளவும் முயற்சி செய்தார். ஆனால் தன் மணிக்கட்டு எலும்பு முறிந்தாலும் பரவாயில்லை, பிடியை விடக்கூடாது என்ற உறுதியோடு இருந்தார் பாரிஸ்டர்! அந்த தலைவரோ தொடர்ந்து இவரைத் திட்டிக்கொண்டும், இழுத்துக்கொண்டும், அடித்துக் கொண்டும் இருந்தார்.

ஆனால் பாரிஸ்டர் தன் உறுதியையும் போராட்டத்தையும் விடவில்லை. ரயில் வண்டியில் ஏற்பட்ட அவமான அனுபவம் அவரை ஒரு முடிவுக்கு வரச் செய்திருந்தது. உயிரே போனாலும் உரிமையை விட்டுக்கொடுக்கப்போவதில்லை என்ற முடிவில் அவர் உறுதியாக இருந்தார். கடைசியில் வண்டியின் உள்ளே இருந்தவர்கள் பாரிஸ்டருக்கு ஆதரவாகப் பேசியதும் 'தலைவர்' அடிப்பதை நிறுத்தினார்.வேறு வழியில்லாமல் இன்னொரு வேலைக்காரரை படியில் உட்காரச் சொல்லிவிட்டு அவனுடைய இடத்தில் அவர் அமர்ந்து சுருட்டு பிடிக்கத்தொடங்கினார். அல்லது புகையத்தொடங்கினார் என்றும் சொல்லலாம்!

இந்த மாதிரியான அனுபவங்கள் பல தென்னாப்பிரிக்காவில் நம் பாரிஸ்டருக்கு ஏற்பட்டன. இப்படியான அனுபவங்கள்,

அவமானங்கள் ஏற்பட்ட போதெல்லாம் அவர் பயன்படுத்தியது இரண்டு வழிகள்தான். ஒன்று பொறுமை, இரண்டு உரிமைக்காகப் போராடுதல். அடித்தால் பொறுத்துக்கொண்டாரே ஒழிய திருப்பி யாரையும் அவர் அடித்ததில்லை. திட்டினால் பதில் சொன்னாரே தவிர, திருப்பி யாரையும் திட்டியதில்லை.

அவமானங்களின் ஏணியில் ஏறி அவர் உலகின் உச்சிக்கே சென்றார் என்று சொல்லவேண்டும். அது மட்டுமா? இந்த உலகில் யாரும் செய்திடாத சாதனையை அவர் செய்தார். அது என்ன சாதனை? அஹிம்சை வழியில் ஆங்கிலேயர்களிடமிருந்து இந்தியாவுக்கு விடுதலை வாங்கிக்கொடுத்ததில் முக்கிய பங்காற்றியதுதான்!

ஆமாம், அச்சம் கொண்ட அந்த நோஞ்சான் வக்கீல் யாருமல்ல. நம் தேசத்தந்தை மஹாத்மா காந்திதான். ஆங்கிலேயே ஆதிக்கத் திலிருந்து விடுதலை என்ற இலக்கை அடைய உதவும் ஏணியாக தான் பெற்ற அவமானங்களையெல்லாம் அவர் பயன்படுத்தினார். அவர் சொல்லுக்கு இந்தியா முழுவதுமே தலையசைத்தது. அவமானங்களை ஏணியாக மாற்றிய அஹிம்சையின் சக்தி அது! இன்று அப்படிப்பட்ட சக்தி படைத்த ஒரு தலைவர் நம்மிடையே உண்டா? ஏன் இல்லை என்று யோசித்தால் ஒரு உண்மை புரியும்.

அவமானப்பட்டால் நமக்கு பழி சொல்லத்தெரியும்

அவமானப்பட்டால் மஹாத்மாவுக்குத்தான் அதிலிருந்து மீளும் வழிசொல்லத்தெரியும்.

3

மறக்கப்பட்ட உயிர்த்தியாகம்

டிசம்பர் 19, 1927ம் ஆண்டு.
அது ஒரு துயரமான நாள். என்னவோ தெரியவில்லை, இந்திய நாட்டுக்கும் டிசம்பருக்கும் ஏழாம் பொருத்தம்! ஒரு ஆண்டின் முடிவுதான் டிசம்பர் என்று நாம் நினைத்திருந்தோம். ஆனால் நம் நாட்டில் ஆயிரக்கணக்கான மனித உயிர்கள் முடிந்துபோனதும் இந்த மாதத்தில்தான். ஆழிப்பேரலை சுனாமியாகட்டும், ஜன்மபூமி என்று சொல்லி வன்ம பூமியாக்கிய பாபர் பள்ளிவாசல் இடிப்பாகட்டும், அழிப்புக்காக இயற்கையும் மனிதனும் தேர்ந்தெடுத்துக்கொண்ட மாதமாக இருக்கிறது டிசம்பர்.

இதுபற்றி யாராவது ஆராய்ச்சி செய்வது நல்லது. அதை டிசம்பர் மாதம் தொடங்காமலிருப்பது அவசியம். மேலே சொன்ன டிசம்பரில் நடந்தது என்ன?

குளிர்காலச் சூரியன் தாமதமாக உதித்தது அன்று. விடியல் நேரத்தில் ஃபைசாபாத் மாவட்டச் சிறையின் அதிகாரிகள் ஒரு இளைஞனின் உயிரை எடுப்பதற்கு ஆயத்தமாயினர். கயிறு, மணல் பைகள், இன்னபிறவெல்லாம் சரியாக உள்ளதா என்று தலைமைச் சிறை அதிகாரி வந்து கவனமாகப் பார்வையிட்டார். எல்லாம் சரியாகத்தான் இருந்தன. ஏற்பாடுகளில் ஒரு குறையும் சொல்லமுடியாது. எல்லாவற்றையும் பார்வையிட்டபின் தனக்குக் கீழிருந்தவர்களை அழைத்து, 'குற்றவாளியை இங்கே கொண்டு வாருங்கள்' என்று உத்தரவிட்டார்.

ஒரு கைதியை அழைத்துவர பத்து ராணுவ வீரர்களோடு பாதுகாப்பாக அதிகாரிகள் சென்றனர். அன்றைக்கு சாக இருந்த வனின் சிறை அறைக்கதவு கடைசி முறையாக அவனுக்காகத் திறக்கப்பட்டது. கைதியோ சாதாரண ஆளல்ல. தேசபக்தன். இந்திய நாட்டின் விடுதலைக்காக ஆங்கிலேயரை எதிர்த்துப் போரிட்டவன். அவன் தன் இறுதி அழைப்புக்காகக் காத்திருந்தான். அழைப்பு வந்தவுடன், 'எல்லாம் தயாராக உள்ளதா?' என்று கேட்டான்.

அவன் இறப்பதற்குத் தயாராக இருந்தான் என்பதை அவனுடைய குரலின் உறுதி காட்டியது. அவன் சொன்னதைக்

வரலாறு படைத்த வரலாறு | நாகூர் ரூமி

> எப்படியாவது
> **இந்தியா**
> ஆங்கிலேய ஆதிக்கத்திலிருந்து
> **விடுதலை பெறவேண்டும்**
> என்ற ஆசை.

கேட்டவர்களுக்குத்தான் ஒருமாதிரியாகிப் போனது. கொஞ்சம் சிரமத்துடன் அதிகாரி, "ஆமாம், எல்லாம் தயாராக உள்ளது" என்றார்! தான் ஓதிக்கொண்டிருந்த குர்'ஆனை அந்த இளைஞன் மூடி தன் கைகளில் வைத்துக்கொண்டான். எழுந்து நின்று, "போகலாம்" என்றான்.

ஆறடி உயரம். அகலமான மார்பு. இரும்பு உடல். சிங்க நெஞ்சம். அவனுடைய தாடி அவனுக்கு மேலும் அழகு கூட்டியது. அவன் உதடுகளில் ஒரு புன்னகை எப்போதுமே இருக்கும். இப்போதும் அது இருந்தது. கைகளில் விலங்குடன் அந்த இளைஞன் ராணுவ வீரர்களுக்கு மத்தியில் மிடுக்காக நடந்து சென்று தனக்காக தயாராக இருந்த தூக்குமேடைக்குச் சென்றான். அருகில் இருந்தவர்கள் அனைவரும் அவனையே வைத்தகண் வாங்காமல் பார்த்துக்கொண்டிருந்தனர். தூக்கு மேடைக்கு அருகில் வந்தவுடன் இளைஞன் நடையைத் துரிதப் படுத்தினான். இரண்டே தாவலில் மேடையை அடைந்தான். விலங்குகளைக் கழற்றியதும் கையை நீட்டி தூக்குக் கயிற்றை தன்னை நோக்கி இழுத்து முத்தமிட்டான்.

தூக்குக் கயிறு அவனது கழுத்தைச் சுற்றியது. லிவரை அழுத்தியவுடன் அவன் நின்றுகொண்டிருந்த பலகை விலகியது. கீழே இருந்த குழிப் பகுதிக்குள் அவன் சென்றான். அவன் உயிர் உடலைவிட்டுப் பிரிந்தது. இறவாத இந்திய நாயகர்களின் வரிசையில் அவனும் சேர்ந்துகொண்டான்.

ராம்பிரசாத்

யார் அவன்? ஏன் அவனைக் கொன்றது ஆங்கிலேய அரசாங்கம்? அவன் ஒரு கவிஞன். ஒரு புரட்சியாளன். இந்தியாவின் விடுதலைக்காகப் போரிட்டவன். உத்திரப் பிரதேசத்தில் இருந்த ஷாஜஹான்பூர் என்ற ஊரில் 1900ல் அவன் பிறந்தான். மஹாத்மா காந்தியின் ஒத்துழையாமைப் போராட்டங்களால் தூண்டப் பட்டான். எப்படியாவது இந்தியா ஆங்கிலேய ஆதிக்கத்திலிருந்து விடுதலை பெற வேண்டும் என்ற ஆசை. எனவே அதே ஊரில் பிரபலமான விடுதலைப் போராளியாக இருந்த ராம்பிரசாத் என்பவரோடு சேர்ந்து நாட்டுக்காக ரகசியமாகப் பணியாற்றினான்.

அவன் ராம்பிரசாத்தோடு சேர்ந்ததற்கு அதுமட்டும் காரண மல்ல. முக்கியமான காரணம் கவிதைதான்! ஆமாம். அவன் 'வர்ஸி', 'ஹஸ்ரத்' ஆகிய பெயர்களில் உருது மொழியில் கவிதைகள் எழுதினான். முஷாயிரா என்று சொல்லப்படும் உருது கவியரங்கங்களில் கலந்துகொண்டு பிரபலமானான். ராம்பிரசாத்தும் ஒரு கவிஞர். அவர் 'பிஸ்மில்' என்ற பெயரில் எழுதிக்கொண்டிருந்தார். தன் அண்ணன் மூலமாகத்தான் பிஸ்மில் பற்றி அவனுக்குத் தெரிய வந்தது. முதலில் தயங்கிய ராம்பிரசாத், பின்னர் ஒரு மூத்த சகோதரனைப்போல அவனோடு பழகினார். கடைசிவரை.

ககோரி ரயில் கொள்ளை

தம் நடவடிக்கைகளுக்குப் போதிய பணமின்றி போராளிகள் கஷ்டப்பட்டனர். என்ன செய்யலாம் என்று யோசித்தனர். ஒரு குறிப்பிட்ட ரயிலில் அரசாங்கப் பணம் சென்று கொண்டிருந்ததை ராம்பிரசாத் பார்த்தார். ஒருநாள் ஷாஜஹான்பூரிலிருந்து லக்னோவுக்கு ரயிலில் சென்றுகொண்டிருந்தபோது அதை அவர் கவனித்தார். பணத்தைக் கொள்ளையடிக்கத் திட்டம் தீட்டப்பட்டது. செயல்வீரர்களைக்கொண்ட கூட்டத்தில் திட்டம் விளக்கப்பட்டது. எல்லோரும் அதை வரவேற்றனர்.

ஆனால் அவன் மட்டும் எழுந்து நின்று, ''நண்பர்களே, இது அவசர முடிவு. நம்முடைய பலம், அரசின் பலம் இரண்டையும்

▶ புரட்சியாளர்கள்

நாம் சீர்தூக்கிப் பார்க்கவேண்டும். சாதாரணக் கொள்ளையில் இவ்வளவு பணம் கிடைப்பதில்லை. எனவே கொஞ்சமாக பணம் காணாமல் போனால் அதை அரசு பெரிதாக எடுத்துக்கொள்ளாது. காவல் துறை பார்த்துக்கொள்ளட்டும் என்று இருந்துவிடும். ஆனால் அரசுக்குச் சொந்தமான பெரும் பணத்தை நாம் எடுக்கும்போது அரசு யந்திரம் முழுவதும் முடுக்கிவிடப்பட்டு நாம் தேடப்படுவோம். எப்படியும் பிடிபட்டுவிடுவோம். தண்டனையிலிருந்தும் தப்பிக்க முடியாது. நம் அமைப்பு அவ்வளவு உறுதியானதாக இன்னும் மாறவில்லை. எனவே இந்த திட்டம் வேண்டாம் என்று நினைக்கிறேன்'' என்று கூறினான்.

ஆனால் புரட்சியாளர்கள் உணர்ச்சியின் பிடியில் இருந்தனர். இளைஞன் சொன்னதன் பின்னால் இருந்த உண்மையை உணர அவர்களுக்கு அப்போது அவகாசமில்லை. நீண்ட விவாதத்துக்குப் பிறகு திட்டத்தைச் செயல்படுத்தலாம் என்ற முடிவுக்கே அவர்கள் வந்தனர். மாற்றுக்கருத்து சொன்னாலும் அமைப்பின் முடிவுக்கு அவன் கட்டுப்பட்டான்.

ரயில் ககோரி என்ற ஊருக்கு வந்து நின்றது. அதுவாக நிற்கவில்லை. போராளிகள் சங்கிலியைப் பிடித்து இழுத்து

▶ அஷ்ஃபாகுல்லா கான்

ரயிலை நிறுத்தினார்கள். ஏன் ரயில் நின்றது, யார் நிறுத்தினார்கள் என்று விசாரிப்பதற்குள் தங்கள் காரியத்தை வெற்றிகரமாக முடித்துக்கொண்டார்கள்.

ஆனால் பணம் இருந்த இரும்புப்பெட்டியை மற்ற போராளி களால் உடைக்கவே முடியவில்லை. கடைசியில் அவன்தான் சம்மட்டி கொண்டு அடிமேல் அடிகொடுத்து அதை உடைத்து பணத்தை எடுக்க வழிகோலினான். அபரிமிதமான பணம் கிடைத்துவிட்டது.

ஆனால் ஒரு மாதம் கழித்து அரசாங்கம் ஸ்காட்லண்டு யார்டு காவல்துறையின் உதவியுடன் ராம்பிரசாத்தையும் மற்றவர்களையும் கைது செய்தது. அவன் மட்டும் பிடிபடவில்லை. அவன் பீஹார் சென்று அங்கே ஒரு க்ளர்க்காக வேலை பார்த்தான். பத்துமாதங்கள் ஓடிவிட்டன. அங்கே நடந்த முஷாயிராவில் கலந்துகொண்ட அவன் கவித்திறனைக் கண்டு முதலாளி அவன் சம்பளத்தைக்கூட உயர்த்தினார்! இந்த காலகட்டத்தில் ஹிந்தியும் பெங்காலியும் கற்றுக்கொண்டான்.

ஆனால் இந்த தலைமறைவு வாழ்க்கை அவனுக்கு சலிப்பூட்டி யது. வெளிநாடு சென்று இந்திய விடுதலைப் போருக்கு ஆதரவு திரட்ட எண்ணினான். டெல்லி சென்று வெளிநாடு செல்வதற்கான வாய்ப்புகளைப் பற்றிய தகவல்களைத் திரட்டினான். தன் பள்ளிப்பருவ நண்பன் ஒருவனை அங்கு சந்தித்தான். அந்த நண்பன் இவனுக்கு சாப்பாடெல்லாம் வாங்கிக்கொடுத்து உபசரித்தான். இரவு 11 மணிக்கு மேல் தன் அறைக்குத் திரும்பிய இவனை போலீஸ் வந்து கைது செய்தது. விலைபோய்விட்ட பள்ளி நண்பனின் துரோகம்!

காவல் துறை அவனைத் தன் பக்கம் இழுக்க முயன்றது. வழக்கம்போலபிரித்தாளும் சூழ்ச்சிதான். தசத்துர்கான் என்ற ராணுவ அதிகாரியை அவனிடம் பேச அனுப்பியது. 'ராம்பிரசாத் ஒரு ஹிந்து. ஹிந்துக்கள் அவர்களுடைய ராஜ்ஜியத்துக்காக போராடுகிறார்கள். நாம் எதற்காக அதில் கலந்துகொள்ளவேண்டும்?' என்ற ரீதியில் அவனை மூளைச்சலவை செய்ய கான் முயன்றார். ஆனால், 'கான் சாஹிப், ஆங்கிலேயர்களின் இந்தியாவைவிட ஹிந்து இந்தியா மிகச்சிறந்ததாக இருக்கும்' என்று கூறி அவர் வாயை அடைத்தான் அவன்.

தண்டனை

ராம்பிரசாத், ராஜேந்திர லஹரி, ரோஷன் சிங், நம் இளைஞன் நால்வருக்கும் தூக்கு தண்டனையும் மற்றவர்களுக்கு ஆயுள் தண்டனையும் வழங்கப்பட்டது. ராம்பிரசாத்தும் அவனும் ஒரே நாளில் வேறு வேறு சிறைகளில் தூக்கிலிடப்பட்டனர்.

இறப்பு என்பது ஒருமுறைதான் வரும்
அதைக்கண்டு ஏன் அஞ்சுகிறாய்?
ஆங்கிலேயரின் கொடுங்கோலாட்சியில் நொந்துபோய் நாங்கள்
ஃபைசாபாத் சிறையிலிருந்து நேராக
சொர்க்கத்துக்கு நடந்து போகிறோம்

என்று கவிதை எழுதினான் நம் இளைஞன்!

'நான் போனபிறகு சகோதரர்களும் நண்பர்களும் எனக்காக அழுவார்கள். ஆனால் நம் தாய்நாட்டை நேசிக்காமல், அதற்கு உண்மையாக இல்லாமல், அதைப்பற்றிய உணர்ச்சியற்றவர்களாக

இருக்கிறார்களே என்பதற்காக நான் அழுகிறேன்' என்கிறது அவனுடைய ஒரு கவிதை!

சிறையில் இருந்தபோதுகூட விடாமல் ஐவேளையும் தொழுகையை அவன் நிறைவேற்றினான். நோன்புகாலத்தில் நோன்பு பிடித்தான். தினமும் குர்'ஆன் ஓதும் பழக்கமும் அவனிடமிருந்தது.

'என் கைகளால் நான் யாரையும் கொல்லவில்லை. என் மீதான குற்றச்சாட்டு பொய்யானது. அல்லாஹ் எனக்கு நீதி வழங்குவான்' என்று சொல்லிவிட்டு, 'லா இலாஹ இல்லல்லாஹ், முஹம்மதுர்ரஸூலுல்லாஹ்' என்று இறுதியாக இஸ்லாத்தின் மூலமந்திரமான கலிமாவை ஓதிவிட்டுத்தான் அவன் தூக்குக்கயிறுக்கு கழுத்தைக் கொடுத்தான்.

அந்த இளைஞன் யார்? அவன் பெயரென்ன?

அவன் பெயர் அஷ்ஃபாக்குல்லா கான். இந்திய விடுதலைப் போராட்டம் என்றால் ஒரு சில பெயர்கள் மட்டும்தான் நம் நினைவுக்கு வரும். ஏனெனில் அவை திரும்பத்திரும்ப சொல்லப்பட்டுக்கொண்டே இருப்பதால். ஆனால் அறியப்பட வேண்டிய எத்தனையோ அஷ்ஃபாகுல்லா கான்களும் ராம் பிரசாத் பிஸ்மில்களும் இருக்கின்றனர். மறக்கப்பட்ட இவர்கள்தான் வரலாறு படைத்த விடுதலை வரலாற்றின் நாயகர்கள்.

4

தமிழகத்தின் ஒன்பதாண்டு பொற்காலம்

''வர்றேன், வர்றேன், வந்துகிட்டேயிருக்கேன்''.
ஒரு இரண்டு சக்கர வாகனத்தை
ஓட்டிக்கொண்டு போய்க்கொண்டிருந்த ஒருவர்
தன் அலைபேசியில்
உதிர்த்துக்கொண்டிருந்த வார்த்தைகள் இவை.
கொஞ்ச நேரத்தில் அவருக்கு விபத்து ஏற்பட்டு
அவர் இறைவனடி சேர்ந்துவிட்டார்.
அவர் வந்துகொண்டிருக்கிறேன் என்று
சொன்னது ஆண்டவனிடம்தான் என்று
பிறகுதான் புரிந்தது.

▶ காமராஜ்

இன்றும்கூட பலர் இறைவனிடம் பேசிக்கொண்டேதான் வண்டி ஓட்டுகிறார்கள்! அலைபேசியின் பயன்பாடும் அவசியமும் அப்படி! இந்தக் காலத்தில் அலைபேசி என்றால், தொலைக்காட்சி, அலைபேசியெல்லாம் வருவதற்கு முந்திய அந்தக் காலத்தில் ரேடியோ.

ஆனால் ரேடியோ எந்த ஆபத்துகளுமில்லாதது. முக்கியமாக செய்திகளுக்கும், பாடல்களுக்கும்தான் அதை நாம் விரும்பிக் கேட்டோம். இப்போதும் பண்பலை சக்கை போடு போட்டுக் கொண்டுதான் இருக்கிறது. வரலாறு காணாத உன்னதத் தலைவர் ஒருவரை அந்த ரேடியோ நமக்கு அடையாளம் காட்டிய வரலாறு உங்களுக்குத் தெரியுமா?

தினசரிகளோடு விழித்து தினசரிகளோடு மக்கள் உறங்கிய காலம் அது. செய்திகளைச் சொல்லும் தொலைக்காட்சி சானல்கள் இல்லாத காலமானதால் நாட்டு நடப்புகளையும் உலக நடப்புகளையும் உடனடியாக அறிந்துகொள்ள வானொலி ஒன்றுதான் வழி. பொதுமக்கள் மட்டுமில்லாமல், அரசியல் தலைவர்களையும் வானொலியின் தாக்கம் தொற்றிக்கொண்டிருந்தது. சொல்லப் போனால், பொதுமக்களைவிட, செய்திகளின் அவசியம் அவர்களுக் குதான் அதிகமாக இருக்கும் அல்லவா? நான் சொல்லப்போகின்ற நிகழ்ச்சி நடந்தபோது வங்கதேசத்தின் விடுதலைக்கான யுத்தம் ஒரு உச்சகட்டத்தை அடைந்துவிட்டிருந்தது.

இலங்கையில் நமது அமைதிப்படை இறங்கி ‘அமைதியாக’ காரியங்கள் செய்ததுபோல, வங்காள தேசத்துக்கு ‘உதவி’ செய்வதற்காக இந்திய ராணுவமும் போர்க்களத்தில் இறங்கி

> சில மனிதர்கள் உயர்ந்தவர்களாகவே பிறக்கிறார்கள். சிலர் தம் முயற்சியால் உயர்வடைகிறார்கள். வேறு சிலர் மீதோ உயர்வு திணிக்கப்படுகிறது என்றார் **ஷேக்ஸ்பியர்.** இதில் **காமராஜர்** இரண்டாம் நிலையில் இருப்பவர்.

விட்டிருந்தது (அரசாங்கத்தின் உத்தரவின் பேரில்தான்). அது ஒரு பரபரப்பான காலகட்டம். அந்த நேரத்தில் அவரும் பரபரப்பாக எதையோ தேடிக்கொண்டிருந்தார்.

என்ன அது? அது அவ்வளவு முக்கியமானதா? அண்டை நாட்டில் நடந்துகொண்டிருந்த போரைவிட முக்கியமானதா? அது முக்கியமானதா இல்லையா என்பது வங்காள தேசத்துக்குத்தான் வெளிச்சம். ஆனால் நமக்கு இங்கே முக்கியம் அந்த மனிதர் எதையோ தேடிக்கொண்டிருந்ததுதான். அது கொஞ்ச நேரத்தில் கிடைத்துவிட்டதுதான். அது கிடைத்தவுடன் அவர் செய்த காரியம்தான். என்ன பீடிகை பலமாக இருக்கிறதா?

சமுதாய வாழ்வில் ஈடுபட்டிருக்கும் ஒரு மனிதருடைய தனிப்பட்ட வாழ்க்கை பற்றிய ஆதாரப்பூர்வமான தகவல்கள் கிடைக்கும்போது நமக்கு ஒரு பிரமிப்போ அல்லது வெறுப்போ ஏற்படலாம். ஒரு கோடிப் பேரைக் கொன்ற ஹிட்லர் மது குடிக்காத சைவன் என்று தெரியவரும்போது நமக்கு அவன்மீது மதிப்பு வருமா? வெறுப்புதான் வரும். மது உடலுக்குத்தான் விஷம். ஆனால் அந்தக் கொடியவனின் மனமும் விஷத்தால் ஆக்கப்பட்டிருந்தது.

ஆனால் அமெரிக்க ஜனாதிபதியாக இருந்த ஆப்ரஹாம் லிங்கன், அமெரிக்கக் கோடீஸ்வரர் ஹென்றி ஃபோர்டு, உலகக் குத்துச் சண்டை வீரர் முஹம்மதலி, நமது முகேஷ் அம்பானி, அனில் அம்பானி போன்றோர் மது குடித்ததில்லை என்று தெரியும்போது அவர்கள் மீதான மதிப்பு இன்னும் அதிகமாகிறது, அல்லவா? நான் சொல்லவரும் விஷயமும் இப்படிப்பட்டதுதான். சமூக

வாழ்வில் ஈடுபட்டிருந்த ஒரு மனிதர் தனிப்பட்ட வாழ்வில் எப்படி நடந்துகொண்டார் என்று தெரியவரும்போது அவர் மீதான மதிப்பும் மரியாதையும் சரியலாம், அல்லது உயரலாம். நான் சொல்லவரும் மனிதரின் வாழ்க்கையில் நடந்த அந்த நிகழ்ச்சி நம் மதிப்பை உயர்த்துகிறதா, தாழ்த்துகிறதா? பார்க்கலாம்.

அவர் ஒருநாள் தன் வீட்டு மாடியில் எதையோ தேடிக் கொண்டிருந்தார். அது மதிப்பு மிகுந்த ஒரு பொருளல்ல. தன் ரேடியோவைத்தான் அவர் தேடிக்கொண்டிருந்தார். அப்போது அவரைப் பார்க்க அவருடைய நண்பர் ஒருவர் வந்தார்.

'வா, வா' என்று பழக்க தோஷத்தில் வந்தவரை அழைத்துவிட்டு மீண்டும் தேடுவதில் முனைப்பானார் அவர்.

'என்ன தேடுறீங்க?' என்று வந்தவர் கேட்டார்.

'ஒன்னுமில்லப்பா, ஒரு ரேடியோ, அது பழுதாயிடுச்சுன்னு எங்கெயோ எடுத்து வச்சேன். எங்கெ போச்சுன்னு தெரியலெ...ஒரு வெளி நாட்டுத்தூதரக அதிகாரி ஒருத்தர் என்னெப் பாக்க வந்தப்ப அவரோட நாட்டுலெ உற்பத்தியாகும் நவீன ரேடியோன்னு அதே எனக்கு அன்பளிப்பா குடுத்துட்டுப் போனாரு... இங்கெதான் இருந்துது...என்னெப் பாக்க வர்றவங்கள்ளாம் அதெ எடுத்து ட்யூன் பண்ணிக்கிட்டிருப்பாங்க...ஒரு நாள் அது ரிப்பேர் ஆயிடுச்சு...சரி போகட்டும்னு எங்கெயோ தூக்கி போட்டுட்டேன்...

'இப்ப வங்கதேசப் போர் பத்தி ரேடியோ செய்திகளெக் கேக்க வேண்டியிருக்கு...அதெ சீர்பண்ணி வச்சுகிட்டா எல்லா நாட்டு செய்திகளெயும் கேக்கலாமுல்ல? அதுக்காகத்தான் தேடுறேன்... காணோம்..' என்றார் அவர்.

சொல்லிவிட்டு மீண்டும் மும்முரமாகத் தேட ஆரம்பித்தார். ஒவ்வொரு பொருளாக எடுத்து இந்தப் பக்கமும் அந்தப் பக்கமுமாக உதறிப்போட்டுப் பார்த்தார். திடீரென்று அவர் முகத்தில் மகிழ்ச்சி!

'தோ இருக்குது' என்று சந்தோஷத்துடன் கூறினார். ஆனால் அடுத்த கணமே ஏதோ சிந்தனையில் ஆழ்ந்தவரைப்போலக் காணப்பட்டார். பின் அவரே தொடர்ந்தார்.

'இது என்னப்பா அதிசயம்? இதுக்குள்ளே போய் குருவி கூடு கட்டியிருக்கு!' என்றார்.

ஆர்வமாய் அந்த நண்பரும் அருகில் சென்று பார்த்தார். ஆமாம். அந்த ரேடியோ பெட்டியின் திறந்து கிடந்த முதுகில்

வரலாறு படைத்த வரலாறு | நாகூர் ரூமி

ஒரு குருவிக்கூடு! வயர்களும் வால்வுகளும் எலக்ட்ரானிக் சமாச்சாரங்களுமாக இருந்த அந்த சின்னஞ்சிறு கூட்டுக்குள் அந்த அப்பாவித் தாய்க்குருவி தன் குஞ்சுகளை வைத்துக்கொண்டிருந்தது. குஞ்சுகள் தங்கள் வாயைப் பிளந்து பிளந்து மூடியபடி இருந்தன.

'என்னப்பா இது, இவ்வளவு மறைவான இடத்தில் இந்தக் குருவி எப்படி வந்தது?' என்று அவர் கேட்டார். அது தனக்குத்தானே அவர் கேட்டுக்கொண்ட கேள்வி. கேள்வி வடிவிலான ஒரு வியப்பு. அவர் அப்படி பேசிக்கொண்டிருக்கையிலேயே அவரைப் பார்க்கச் சென்ற அந்த நண்பர் கையை நீட்டி அந்த ரேடியோவை எடுக்க முயன்றார். 'வேண்டாம் வேண்டாம், இப்ப ஒன்னும் அவசரமில்லெ...வெங்கட்ராமன்கிட்ட சொல்லி இத வெளியே எடுத்து வைக்கச் சொல்லு. வெளியே வச்சுட்டாலே குருவி கூட்டெக் காலி செஞ்சுட்டுப் போயிடும். அப்பறமா நாம ரிப்பேர் பண்ணிக்கலாம்' என்றார்.

வெங்கட்ராமன் என்பது அவரின் அந்தரங்கக் காரியதரிசியின் பெயர். அவர் கட்டளைப்படியே அந்த வானொலிப்பெட்டி இரண்டு நாட்களுக்கு வெளியில் கிடந்தது. அவர் முன்னறி வித்தபடியே குருவியும் ஜாகையைக் காலி செய்துவிட்டு வேறு எங்கோ போய்விட்டது!. நிகழ்ச்சி இதுதான். இதற்கு சாட்சியாக இருந்து பார்த்த அந்த நண்பர் குன்றக்குடி தங்கவேலர் என்பவர். சரி அவர் பார்க்கச் சென்ற அந்த மனிதர் யார்? அவர் வேறு யாருமல்ல. முதலமைச்சராக இருந்து ஒன்பது ஆண்டுகள் (1954-1963) தமிழகத்துக்கு ஒரு பொற்காலத்தைக் கொடுத்த காமராஜ் அவர்கள்தான்.

காக்கைக் குருவி எங்கள் ஜாதி என்று பாரதி பாடினான். பாரதியின் பாடல்களை கிராமம் கிராமமாகச் சென்று பாடி விடுதலை உணர்வை மக்களுக்கு ஏற்படுத்திய அவரும் அப்படிப்பட்டவர்தான். கறுப்பு காந்தி என்று சரியாக அழைக்கப்பட்டவர். எண் 8, திருமலைப்பிள்ளை ரோடு, தி.நகரில் இருந்த அவருடைய வாடகை வீட்டில் நடந்த நிகழ்ச்சி இது. ஆங்கிலத்தில் It speaks volumes என்று சொல்வார்கள். இந்த நிகழ்ச்சியும் அப்படிப்பட்டதுதான். ஒரு குருவிக் கூட்டைக்கூட கலைக்க விரும்பாத ஒரு மனிதரிடம் ஒரு மாநிலத்தை, ஒரு நாட்டை ஒப்படைத்தால் எப்படிக் காப்பாற்றுவார் என்பதுதான் நாம் புரிந்துகொள்ள வேண்டியது. தமிழ் நாட்டையும் இந்திய நாட்டையும்கூட கட்டுக் கோப்பாக, கலைக்காமல்

வைக்கவேண்டிய ஒரு குருவிக் கூடாகத்தான் அவர் நினைத்து செயல்பட்டார் என்பதை அவரது வாழ்க்கை காட்டுகிறது. அவரை ஒரு மாமனிதராக அடையாளம் காண்பதற்கு இந்த ஒரு நிகழ்ச்சியே போதும்.

சில மனிதர்கள் உயர்ந்தவர்களாகவே பிறக்கிறார்கள். சிலர் தம் முயற்சியால் உயர்வடைகிறார்கள். வேறு சிலர்மீதோ உயர்வு திணிக்கப்படுகிறது என்றார் ஷேக்ஸ்பியர். இதில் காமராஜர் இரண்டாம் நிலையில் இருப்பவர். மரவீட்டிலிருந்து வெள்ளை மாளிகைக்கு உயர்ந்தவர் ஆபிரஹாம் லிங்கன். அதைப்போல விருதுப்பட்டியிலிருந்து பாரதரத்னா விருதுவரை உயர்ந்தவர் காமராஜர். தேங்காய் வியாபாரம் செய்துவந்த தந்தைக்குப் பிறந்து, தென்னையைப்போல வாழ்வில் உயர்ந்த வரலாறு காமராஜருடையது. வறுமை நிலையிலிருந்து பெருமை நிலைக்கு உயர்ந்தது அந்த உன்னத வாழ்க்கை.

'தோழர்களே! எனக்கோ வயது 82 ஆகின்றது. நான் எந்த நேரத்திலும் இறந்து விடலாம். ஆயினும் நீங்கள் இருப்பீர்கள். உங்களைவிட முதிர்ந்த நான், மரண வாக்குமூலம் போன்று ஒன்றைக் கூறுகிறேன். மரண வாக்குமூலம் கூற வேண்டிய நிலையில் உள்ளவன் பொய் சொல்ல வேண்டிய அவசியமில்லை.

இன்றைய காமராசர் ஆட்சியில் நமது நாடு அடைந்துள்ள முன்னேற்றம் இரண்டாயிரம் மூவாயிரம் ஆண்டுகளில் என்றுமே நடந்ததில்லை. நமது மூவேந்தர்கள் ஆட்சிக்காலத்தில் ஆகட்டும்; அடுத்து நாயக்க மன்னர்கள், மராட்டிய மன்னர்கள், முஸ்லிம்கள், வெள்ளைக்காரர்கள் இவர்கள் ஆட்சியில் எல்லாம் நமது கல்விக்கு வகைசெய்யப்படவில்லை.'

'தோழர்களே! நீங்கள் என் சொல்லை நம்புங்கள். இந்த நாடு உருப்படவேண்டுமானால் இன்னும் 10 ஆண்டுகளுக்காவது காமராசரை விட்டுவிடாமல் பிடித்துக்கொள்ளுங்கள். அவரது ஆட்சி மூலம் சுகமடையுங்கள். காமராசரை பயன்படுத்திக் கொள்ள நாம் தவறிவிட்டால், தமிழர்களுக்கு வாழ்வளிக்க வேறு ஆளே சிக்காது.' இது ராமனாதபுரம் மாவட்ட திராவிடர் கழகத்தின் நான்காவது மாநாடு தேவகோட்டையில் 9-7-61ல் நடைபெற்றபோது பெரியார் பேசியது. (விடுதலை (18-07-61)).

பெரியார் சொன்னதுதான் எவ்வளவு உண்மை!

(நான் எழுதி கிழக்கு பதிப்பகம் வெளியிட்ட 'காமராஜர்: கறுப்பு காந்தியின் வெள்ளை வாழ்க்கை' என்ற நூலிலும் இத்தகவல்களைக் காணலாம்).

5

மஹர் என்று ஒதுக்கப்பட்ட மஹா ஆளுமை

இரண்டு சிறுவர்கள். பத்துப் பதினோறு வயதிருக்கும்.
சகோதரர்கள். அண்ணன் பெயர் ஆனந்த். தம்பி பெயர் பீம்.
அது ஒரு கோடைக்காலம்.
குர்காவோன் என்ற ஊரில்
காசாளராகப் பணியாற்றிக்கொண்டிருந்த
முன்னாள் ராணுவ வீரரான தங்கள் தந்தை ராம்ஜியைப்
பார்க்க சகோதரர்கள் இருவரும் விரும்பினர்.
தாங்கள் வருவதாக அவருக்கு ஏற்கனவே கடிதம் ஒன்றை
எழுதிப் போட்டுவிட்டு சிறுவர்கள் இருவரும்
ரயிலில் கிளம்பிவிட்டனர்.

அப்பாவையும் புது ஊரையும் பார்க்க. ரயில் மசூர் என்ற ஊர் வரை சென்றது. அங்குதான் அவர்களுடைய அப்பா வந்து அவர்களை அழைத்துச் செல்லவேண்டும். எனவே மசூரில் இருவரும் இறங்கிக்கொண்டனர். ஸ்டேஷன் ப்ளாட்ஃபாரத்தில் காத்துக்கொண்டே இருந்தனர். அப்பா வரவில்லை. அவருக்குத்தான் பிள்ளைகள் அனுப்பிய கடிதம் போய்ச்சேரவே இல்லையே, பின் எப்படி அவர் வருவார்? ஆனால் அது பிள்ளைகளுக்குத் தெரியாதே! அவர்கள் காத்திருந்தனர்.

அழகான இரண்டு சிறுவர்கள் அங்கே வெகு நேரம் இருப்பதைக்கண்டு ஸ்டேஷன் அதிகாரி வந்து விசாரித்தார். பையன்கள் விஷயத்தைச் சொன்னார்கள். அவருக்கு இரக்கம் வந்தது. ஏதாவது ஏற்பாடு செய்யலாம் என்று நினைத்தார். போகிற போக்கில் நீங்கள் என்ன ஜாதி என்று ஒரு கேள்வியைத் தூக்கிப் போட்டார். ‘நாங்கள் மஹர்’ என்று சிறுவர்கள் அப்பாவித்தனமாக உண்மையைச் சொன்னார்கள்.

அவ்வளவுதான்! அதிகாரியின் முகம் கருத்துவிட்டது. ஏதோ, கேட்கக்கூடாததைக் கேட்டுவிட்டமாதிரி, பார்க்கக்கூடாததைப்

> இன்றைக்கு
> இந்தியா என்றொரு நாடு
> **இயங்கிக்கொண்டிருக்கிறது**
> என்றால் அதன் அடிப்படைக் காரணம்
> **இந்திய அரசியல்**
> **அமைப்புச் சட்டம்தான்.**

பார்த்துவிட்ட மாதிரி ஆனார் அவர். அவரிடமிருந்து கொஞ்ச நேரத்துக்குமுன் பீறிட்ட மனிதநேயம், இரக்கம் எல்லாம் எங்கே வடிந்து போனது என்று தெரியவில்லை. ஒன்றும் சொல்லாமல் போய்விட்டார்.

மாலையாகிவிட்டது. இருட்ட ஆரம்பித்துவிட்டது. சிறுவர்களை அப்படியே விட்டுவிட அதிகாரிக்கு மனம் வரவில்லை. இரக்கம் மீண்டும் தலைதூக்கியது. போனால் போகிறதென்று ஒரு மாட்டு வண்டியை ஏற்பாடு செய்துகொடுத்தார். பையன்கள் மாட்டு வண்டியில் ஏறிக்கொண்டு சென்றனர். ஆனால் கொஞ்ச நேரம்தான். கொஞ்ச தூரம்தான். ஏன்? அழகான உடை உடுத்தியிருந்தாலும் அவர்கள் மஹர் ஜாதி சிறுவர்கள் என்று தெரிய வந்ததுமே வண்டிக்காரனுக்கு கோபமாகவும் அருவருப்பாகவும் வந்தது. ஏனெனில் அவன் 'உயர் ஜாதி'யாம்! அந்தச் சிறுவர்களால் தானும், தன் வண்டியும், தன் மாடும்கூட தீட்டாகிவிட்டதாக அவன் நினைத்தான்!

புனிதம் கெடுத்த பையன்களை என்ன செய்யலாம் என்று யோசித்தான் வண்டிக்காரன். வண்டியைக் குடைகவிழ்த்து

சிறுவர்களைக் கீழே தள்ளிவிட்டான். ஆனால் சிறுவர்கள் விபரமானவர்கள். தங்களை மசூர் கொண்டுபோய்விடுவதானால் அவனுக்கு இரண்டு மடங்கு பணம் தருவதாகக் கூறினார்கள்! ஒரு நிபந்தனையின் பேரில் வண்டிக்காரன் ஒத்துக்கொண்டான். வண்டியை சிறுவர்களே ஓட்டிக்கொண்டு போகவேண்டும்! அப்படியானால் அவன்? அவன் வண்டியின் பின்னால் நடந்தே வருவான்! அதுவும் மாலையிலிருந்து நள்ளிரவு வரை! ஜாதி உணர்வு எந்த அளவுக்கு மனித மனதை சாக்கடையாக்கியிருந்தது என்பது இதிலிருந்து விளங்கும். ஆனால் பணம் கொடுத்தால் ஜாதி உணர்வைக் கொஞ்சம் தள்ளிவைக்கவும் தயார்! பணம் பாதாளம் வரை பாயும், 'மணி' மஹர் ஜாதி வரை சாயும்?!

சிறுவர்களுக்கு நாக்கு வறண்டது. தண்ணீர் கிடைக்காமலில்லை. ஆனால் யாருமே கொடுக்கத் தயாராக இல்லை. பொதுமக்கள் புழங்கும் எந்த நீர் நிலையிலும் சிறுவர்கள் தண்ணீர் குடிக்க அனுமதிக்கப்படவில்லை. எங்கேபோய் தண்ணீர் கேட்டாலும் 'போ போ' என்று விரட்டினார்கள். அல்லது அழுக்கு நீர் நிலைகளில் குடிக்கும்படிக் கூறினர். தாங்கள் தீண்டப்படாத ஜாதியைச் சேர்ந்தவர்கள் என்பதும், அழுகியவற்றை உண்ணுவதும், அசுத்தமான நீரை குடிப்பதும்தான் தங்கள் விதி என்று தெரியவந்தபோது சிறுவர்களுக்கு இடி விழுந்தமாதிரி இருந்தது. ஆறாத காயத்தை அவர்கள் மனதில் அது ஏற்படுத்தியது.

குறிப்பாக தம்பி பீமுக்கு மேலும் மேலும் அந்த அவமானம் தொடர்ந்தது. ஒருநாள் ரொம்ப தாகமாக இருந்ததால் யாருக்கும் தெரியாமல் பொது நீர்நிலையில் அவன் தண்ணீர் குடித்துவிட்டான். அதற்காக மக்கள் அவனைக் கடுமையாக அடித்து விரட்டினார்கள். ஒரு நாவிதன்கூட பீமுக்கு முடியிறக்க மறுத்துவிட்டான். அவர்களுடைய முடி பட்டால் தன் சவரக்கத்தி தீட்டாகிவிடும் என்று அவன் கருதினான்! ஜாதிவெறிக் கற்பனையின் உச்சக் கட்டம் என்று இதைச் சொல்லவேண்டும். தம்பிக்கு அண்ணனே முடிதிருத்த வேண்டிய கட்டாயம் ஏற்பட்டது!

பள்ளிக்கூடத்திலும் ஜாதிக் கொடுமை தொடர்ந்தது. ஆசிரியர்கள் பீமை எந்தக் கேள்வியும் கேட்பதில்லை. ஏன்? பீம் நல்ல அறிவாளி, எந்தக் கேள்வி கேட்டாலும் பதிலைச் செ ால்லிவிடுவான்என்பதாலா? அல்ல. அவன்சொல்லும்பதில்தங்கள் செவிகளில்விழுந்தால்தாங்கள்தீட்டாகிவிடுவோமோஎன்றஅச்சம்

அவர்களுக்கு! ஒரு அழுக்குக் கோணித் துணியை உதறிப்போட்டு சிறுவர்கள் இருவர் அதில் உட்கார்ந்துகொள்வார்கள். அதுதான் அவர்களது ஆசனம்! மற்ற மாணவர்களோடு சேர்ந்து உட்கார முடியாது! ரொம்ப தாகமெடுத்துத் தண்ணீர் கேட்டால் ஒரு புனலை எடுத்து வாய்க்கு மேல் பிடித்து அதன் வழியாக மற்றவர்கள் ஊற்றுவார்கள்!

ஏன் இந்தக் கொடுமைகள்? கர்ணபரம்பரையாக வர்ணாசிரம 'தர்மம்' என்ற பெயரில் நிலவிய 'அதர்மம்' அது. இன்னும் இந்திய மண்ணை விட்டு இந்த அவலம் முற்றிலுமாக நீங்கிவிடவில்லை என்பதற்கு கடந்தகால வரலாறும், அன்றாட நிகழ்வுகளுமே சான்று. உழைப்புக்கும் வீரத்துக்கும் பெயர் பெற்ற மஹர் ஜாதி மக்கள் தீண்டத்தகாதவர்கள் என்று கருதப்பட்டனர். ஒரு மஹரைத் தொட்டாலோ, பார்த்தாலோ, அவர்கள் பேசுவதைக் கேட்டாலோ உயர் ஜாதி தீட்டுப்பட்டுவிடும், அதன் 'புனிதத்தன்மை'யின் கற்பு அழிந்து போகும் என்று கருதிய காலம் அது!சமூகத்தின் அங்கமாக மஹர் ஜாதியினர் பார்க்கப்படவே இல்லை. ஏதோ வேற்று கிரகத்திலிருந்து புனித பூமிக்கு இறங்கி வந்துவிட்ட பன்றிகளைப் போல்தான் அவர்கள் பார்க்கப்பட்டனர். மஹாராஷ்ட்ரா மாநிலத்தின் ரத்தினகிரி மாவட்டத்தில் இருந்த அம்பவாடே என்ற கிராமத்தில் 1891ல் பிறந்தான் மேலே நாம் பார்த்த அந்தப் பையன் பீம். அவன் கதையைத்தான் முக்கியமாக நான் இங்கே சொல்லவிரும்புகிறேன்.

மஹர்களுக்கு தீண்டாமைக் கொடுமை ரொம்ப காலத்துக்குத் தொடர்ந்தது. 1918ம் ஆண்டு பம்பாயில் இருந்த சைடன்ஹாம் கல்லூரியில் பேராசிரியராக பீமுக்கு வேலைகிடைத்தபோதுகூட சக பேராசிரியர்கள் சிலர் தாங்கள் தண்ணீர் குடிக்கும் 'ஜக்'கில் இருந்து அவரும் குடிப்பதை எதிர்த்தனர்!

சமஸ்கிருதம் படிக்க வேண்டுமென்று பீம் விரும்பினார். ஆனால் பள்ளிக்கூடத்தில் அவர் அதற்கு அனுமதிக்கப்படவில்லை. ஏன்? தாழ்ந்த ஜாதிக்காரர்கள் அதைப் படிக்கவோ, மற்றவர்கள் படித்தால் அருகில் நின்று கேட்கவோ கூடாது என்று தடை விதிக்கப் பட்டிருந்தது! பீம் அவருடைய விருப்பத்துக்கு மாறாக பாரசீக மொழியைப் படிக்க வேண்டியிருந்தது. அதிலும் ஒரு வெறுப்பு அரசியில் ஒளிந்துகொண்டிருந்தது. பாரசீக மொழி முகலாயர்களால் அறிமுகப்படுத்தப்பட்ட, பிரபலப்படுத்தப்பட்ட

▲ தீண்டாமைக் கொடுமை

மொழி. அது முஸ்லிம்களுடைய மொழியாக அறியப்பட்டது. உர்து மொழி அதிலிருந்துதான் பெறப்பட்டது. வெறுக்கப்படவும், ஒதுக்கப்படவும் வேண்டியவர்கள் வரிசையில் தலித்துகளும் முஸ்லிம்களும் வைக்கப்பட்டிருந்தனர் என்பதற்கு இது ஒரு எடுத்துக்காட்டு.

ஆனால் எந்த சூழ்நிலையும் படிப்பதிலிருந்து பீமைத் தடுக்க முடியவில்லை. கல்வி ஒன்றுதான் தனக்கு விமோசனம் வழங்கும் என்று அவர் உள்மனம் தெளிவாகப்புரிந்து வைத்திருந்தது. அவருடைய வாழ்க்கை நமக்குச் சொல்லும் முக்கியமான பாடங்களில் ஒன்று அது. அவருடைய படிப்பு வெறிக்கு - ஆம் அதை வெறி என்றுதான் சொல்லவேண்டும் - துணையாக

வரலாறு படைத்த வரலாறு | நாகூர் ரூமி

நின்றவர் பீமின் அப்பா ராம்ஜி. தன் மகள்களுடைய நகைகளை அடகுவைத்து மகனுக்கு புத்தகங்கள் வாங்கிக்கொடுத்த தந்தையை எங்காவது பார்த்திருக்கிறோமா? ஆனால் பீம் படிக்கவேண்டும் என்பதற்காக ராம்ஜி அதைச் செய்தார்! மிகச்சிறிய வயதிலேயே ஆங்கில அறிவை அபாரமாக வளர்த்துக்கொண்டார் பீம்.

பரோடா மன்னரின் அனுமதியின் பேரில் 11.5 பவுண்டு மாதாந்தர உதவித்தொகையில் அமெரிக்கா சென்று அங்கிருந்த கொலம்பியா பல்கலைக்கழகத்தில் முதுகலைப் படிப்பு படிக்கும் வாய்ப்பைப் பெற்றார் பீம். பொருளாதாரம், சமூகவியல், மானிட வியல், வரலாறு, தத்துவம் ஆகிய பாடங்களிலும் தேர்ச்சி பெற்றார். மஹர் ஜாதியிலிருந்து அப்படி ஒரு அரிய வாய்ப்பைப் பெற்ற முதல் மாணவர் அவர்தான்.

புத்தகம் படிப்பதில் அவருக்கிருந்த ஆசையும் சந்தோஷமும் மகத்தானது என்றே சொல்லவேண்டும். அமெரிக்காவில் இருந்த போது பழைய புத்தகக்கடைகளுக்குச் சென்று அவர் வாங்கிய நூல்கள் எத்தனை தெரியுமா? இரண்டாயிரம்! எவ்வளவு படித்திருப்பார் என்று யோசியுங்கள்! லண்டன் அருங்காட்சியக நூலகத்தில் அமர்ந்து காலை 8 மணி முதல் மாலை 5 வரை படிப்பார்! இரவில் படிக்கும்போது பசி வாட்டும். அப்போது நான்கு பப்படங்களை பொரித்துத் தின்றுவிட்டு ஒரு கோப்பை தேநீர் மட்டும் அருந்தி பசியைத் தணிப்பார்! அவருடைய தனிப்பட்ட நூலகத்தில் 50,000க்கும் மேற்பட்ட நூல்கள் இருந்தன! நம்முடைய ஊர் நூலகங்களில்கூட இவ்வளவு நூல்கள் இருக்காது! அவர் எழுதிய நூல்களைப் படிப்பதென்றாலே சில ஆண்டுகள் ஆகும் நமக்கு!

யாரைப் பற்றிச் சொல்லிக்கொண்டிருக்கிறேன் என்று இது வரை புரிந்திருக்கும். ஆம். இந்திய அரசியலமைப்புச் சட்டத்தை உருவாக்கிய மேதை அம்பேத்கர்தான் அவர்! மேதை என்று வெறும் புகழ்ச்சிக்காக நான் சொல்லவில்லை. நான்கு முறை இந்தியப் பல்கலைக்கழகங்களிலும், வெளிநாட்டுப் பல்கலைக் கழகங்களிலும் முனைவர் பட்டம் பெற்றார் என்பதற்காகச் சொல்லவில்லை. பாரிஸ்டர் பட்டம் பெற்றார் என்பதற்காகவும் சொல்லவில்லை. பின்னாளில் இந்தியாவின் சட்ட அமைச்ச ராகவும் ஆனார் என்பதற்காகவும் சொல்லவில்லை! மேதை என்ற புகழ்ச்சிக்கு எல்லா வகையிலும் நியாயம் செய்தவர் அவர்.

இன்றைக்கு இந்தியா என்றொரு நாடு இயங்கிக்கொண் டிருக்கிறது என்றால் அதன் அடிப்படைக் காரணம் இந்திய அரசியல் அமைப்புச் சட்டம்தான். ஒரு அரசாங்கம் எப்படி

▲ 1950 தன் பிறந்தநாளையொட்டி மஹர் ரெஜிமெண்டுடன் அம்பேத்கர்

அமைய வேண்டும், அதன் கடமைகள் என்னென்ன, அவற்றை எப்படி நிறைவேற்ற வேண்டும், அடிப்படை உரிமைகள் என்ன, குடிமக்களின் உரிமைகள் என்ன – என்பதையெல்லாம் விலாவாரியாக கட்டமைக்க வேண்டும்.

ஃப்ரெஞ்சு அகராதியை நாற்பதுபேர் சேர்ந்து நாற்பது ஆண்டுகளாக உழைத்து உருவாக்கினார்கள். ஆனால் டாக்டர் ஜான்சன் தனி ஆளாக ஒன்பது ஆண்டுகள் உழைத்து லட்சத்துக்கு மேல்வார்த்தைகளைக்கொண்டஉலகின்முதல்ஆங்கிலஅகராதியை உருவாக்கினார். அம்பேத்கரின் சாதனை டாக்டர் ஜான்சனின் சாதனைக்கு ஒப்பானது மட்டுமல்ல, அதைவிட சிக்கலானதும், கடினமானதும்கூட. ஏனெனில் உலக அரசியலமைப்புச் சட்டங்களிலேயே மிக நீண்டதும், ஆகப் பெரியதும் இந்திய அரசியலமைப்புச் சட்டம்தான்.

வரலாறு படைத்த வரலாறு | நாகூர் ரூமி

இல்லையே, அதை உருவாக்க ஏழு பேர் இருந்தார்களே என்று அரைகுறையாகத் தெரிந்தவர்கள் சொல்லலாம். அந்த ஏழுபேரில் ஒருவர் ராஜினாமா செய்துவிட்டார். இன்னொருவர் இறந்துபோனார். இன்னொருவர் அமெரிக்கா சென்றுவிட்டார். இன்னொருவர் மாகாணங்கள் தொடர்பான வேலைகளுக்காகச் சென்றுவிட்டார். மற்ற உறுப்பினர்கள் தொலைவான இடங்களில் இருந்தனர். டெல்லிக்கு வந்து பணியாற்ற அவர்களால் முடியவில்லை(யாம்). இதையொத்த காரணங்களினால் அம்பேத்கர் ஒருவரே எல்லா வேலைகளையும் செய்யவேண்டியிருந்தது.

இதுகூட நான் சொல்லவில்லை. கைத்தான் என்ற உறுப்பினர் இறந்துபோனதால் அவரிடத்தை நிரப்ப வரைவுக் குழுவில் இடம்பெற்ற புதிய உறுப்பினரான டி.டி.கிருஷ்ணமாச்சாரிதான் இதைச் சொல்கிறார்!

ஆங்கிலத்தில் Herculean Task என்றும் தமிழில் இமாலயச் சாதனை என்றும் சொல்வார்கள். அது இதுதான். இந்திய அரசியலமைப்புச் சட்டம் உருவாக்கப்படாமல் போயிருந்தால் இந்தியா சுதந்திரம் பெற்ற பின்னும் இயங்க முடியாமல் ஸ்தம்பித்து நின்றிருக்கும்.

கல்லான அகலிகையின்மீது ராமனின் காலடி மண்பட்டு அவளுக்கு உயிர்வந்த மாதிரி, இந்திய அரசியலமைப்புச் சட்டத்தை உருவாக்கி இந்தியாவுக்கு அம்பேத்கர் உயிர் கொடுத்துள்ளார். இந்திய அரசியலமைப்புச்சட்டமானது இந்திய விடுதலைக்குப் பிறகான இந்தியாவின் சாபவிமோசனம். இதில் மிகை ஏதும் இல்லை. 1947ல் தொடங்கிய அந்த இமாயலப் பணி 1949ல் முடிந்தது.

மஹாபாரத பீமனின் நினைவாக அவருக்கு பீம் என்ற பெயர் வைத்தது ஒருவகையில் மிகவும் பொருத்தமானது. பீமன் பஞ்ச பாண்டவர்களில் பலத்திலும் உருவத்திலும் மஹா ஆளுமை. அம்பேத்கரோ அறிவின் மூலமாக மகா ஆளுமையாக தன்னை உயர்த்திக்கொண்டவர். தன் அறிவை தாய்நாட்டுக்காக அர்ப்பணித்தவர். சமத்துவம், சமயச் சார்பின்மை, வேற்றுமையில் ஒற்றுமை ஆகியவற்றின் சட்டரீதியான வடிவமாக இந்திய அரசியல் அமைப்புச் சட்டம் அமைந்ததற்கு பல ஆண்டுகளாக அம்பேத்கர் பட்ட கஷ்டங்களும் அவமானங்களும் வழிவகுத்தன என்றுகூடச் சொல்லவேண்டும்.

53

'கான்ஸ்ட்டிட்யூஷன்' சரியாகத்தான் இருக்கிறது. ஆனால் அதை மதிக்காமல் நடந்துகொள்ளும் மனிதர்களுக்கு என்றைக்கு தெய்வத்தின் 'ரெட்ரிப்யூஷன்' கிடைக்கும் என்றுதான் தெரிய வில்லை. என்றைக்கு ஒரு தலித்தோ, ஒரு முஸ்லிமோ அல்லது ஒரு கிறிஸ்தவரோ இந்தியாவின் பிரதம மந்திரியாக (ஜனாதிபதியாக அல்ல) ஆகிறாரோ அன்றைக்கு உண்மையிலேயே இந்தியா சமயச் சார்பற்ற தேசமாக மாறத் தொடங்கிவிட்டது என்று சொல்லலாம். ஆனால் அதுவரை நம்மிடையே தோன்றிய, இன்னும் தோன்ற இருக்கும் அம்பேத்கர்களுக்கு நன்றியுடையவர்களாக இருக்க நாம் கற்றுக் கொள்ளவேண்டும். அம்பேத்கரின் வாழ்க்கை வரலாற்றை பள்ளிகளிலும், கல்லூரிகளிலும், பல்கலைக்கழகங் களிலும் நிரந்தரப் பாடமாக வைப்பது பற்றியும் அவசியம் யோசிக்கவேண்டும்.

இறப்போர் இல்லமும் இறவாப் புகழும்

அவள் ஒரு தொண்டுக் கிழவி.
சாலையோரத்தில் கிடந்து செத்துக்கொண்டிருந்தாள்.
அவள் உடலை எறும்புகளும் எலிகளும்
கொஞ்சம் கொஞ்சமாக சாப்பிட்டுக் கொண்டிருந்தன!
ஆமாம். அவற்றை விரட்டவோ,
தன் உடலை அசைக்கவோகூட முடியாமல்
அவள் கிடந்தாள். அவள் உடலைப் பல்வேறு
இடங்களில் அவை அரித்திருந்தன.

▸ அன்னை தெரசா

சாலையில் போவோரும் வருவோரும் அவளை, அவள் செத்துக்கொண்டிருப்பதைப் பார்த்துக்கொண்டேதான் போனார்கள். ஆனாலும் அவளைக் கவனிக்க யாரும் முன்வரவில்லை. ஏன்? அவள் ஒரு அனாதை. அது மட்டும்தான் காரணமா? இல்லை. இரக்கம், அன்பு, மனிதாபிமானம் – இவற்றுக்கெல்லாம் மனிதர்களுக்கு நேரமில்லாமல் போய்விட்டது. அதுதான் முக்கியமான காரணம். இருக்கட்டும், அந்தக் கிழவி பிழைத்தாளா?

இல்லை. அவள் பிழைக்கவில்லை. ஆனால் நிம்மதியாகவும் அமைதியாகவும், கண்ணியத்தோடும் அவள் இறந்தாள்! எப்படி? அதுதான் அங்கே நடந்த அதிசயம். அது ஒரு புதிய வரலாற்றின் துவக்கம். இதற்குமுன் வரலாற்றில் அப்படி நடந்ததே இல்லை. ஏழைகள், அனாதைகள், தொழு நோயாளிகள், என்புருக்கி நோயாளிகள், பெற்ற தாய்மார்களால் குப்பைத்தொட்டியிலும், சாக்கடையிலும் போடப்பட்ட கைவிடப்பட்ட குழந்தைகள் – இப்படி பாவப்பட்ட ஜீவன்களுக்கெல்லாம் ஒரு விடிவுகாலம் பிறந்தது. அதற்குக் காரணம் ஒரு தேவதை. அந்த தேவதைதான் எறும்புகளும், எலிகளும் உண்டுகொண்டிருந்த அந்த கிழவிக்கு இரக்கம் காட்டியது.

யாரந்த தேவதை? மனித உருவில், நீலக்கரை போட்ட வெள்ளைப் பருத்திச் சேலை அணிந்திருந்த தேவதை அவர். ஆனால் பார்ப்பதற்கு அந்த சேலை நீளமான அங்கிமாதிரி

> "நான் கொடுத்த வாக்குறுதியின்படி
> **அன்னையை வெளியேற்றிவிடுகிறேன்.**
> ஆனால் அவர் இங்கே
> செய்துகொண்டிருக்கும் பணியினை
> **உங்கள் அன்னையர்**
> வந்து செய்யவேண்டும், சம்மதமா?"

இருக்கும். அதுதான் அந்தப் தேவதைப் பெண் அணிந்திருந்த எளிமையான உடை. அவர் எப்போதுமே அதைத்தான் அணிந்தார். கிழவியைப் பார்த்ததும் அவருள் கருணை பீறிட்டது. முடிந்தவரை எறும்புகளையும் எலிகளையும் துரத்திவிட்டு அந்தக் கிழவியை அப்படியே தூக்கிக்கொண்டார். நேராக அரசு மருத்துவமனைக்குச் சென்றார். கிழவிக்கு வைத்தியம் செய்யவேண்டும் என்று கூறினார். ஆனால் அதிகாரிகள் மறுத்துவிட்டனர்.

'நீங்கள் வைத்தியம் செய்யும்வரை நான் இங்கிருந்து நகரப்போவதில்லை' என்று மருத்துவமனை வாசலிலேயே கிழவியை மடியில் கிடத்திக்கொண்டு உட்கார்ந்துவிட்டார். 'என்னடா இது வம்பாப் போச்சே' என்று மருத்துவமனையில் அக்கிழவிக்கு வைத்தியம் செய்தார்கள். ஆனால் அக்கிழவி வைத்தியங்கள் செய்து காப்பாற்றப்படும் நிலையைக் கடந்தி ருந்தாள். இறந்துபோனாள். ஆனால் தன்மீதும் அன்பு காட்ட ஒரு ஜீவன் இருக்கிறது என்ற உண்மையை இறப்பதற்குமுன் உணர்ந்துகொண்டவளாக அவள் இறந்தாள்.

அக்கிழவியைத் தன் கைகளால் தூக்கிவந்த அந்த தேவதையின் பெயர் ஆக்னஸ். அவர் ஒரு கிறிஸ்தவக் கன்னிகாஸ்திரி. இப்படி நடுத்தெருவில் மனிதர்கள் செத்து மடிவதை அவரால் பொறுத்துக்கொள்ள முடியவில்லை. இறந்துகொண்டிருக்கின்ற நிலையில் உள்ள மனிதர்கள் கண்ணியமான முறையில்இறக்க வேண்டும் என்று ஆக்னஸ் விரும்பினார். அதற்காக ஒரு இடம்

இருந்தால் நன்றாக இருக்குமே என்று யோசித்தார். நேராக அந்த மாநகரின் நகரமன்றத்துக்குச் சென்று நாள்தோறும் இப்படி செத்துக் கொண்டிருப்பவர்களைக் கொண்டு வந்து சேர்ப்பதற்கு ஒரு இடம் தேவை என்று கேட்டார்.

அப்போது நகரமன்றச் சுகாதார அதிகாரியாக டாக்டர் அகமது என்பவர் இருந்தார். நகரின் தென்புறத்திலிருந்த காளிகோயிலுக்கு அருகில் மஞ்சள் வர்ணம் பூசப்பட்ட ஒரு கட்டிடம் இருந்தது. அதனை எடுத்துக்கொள்ள முடியுமா என்று அகமது கேட்டார். காளி கோயிலுக்கு வருபவர்கள் இளைப்பாறிச்செல்ல அந்த இடம் ஒதுக்கப் பட்டிருந்தது. ஆனால் அந்த நோக்கத்துக்காக அது பயன்படவில்லை. குடிகாரர்களும், வீணர்களும் அரட்டை அடிக்கவும், சீட்டாடவும் இன்னபிற காரியங்களுக்கும் அதைப்பயன்படுத்தி வந்தனர்.

சகோதரி ஆக்னஸ் அந்த கட்டிடத்தை ஏற்றுக்கொண்டார். தூய்மையான இதயம் என்ற பொருள்படும்படி 'நிர்மல் ஹிருதய்' என்று அந்த இல்லத்துக்குப் பெயரிட்டார். 1954ம் ஆண்டு ஆகஸ்டு 22ம்தேதி உருவானது 'தூய இதயம்'. அங்கே அன்றாடம் என்ன நடந்தது?

நகரில் கவனிப்பாரற்று செத்துக்கொண்டிருந்த ஏழைகள், தொழுநோயாளிகள், குழந்தைகள், பெரியவர்கள், பெண்கள், ஆண்கள் என்று யாராக இருந்தாலும் அவர்கள் அந்த இல்லத்துக்கு எடுத்து வரப்பட்டார்கள். அவர்களுக்கு உரிய மருத்துவம் செய்யப்பட்டது. பிழைத்தவர்கள் குணமடைந்த பின் திரும்பிச் சென்றனர். அல்லது அந்த தொண்டு நிலையத்திலேயே தன்னை யொத்த மற்றவர்களுக்கும் தொண்டு செய்யத் தங்கிவிட்டனர்.

இறந்தவர்களுக்கு உரியமுறையில் இறுதி மரியாதைசெய்யப் பட்டது. இறக்கும் வரை அன்றாடம் அன்புடனும் அக்கறையுடனும் அவர்கள் கவனிக்கப்பட்டார்கள். அவர்களது புண்களுக்கு மருந்து போடப்பட்டது. இதமான சொற்கள் பேசப்பட்டன. அவர்கள் குளிப்பாட்டப்பட்டார்கள். அவர்களது மல, ஜலம் உரிய முறையில் அள்ளப்பட்டது. முகம் தெரியாத யாரோ காட்டிய அன்பிலும் அக்கறையிலும் அவர்கள் மனம் சாந்த மடைந்தது. செத்துத்தான் போகவேண்டுமெனில் அவர்கள் சந்தோஷமாகச் சாவார்கள். இதுதான் அங்கே நடந்தது.

இதைச் சாதித்த அந்த கருணை மிகுந்த சகோதரி ஆக்னஸ் இந்தியரா? ஆம், ஆனால் இல்லை! பிறந்தது யுகோஸ்லாவியாவில் இருந்த ஸ்காப்ஸி என்ற சிறிய கிராமம். ஆனால் இந்தியக் குடியுரிமை வாங்கிக்கொண்டு அவர் வாழ்ந்தது இந்தியாவில்தான். மேலே சொன்ன நிகழ்ச்சி நடந்தது கொல்கத்தாவில். இப்போது தெளிவாகத் தெரிந்திருக்கும் அவர் யாரென்று. ஆமாம், அவர்தான் இந்தியாவின் பெருமைக்குரிய அன்னை தெரஸா.

அயர்லாந்தில் இருந்த லாரொட்டோ கன்னிகாமடத்தில் கன்னி காஸ்திரியாக பயிற்சி பெற்று 1931ம் ஆண்டு கிறிஸ்தவ மரபுப்படி பெண் துறவியாக பிரமாணம் எடுத்துக்கொண்டார். அன்றிலிருந்து சகோதரி ஆக்னஸ் சகோதரி தெரசாவானார். ஆனால் அவரது

டார்ஜிலிங்கை நோக்கி பயணம்

அயராத கருணைமிகு மானிடச் சேவைகள் அன்னை தெரசாவாக அவரை உலகத்தினர் மனதில் உயர்த்தின.

டார்ஜிலிங்கில் ஆசிரியையாக பல ஆண்டுகள் பணியாற்றினார். ஆனால் கல்வித் தொண்டு மட்டும் போதாது என்று அவருக்குத் தோன்றியது. ஜன்னலைத் திறந்து பார்த்தபோதெல்லாம் தூசியும், சேரியும்தான் அவர் கண்ணில் பட்டது. அங்கு கஷ்டப்படும் மக்களுக்குச் சேவைசெய்ய முடியாதா என்று ஏங்கினார். ஒருநாள் டார்ஜிலிங்கை நோக்கி அவர் ரயிலில் வந்துகொண்டிருந்தபோது அந்த ஏக்கம் ஒரு முடிவாக உருவெடுத்தது. இறைவனின் செய்தியாக அதை அவர் எடுத்துக்கொண்டார். அந்த நாள்கூட (செப்டம்பர் 10) 'இறையுணர்வு நாள்' (Inspiration Day) என்றே அறியப்படுகிறது.

கான்வென்ட்டை விட்டுவிலகி தனியாக சேவைசெய்ய விண்ணப்பம் செய்தார். சிலகாலம் சென்றபிறகு ரோமிலிருந்து புனிதபோப் பன்னிரண்டாம் பயஸிடமிருந்து அனுமதி கிடைத்தது. பாட்னா சென்று முதலுதவி செய்தல், புண்களைக் கழுவுதல், மருந்திடுதல் என மருத்துவ உதவிகள் புரிவதிலும், செவிலியாக இருப்பதிலும் பயிற்சி பெற்றார். சேவை மனம் கொண்ட பன்னிரண்டு பேர் அவருக்கு உதவிசெய்ய வந்தனர். இப்படித்தான் துவங்கியது அன்னையின் சேவை. அனாதைக் குழந்தைகள் காப்பகம், தொழுநோயாளிகளுக்கான அன்பு நிலையம், முதியோர் இல்லம் என அவருடைய சேவை விரிந்துகொண்டே சென்றது.

எளிமையான வாழ்வு அவரது. இரண்டு சேலைகள்தான். ஒன்று அழுக்கானால் இன்னொன்றை அணிந்துகொள்வார். தன் துணிகளை தானே துவைத்துக்கொள்வார். அவரது அமைப்பில் இருந்தவர்களும் அப்படித்தான் இருந்தார்கள். அவர்கள் அனைவருமே இரண்டு வேளைதான் உணவு உண்டார்கள். இன்றியமையாத தேவைகள் வந்தாலொழிய வாழ்க்கையின் எந்த வசதிகளையும் அவர்கள் விரும்புவதில்லை. அவர்கள் அறைகளில் மின்விசிறிகள்கூடக் கிடையாது. அன்னை தெரசாவின் அறை உட்பட!

தொடக்ககாலத்தில் அன்னையும் அவருடனிருந்த சகோதரிகளும் மிகவும் கஷ்டப்பட்டார்கள். பல சந்தர்ப்பங்களில் உணவுகூட இல்லாத நிலை. தங்களுக்கு உணவில்லாவிட்டால் பரவாயில்லை, ஆனால் தங்களை நம்பிவந்திருக்கும் அனாதைகளுக்கும் ஏழைகளுக்கும் உணவளிக்க வேண்டுமே என்ற கவலையில் அவர்கள் ஒரு தகரடப்பாவை எடுத்துக்கொண்டு வீடுவீடாகச் சென்று பிச்சையெடுத்தார்கள்! உணவு விடுதிகளிலிருந்து தூக்கி எறியப் படுகிற மிச்சம்மீதி உணவுப் பண்டங்களைச் சேகரித்துக் கொண்டு வந்து, சுத்தப்படுத்திக் கொடுப்பார்கள்! வசதி வந்தபிறகும் அன்னையின் கருணையுள்ளத்தில் எந்த மாறுதலும் ஏற்படவில்லை. விமானப்பயணங்கள் மேற்கொண்டபோதெல்லாம் விமானத்தில் கொடுக்கப்படும் உணவுப் பண்டங்களை எடுத்துவந்து கண்ணில் பட்ட ஏழைகளுக்கெல்லாம் பகிர்ந்தளித்தார்!

அன்னை தெரசா தொடங்கிய மிஷனரீஸ் ஆஃப் சாரிட்டி என்ற தொண்டு அமைப்பு இன்றைக்கு 133க்கும் மேற்பட்ட நாடு களில் 500க்கும் மேற்பட்ட மையங்கள் என பரந்துவிரிந்துள்ளது. கிட்டத்தட்ட 5000 பேர் சேவைபுரிகிறார்கள். ஆனால் அன்னை தெரசா தன் சேவையைத் தொடங்கியபோது அவரிடம் இருந்த பணம் எவ்வளவு தெரியுமா? வெறும் ஐந்து ரூபாய்!

துறவு வாழ்வு மேற்கொண்டு மனிதர்களுக்குச் சேவை செய்து வாழ்வைக் கழித்தால் என்ன என்று பன்னிரண்டு வயதில் அவருக்குத் தோன்றியது! அதுவும் எப்படி? தோன்றி மறையக்கூடிய மேகம் மாதிரி அல்ல. மனதுக்குள் வேர்விட்ட ஆலமரமாக. பன்னிரண்டு வயதுப் பெண்ணுக்கு வரக்கூடிய எண்ணமா அது?! இறைவன் மனிதர்கள்மீது கொண்ட கருணையின் அடையாளம் அது.

சமீபத்தில்கூட அன்னையின் சேவையின் நோக்கத்தை ஒருவர் விமர்சித்து அது ஒரு பரபரப்பான செய்தியானது. அன்னையை

▲ குழந்தைகள் காப்பகம்

விமர்சித்தவர்கடுமையாகப்பலரால்விமர்சிக்கப்பட்டார். அவரைப் போலவே அன்னையின் காலத்திலும் சிலர் சொன்னார்கள். நிர்மல் ஹிருதய் இல்லம் செயல்படத் துவங்கிய காலத்திலேயே அந்தப் பகுதியைச் சேர்ந்த சில இளைஞர்கள் ஒன்றுசேர்ந்து ஒரு வெளிநாட்டுப் பெண்மணி, உயிர் பிரிந்துகொண்டிருக்கும் வேளையில் ஒன்றும் அறியாத ஏழைகளை கிறிஸ்தவத்துக்கு மதம்மாற்றுகிறார் என்று கூப்பாடு போட்டனர். போலீஸில் புகார் கொடுத்தனர். அன்னையை அங்கிருந்து அப்புறப்படுத்தவேண்டும் என்று கோரிக்கை வைத்தனர்.

நிலமையை நேரில் கண்டபிறகுதான் எதுவும் செய்யமுடியும் என்று கூறிய கமிஷனர் இறப்போர் இல்லத்தைப் பார்வையிட நேரில் வந்தார். அங்கே அவர் கண்ட காட்சி அவரை ஸ்தம்பிக்க வைத்தது. அது என்ன காட்சி?

முற்றிய நிலையிலிருந்த ஒரு தொழுநோயாளியின் அழுகி வடிந்துகொண்டிருந்த புண்ணை பொட்டாசியம் பெர்மாங்கனேட் கரைசலைப் போட்டு அன்னை தெரசா துடைத்துக் கொண்டிருந் தார். சுற்றிலும் ஒரே மருந்து நாற்றம். அவர் வந்த நோக்கத்தை அறியாத அன்னை, ‘கொஞ்சம் இருங்கள், நான் வந்து எல்லா

வரலாறு படைத்த வரலாறு | நாகூர் ரூமி

இடத்தையும் சுற்றிக்காட்டுகிறேன்' என்றார். அதற்குள் இல்லம் முழுவதையும் சுற்றிப்பார்த்துவிட்டார் கமிஷனர். திரும்பி வந்த அவர் புகார் கூறியவர்களிடம், "நான் கொடுத்த வாக்குறுதி யின்படி அன்னையை வெளியேற்றிவிடுகிறேன். ஆனால் அவர் இங்கே செய்துகொண்டிருக்கும் பணியினை உங்கள் அன்னையர் வந்துசெய்யவேண்டும், சம்மதமா?" என்று கேட்டார்! குறை கூறியவர்கள் இப்போது வாய்திறக்கவில்லை. தொடர்ந்து கமிஷனர், 'இந்தக் கட்டிடத்தின் பின்புறம் காளியின் சிலை இருக்கிறது. ஆனால் இங்கே உயிருள்ள காளியம்மாவை நான் பார்க்கிறேன்' என்று கூறினார்!

மரணமடைந்து கொண்டிருப்பவர்களை அன்னை தெரசா மதம் மாற்றிவிடுகின்றார் என்பதைவிட மோசமான, உள்நோக்கம் கொண்ட குற்றச்சாட்டு வேறெதுவும் இருக்க முடியாது. செத்துப் போகின்ற மனிதனை நினைக்கவோ, அவனுக்காக கண்ணீர்விடவோ யாரும் கிடையாது. கடைசிக் காலத்தில் கவலைப்படக்கூட யாரும் இல்லாமல் போகின்ற ஒருவரின் நோயுற்ற உடலை வாரி அணைத்துக் கொண்டுவந்து, இருக்கை கொடுத்து, மருத்துவமும் செய்த மாதாவுக்கு நன்றி செலுத்தா விட்டாலும் பரவாயில்லை. ஆனால் சாகின்றவருக்கு அன்னை சிலுவை மாட்டிவிடுகிறார் என்ற குற்றச்சாட்டு மனசாட்சியை பொரித்துத் தின்றுவிட்டவர்களுடையது.

இறந்துகொண்டிருந்தவர் ஹிந்துவாக இருந்தால் அவர் வாயில் புனித கங்கை நீர் ஊற்றப்பட்டது. அவர் முஸ்லிம் என்று தெரிந்தால் ஒரு மௌலவி அங்கே அழைக்கப்பட்டு உரிய முறையில் அவர் அடக்கம் செய்யப்பட்டார். இறந்த மனிதரின் நம்பிக்கை சார்ந்த மதரீதியான சடங்குகளைக்கொண்டே அவருக்கு இறுதி மரியாதை செய்யப்பட்டது. விஷமத்தனமான விமர்சனங்களை மீறி இறப்போர் இல்லம் தொடங்கிய நாளிலிருந்து 1970 வரை அங்கு கொண்டுவரப்பட்டோரின் எண்ணிக்கை 23000!

குறுகிய மனம் கொண்டவர்கள் அன்னையைப் புரிந்து கொள்ளாவிட்டாலும் அகண்ட இந்த உலகம் அவரை சரியாகவே புரிந்துகொண்டது. 1962ல் பத்மஸ்ரீ பட்டம், மேக்சேசே விருது, 1969ல் ஜவாஹர்லால் நேரு விருது, 1979ல் பாரத ரத்னா விருது மற்றும் அமைதிக்கான நோபல் பரிசு என இந்தியாவும் உலகமும் அவரை பல விருதுகளால் கௌரவித்தது. இந்தியா முழுக்க அவர்

ரயிலிலும் இந்தியன் ஏர்லைன்ஸ் விமானத்திலும் கட்டணமின்றி பயணம் செய்யலாம் என்று அரசு அறிவித்தது. உலகின் பல பல்கலைக் கழகங்கள் அவருக்கு டாக்டர் பட்டமும் கொடுத்து கௌரவித்தன.

நோபல் பரிசு பெற்றவர்களுக்கான விழா முடிந்தபிறகு ஒரு விருந்தளிக்கப்படும். அது தனக்கு வேண்டாமென்றும், அதற்காகும் செலவுத்தொகையை தன்னுடைய பணிகளுக்காகக் கொடுத்துதவவேண்டும் என்றும் அன்னை கேட்டுக்கொண்டார்! 'இந்த உலகத்தில் உள்ள ஏழைகளின் சார்பில் இதைப் பெற்றுக்கொள்கிறேன்' என்றுதான் நோபல் உரையில் அன்னை கூறினார்!

'உலகிலேயே மிக மோசமான நோய் தொழுநோயோ, என்புருக்கி நோயோ அல்ல. நாம் யாராலுமே நேசிக்கப்படவில்லை, யாருமே நம்மை விரும்பவில்லை என்ற உணர்வுதான் மிக மோசமானது. எனவே நம் சேவையை நாம் நம் குடும்பத்திலிருந்தே தொடங்க வேண்டும்' என்று அன்னை கூறினார். அவருடைய மகத்துவத்தை இதிலிருந்தே நாம் புரிந்துகொள்ளலாம்.

மானிட சேவை பற்றி எடுத்துச்சொல்லி ஒரு துறவியை வேண்டுமானால் உருவாக்கலாம். ஆனால் அன்னை தெரசாக்களை நம்மால் உருவாக்க முடியாது. அவராகவே உருவானால்தான் உண்டு. அன்னை என்றாலே அப்படித்தான். அன்னையை யாரும் உருவாக்க முடியாது. அன்னைதான் நம்மை உருவாக்குவார்!

மைசூரின் புலி

"நூறாண்டுகள் நரியைப்போல வாழ்வதை விட
ஒரே ஒரு நாள் புலியைப் போல வாழ்வதே சிறப்பு".
இப்படிச் சொன்னதுகூட ஒரு புலிதான்.
அது மைசூரை ஆண்ட புலி.
ஒரு வெள்ளிக்கிழமையன்று பிறந்தது அந்த புலிக்குட்டி
(நவம்பர் 10, 1750 / துல்ஹஜ் பிறை 10, ஹிஜ்ரி 1163).
ஆமாம். நீங்கள் நினைத்தது சரிதான். திப்பு சுல்தான்
என்ற புலியைப் பற்றித்தான் பேச இருக்கிறேன்.

▶ திப்புசுல்தான்

திப்பு சுல்தான் ஒரு யுத்த மேதை. இதுதான் நாம் அவரைப் பற்றித் தெரிந்துகொள்ளவேண்டிய முதல் விஷயமாகும். ஆம். ஆங்கிலேயரின் கண்களில் விரலை விட்டு ஆட்டியவர் அவர். திப்பு என்றாலே அவர்களுக்கு சிம்ம சொப்பனம். ஜாதி மத வித்தியாசம் பார்க்காத நீதிமானாகவும், நல்ல முஸ்லிமாகவும், பன்மொழி வித்தகராகவும், கவிஞராகவும், கொடை வள்ளலாகவும், 80,000 சதுரமைல்களுக்கு மேல்வியாபித் திருந்த மைசூர் ராஜ்ஜியத்தின் மன்னராகவும் இருந்தவர் திப்பு!

திப்புவின் கொடியில் மட்டுமல்ல, அவரது அரண்மனையில், வாள்களில், துப்பாக்கிகளில், பீரங்கிகளில் என பல ஆயுதங்களி லும், பொருள்களிலும் புலியின் தலைபொறிக்கப்பட்டிருந்தது. வெள்ளைக்காரன்மீது பாய்ந்து புலி கடிப்பதைப் போன்ற தானியங்கி யந்திரம் ஒன்றை ஃப்ரெஞ்ச் பொறியியலாளர் ஒருவரை வைத்து திப்பு உருவாக்கினார். 'திப்புவின் புலி' என்றறியப்பட்ட அந்த பொம்மை இன்றும் லண்டனில் உள்ள விக்டோரியா ஆல்பர்ட் அருங்காட்சியகத்தில் வைக்கப் பட்டுள்ளது.

ஒருநாள் ஒரு ஃப்ரெஞ்சு நண்பரோடு காட்டில் வேட்டை யாடிக் கொண்டிருந்தபோது திடீரென்று புலியொன்று பாய்ந்து வந்தது. அப்போது திப்புவின் துப்பாக்கி வேலை செய்யவில்லை. புலி வந்த வேகத்தில் திப்புவின் கத்தியும் கீழே விழுந்துவிட்டது.

மன்னனின் மகனே
என்றாலும் அனுமதி பெறாமல்
அடுத்தவர் பொருளில் கைவைக்கும்
உரிமை கிடையாது
என்பதை அவனுக்கு புரியவைத்தார்.

ஆனால் மனம்தளராமல் அதை மீண்டும் எடுத்து அந்தக் கத்தியாலேயே புலியை திப்பு குத்திக்கொன்றார். அன்றிலிருந்து அவர் மைசூரின் புலி என்று அறியப்பட்டார்.

இந்த நிகழ்ச்சி நடந்தது என்றும் நடக்கவில்லை என்றும் இரண்டுவிதமான கருத்துகளை வரலாற்று ஆசிரியர்கள் முன்வைக்கின்றனர். ஆனால் திப்புவின் மனதில் ஒரு புலி இருந்தது நிச்சயம். அது எப்போதுமே இந்தியாவை ஆள நினைத்த பரங்கியர்களை நோக்கியே பாய்ந்தது என்பதும் உண்மை.

திப்புசுல்தானின் வரலாறு இந்திய விடுதலைப்போரோடு நெருங்கிய தொடர்புள்ளது. அதுமட்டுமின்றி, திப்புவின் ஆட்சி முறையிலும் நமக்கான செய்திகள் பல உள்ளன. குறிப்பாக குற்றம் செய்தவர்களுக்கு திப்பு கொடுத்த தண்டனை பற்றிச்சொல்ல வேண்டும். அது ரொம்ப சுவாரஸ்யமான வரலாற்று வினோதம் என்றுகூடச் சொல்லுவேன்.

1857ல் நடந்த சிப்பாய்க்கலகத்தைத்தான் விடுதலைக்கான முதல் யுத்தம் என்று நாம் நம்பிக்கொண்டும், சொல்லிக் கொண்டும் இருக்கிறோம். ஆனால் அதற்கு அரை நூற்றாண்டுக்கு முன்னரே ஹைதர் அலியும், திப்புசுல்தானும் இந்திய விடுதலைப் போரைத் துவக்கிவிட்டனர். ஆங்கிலேயே காலனியச் செயல்பாடுகளுக்கு எதிராக வாளேந்திப் போரிட்டு, தாய்நாட்டை

▶ திப்புசுல்தானும் பிரிட்டிஷ்படையும்

அந்நியர்களிடமிருந்து காப்பாற்ற உயிரையும் கொடுத்தவர்கள் அவர்கள். மராட்டிய பேஷ்வாக்களையும் ஹைதராபாத் நிஜாம் களையும் அவ்வப்போது ஆங்கிலேயர் பகடைக்காய்களாக உருட்டி விளையாடினர். கம்பனிக்காரர்கள் வியாபாரம்செய்ய வந்தவர்கள், தங்களுக்கு அவ்வப்போது வேண்டிய அளவு 'கொடுத்து உதவுபவர்கள்' என்பதாகவே நிஜாம்களும் பேஷ்வாக் களும் ஆங்கிலேயரை நம்பி ஏமாந்து, தாய்நாட்டுக்கு துரோகம் செய்தனர். ஆனால் ஒண்டவந்த வெள்ளைக்காரப் பேய் நாடு பிடிக்கவே வந்துள்ளது என்பதை ஹைதரும் திப்புவும் தெளிவாக உணர்ந்திருந்தனர். அந்த தீர்க்கதரிசனம் நிஜாம்களுக்கும் பேஷ்வாக் களுக்கும் இல்லாமல் போனது துரதிருஷ்டமே.

எழுதப் படிக்கத்தெரியாத ஹைதர் அலி தன் மகனை பன்மொழி அறிஞராக்கினார். உருது, பாரசீகம், அரபி, கன்னடம், ஆங்கிலம், ஃப்ரெஞ்சு ஆகிய மொழிகளில் திப்பு பாண்டித்தியம் பெற்றார்! அதுமட்டுமல்ல. திப்புவுக்கு சின்னவயதிலேயே ஃப்ரெஞ்ச்ராணுவம்

மூலம் போர்ப் பயிற்சிகள் கொடுக்கப்பட்டன. நெப்போலியன்கூட திப்புவை சந்திப்பதாக இருந்தது. அது நடந்திருந்தால் இந்தியாவின் வரலாறு வேறு மாதிரி எழுதப்பட்டிருக்கும். ஆனால் அதற்குள் நெப்போலியனின் விதி முடிந்துவிட்டது. ஆங்கிலேயரை எதிர்க்க ஃப்ரெஞ்சுப் படைகளை அடிக்கடி திப்பு பயன்படுத்திக்கொண்டார்.

யுத்த தந்திரங்கள், வியூகம் அமைத்தல், எதிரியின் பலம், பலவீனங்களைத் துல்லியமாக அறிந்துவைத்திருத்தல் போன்ற வற்றில் சின்ன வயதிலிருந்தே திப்பு நிபுணராக இருந்தார். முதல் மைசூர்ப் போரில் கலந்துகொண்டு கலோனல் ஸ்மித் என்ற ஆங்கிலேய தளபதியையும் 50,000 பேர் கொண்ட அவனது படையையும் வென்றபோது திப்புவின் வயது பதினைந்து! ஒருநாள் திடீரென திப்பு அதிரடியாக ஆங்கிலேயர்களின் கட்டுப்பாட்டில் இருந்த சென்னைக்குள் படைகளுடன் நுழைந்தார். ஆங்கிலேயப் படையினர் பயந்துபோய் ஒரு கப்பலில் ஒளிந்துகொண்டனர். புலியைக் கண்டால் யாருக்குத்தான் கிலி வராது! ஆனால் அப்படி ஒரு உயிரச்சத்தை ஏற்படுத்தியபோது திப்புவுக்கு வயது பதினேழு!

சர் ஹெக்டர் மன்றோ

கலோனல் பெய்லி

கலோனல் ப்ரைத்வெய்ட்.

இதெல்லாம் என்ன என்கிறீர்களா?

சீறிப்பாயும் திப்புவின் வீரத்தின் முன்னால் பயந்து ஒளிந்து கொண்ட, ஓடிப்போன, தோற்கடிக்கப்பட்ட ஆங்கிலேயத் தளபதிகள் சிலரின் பெயர்கள் இவை! வீரத்தில் மட்டுமின்றி உணர்ச்சியை எழுப்பவல்ல பேச்சிலும் திப்பு வல்லவராக இருந்தார். அவருடைய பேச்சைக்கேட்ட அவரது படையினர் அவருக்காக உயிரையும் கொடுக்கத் தயாராக இருந்தனர். மன்னராக மட்டும் இல்லாமல் மக்கள் மனதில் ஒரு நாயகனாகவும் இருந்தார்.

மங்களூர் அமைதி ஒப்பந்தம்

இரண்டாம் மைசூர்ப் போர் முடிவுக்கு வந்தபோது இந்த ஒப்பந்தம் கையெழுத்திடப்பட்டது. அதில் பொல்லிலூரில் பிரிட்டிஷ் படைக்குப் படுகேவலமான, வரலாறுகாணாத தோல்வியை வழங்கினார் திப்பு! ஆங்கிலேயர் 4000 பேருக்குமேல் இறந்திருந்தனர். இந்தியாவுக்கு வந்தநாளிலிருந்து கிழக்கிந்தியக்

▶ உறையிடப்பட்ட ராக்கட்

கம்பனி கண்ட மிக மோசமான தோல்வி அதுதான். இந்திய வரலாற்றில் அந்த ஒப்பந்தம் மதிப்பு மிகுந்த ஆவணமாகும். ஏனெனில் ஒப்பந்தத்திலிருந்த பத்து பிரிவுகளும் திப்பு சொல்லச் சொல்ல பிரிட்டிஷாரால் எழுதப்பட்டன! அப்படி நடந்தது அதுவே இறுதி முறையாகும். ஆங்கிலேயர்களின் உள்ளத்தில் திப்பு ஏற்படுத்திய அச்சத்தையெண்ணி ஒவ்வொரு இந்தியனும் பெருமைப்படவேண்டும் என்கிறார் வரலாற்று ஆசிரியர் சுனந்தா ரகுநாதன்.

தொலைநோக்குப் பார்வை

போரில் முதன்முதலாக இரும்பு உறையிடப்பட்ட ராக்கட்டுகளை அனுப்பியவர் திப்புதான். 1991ல் திப்பு பற்றிய நினைவுப்பேருரையில் முன்னாள் ஜனாதிபதி டாக்டர் அப்துல்கலாம் இதை நினைவுகூர்ந்தார். திப்புவின் ராக்கட்டுகள் ஒவ்வொன்றும் 1000 கஜதூரம் சென்று தாக்கவல்லவையாக இருந்தன. திப்புவின் மேதை இப்போது புரிந்திருக்கும். ஸ்ரீரங்கப்பட்டினத்தில் நடந்த இறுதிப்போரில் திப்பு ஏவிய இரண்டு ராக்கட்டுகளை பிரிட்டிஷார் இன்னும் உல்விச் பீரங்கிப்படை அருங்காட்சியகத்தில் காட்சிக்கு வைத்துள்ளனர்.

ஆனால் திப்பு எப்போதுமே யுத்தம் பற்றிமட்டுமே யோசித்துக் கொண்டிருக்கவில்லை. 'விவசாயம்தான் நாட்டின் உயிர்நாடி ரத்தம்' என்று 1788ல் திப்பு அனுப்பிய சுற்றறிக்கையை இன்றும் பார்க்கலாம். மக்களுடைய வாழ்நிலையை உயர்த்துவதற்கு எல்லா முயற்சிகளையும் திப்பு எடுத்தார். விவசாயம், வாணிபம்,

அணைகட்டுதல், சாலைகள் அமைத்தல், பொதுமக்கள் பயன் பாட்டுக்கான கட்டிடங்கள் கட்டுதல், துறைமுகங்கள் அமைத்தல் என திப்புவின் பணி நீண்டுகொண்டே போனது. இலங்கை, ஆப்கனிஸ்தான், துருக்கி, ஈரான், ஃப்ரான்ஸ் போன்ற நாடுகளுடன் வாணிபத்தையும் அவர் விரிவுபடுத்தினார்.

மைசூரின் பட்டு, சந்தனம், ஏலக்காய், மிளகு, யானைகள், தந்தம் முதலியனவற்றுக்கு மேற்கத்திய சந்தையில் பெரும் கிராக்கி. இவற்றின் வாணிபமும் அதில் கிடைக்கும் லாபமும் அந்நியருக்குக் கிடைத்துவிடக்கூடாது என்பதில் திப்பு மிகவும் உறுதியாகவும் உஷாராகவும் இருந்தார். ஏற்றுமதி இறக்குமதிகள் யாவும் இடைத் தரகர்கள் இல்லாமல் ஸ்ரீரங்கப்பட்டினத்திலிருந்தே நடக்க ஏற்பாடுகள் செய்தார். தனி நாணயங்களும், வங்கி முறைகளும் அறிமுகப்படுத்தப்பட்டன. சிறிய முதலீட்டாளர்களுக்கு அதிக லாபம் கிடைக்குமாறு அவரது வங்கி அமைப்புகள் செயல்பட்டன. ஒருவகையான கூட்டுறவு வங்கி முறை அது என்றே சொல்லலாம்.

துப்பாக்கிகள், மஸ்கட்டுகள், பீரங்கிகள், துணி – இப்படி தளவாடங்களும் அன்றாட பயன்பாட்டுக்கான பொருள்களும் தயாரிக்கக்கூடிய பட்டறைகள் தலைநகரில் ஏற்படுத்தப்பட்டன. வியாபாரத்துக்காக என்றும், போருக்காக என்றும் தனித்தனியாக கப்பற்படைகள் அமைக்கப்பட்டன. உள்ளூரில் கிடைக்கும் பொருள்களைக்கொண்டே 100 கப்பல்கள் செய்ய 1793ல் திப்பு ஒரு உத்தரவு போட்டார்.

பட்டு உற்பத்தியிலும் தோட்டக்கலையிலும் திப்புவுக்குக் காதல் என்றே சொல்லலாம். வெளிநாட்டு ஆட்சியாளர்களுக்கு கடிதம் எழுதியபோதெல்லாம் அங்கே கிடைக்கும் புதுவகை விதைகள் மற்றும் தாவரங்களையும் அனுப்புமாறு கேட்டுக்கொள்வார்! மிக அதிகவிலை கொடுப்பவருக்கே நிலம் என்ற நிலையை திப்பு மாற்றினார். உழுபவர்களுக்கு நிலங்கள் இலவசமாகக் கொடுக்கப்பட்டன. கஷ்டமான காலகட்டத்தில் அவர்களுக்கு ‘தகாவி’ எனப்படும் கடன்களும் வழங்கப்பட்டன.

புதுமையான தண்டனை

குற்றவாளிகளுக்குபலவிதமானதண்டனைகள் காலங்கால மாகக் கொடுக்கப்பட்டு வருகின்றன. அபராதம் கட்டுதல், சிறைத் தண்டனை, சாட்டையடி, தூக்கு தண்டன என. ஆனால் திப்பு ஒரு புதுவித தண்டனையை அறிமுகப்படுத்தினார். உலக வரலாற்றில் அப்படி இதுவரை யாருமே செய்ததில்லை. அது என்ன?

ஸ்ரீரங்கநாதர் கோயில்

திருடிவிட்டாயா, சரி, நீ இன்ன வீதியில் இத்தனை மரக் கன்றுகளை நடவேண்டும். அவை இந்த அளவு உயரத்துக்கு வளரும்வரை அவைகளை நீரூற்றிப் பராமரித்து வரவேண்டும். இதுதான் தண்டனை! மைசூர் ராஜ்ஜியம் முழுவதும் திப்புவின் தண்டனைகள் வேர் விட்டு, கிளைவிட்டு, இலை விட்டு, பழம் விட்டு, நிழல்விட்டு பரவிக்கிடந்தன! ஆஹா, எவ்வளவு அழகிய தண்டனைகள்! கொடுத்த தண்டனையின் மூலமாகக்கூட நாட்டுக்கு நன்மை விளைய வேண்டும் என்று நினைத்தவன் மேதையல்லவா!

இதுமட்டுமா? மது, விபசாரம், ஒரு பெண் பல ஆண்களை மணப்பது ஆகியவற்றை அவர் தடை செய்தார். கைவிடப்பட்ட சிறுமிகளையும் குழந்தைகளையும் வாங்குவதோ விற்பதோ கூடாது என்றும், திருமணங்களில் அனாவசியமாக ஆடம்பரச் செலவுகள் செய்யக்கூடாது என்றும் உத்தரவுகள் கொடுத்தார். மலபாரில் தாழ்த்தப்பட்ட ஜாதிப்பெண்கள் ஜாக்கெட் அணிந்து மானம் மறைப்பதற்கு அனுமதி இல்லாமலிருந்தது. அவர்களும் மேலாடை அணியவேண்டும் என்று உத்தரவு பிறப்பித்து, மானம் மரியாதைக்கு ஜாதி மத பேதம் கிடையாதென்ற உண்மையை உணர்த்தினார் திப்பு.

அனுமதி கேட்காமல் ஒரு வியாபாரியின் இடத்திலிருந்து காய்கறிகளைப் பறித்து வந்துவிட்ட தன் மூத்த மகன் ஃபதே ஹைதருக்குதண்டனைகொடுத்தார்! மன்னனின்மகனேஎன்றாலும்

அனுமதி பெறாமல் அடுத்தவர் பொருளில் கைவைக்கும் உரிமை கிடையாது என்பதை அவனுக்கு புரியவைத்தார்.

'ஜாமியல் உமூர்' என்ற பெயரில் ஸ்ரீரங்கப்பட்டினத்தில் ஒரு பல்கலைக்கழகம் தொடங்க ஆசைப்பட்டார். 'ஃபௌஜி அக்பர்' என்ற பத்திரிக்கையைத் தொடங்கினார். அவருடைய தனிப்பட்ட நூலகத்தில் மட்டும் 2000 கையெழுத்துப் பிரதிகள் இருந்தன. அவற்றில் ஒன்று பேரரசர் அவ்ரங்கசீப் கையால் எழுதப்பட்ட திருக்குர்'ஆனாகும்.

திப்பு எப்போதுமே ஜாதிமதம் பாராமல் அவரவர் திறமைக்கு ஏற்ற பதவிகளை அளித்தார். பூர்ணய்யாவும் கிருஷ்ணாராவும் திவான் என்ற முக்கிய பதவியில் இருந்தனர். காவல் துறையின் ஒற்றர் பிரிவிற்குத் தலைவராக ஷாமா அய்யங்காரும், வரிவசூல் துறையின் பொருளாளராக சுப்பாராவும் இருந்தனர். அரசுமுறைத் தூதர்களாகச் சென்றவர்களில் அப்பாஜி, சீனிவாசராவ் முக்கியமானவர்கள்.

திப்புவின் கோயில் கொடைகள்

ஃப்ரெஞ்சுக்காரர்கள் கேட்டுக் கொண்டதற்கிணங்க மைசூரில் முதன் முதலாக தேவாலயம் ஒன்றைக் கட்டிக்கொடுத்த முஸ்லிம் ஆட்சியாளர் திப்புதான். அவரது நன்கொடைகளையும் பரிசுகளையும் பெற்றுக்கொண்ட கோவில்கள் அனேகம். அவற்றில் சிலதைப்பற்றி மட்டும் இங்கே பார்க்கலாம்.

திப்புவின் ஆதரவால் சீர்பெற்று விளங்கிய திருக்கோயில்களில் முதன்மையானது ஸ்ரீரங்கநாதர் கோயிலாகும். திப்புவின் மாளிகையான பட்டன் மஹாலுக்கும் இந்தக் கோயிலுக்கும் இடையில் கூப்பிடு தூரம்தான். 200அடி தூரம்கூட இருக்காது. அக்கோயிலில், திப்புவின் பெயரைத் தாங்கிய, பிரசாதம் வைக்கும் வெள்ளிப் பாத்திரங்கள் ஏழும், பல தீபத் தட்டுக்களும், ஊதுவத்தி நிலைப் புத் தண்டுகளும் இருப்பதை இன்றும் காணலாம். (மைசூர் ஆர்க்கியலாஜிகல் சர்வே, அறிக்கை, 1912. பக்கம் 2). ஒருமுறை இந்தக் கோயிலில் மணி அடிக்கவில்லை என்பதற்காக, அதன் தர்மகர்த்தாவை திப்பு கடிந்துகொண்டார்! ஒரு முஸ்லிம் ஆட்சியில், இந்துக் கோயில் சரியாகப் பராமரிக்கப்படவில்லை என்ற குற்றச்சாட்டு எழுந்துவிடக் கூடாது என்பதில் திப்பு கவனமாக இருந்தார். (திப்புவின் அரசியல், பக்கம் 203).

நஞ்சன் கூடு என்ற சிவத்தலத்தில் இருந்த திருநஞ்சுண்டேஸ்வரர் ஆலயத்துக்கு திப்பு வழங்கிய மரகத லிங்கம்

▶ திப்பு சுல்தான் நினைவிடம்

முக்கியமானது. பளிச்சிடும் பச்சைக் கல்லால் ஆன அந்த லிங்கத்துக்கு ‘பாதுஷா லிங்கம்’ என்றே பெயரிடப்பட்டுள்ளது! (மைசூர் ஆர்க்கியலாஜிகல் சர்வே, 1940, பக்கம் 23).

மற்ற மதத்தவரிடம் இவ்வளவு அன்பு காட்டிய திப்பு, தனது மார்க்கத்தையும் விட்டுவிடவில்லை. முஸ்லிம்கள் குடியிருக்கும் ஒவ்வொரு ஊரிலும் ஒரு பள்ளிவாசலைக் கட்டி, முறைப்படி தொழுகை நடைபெற ஏற்பாடுகள் செய்தார்.

உயர்ந்த பதவிகள் கொடுக்கப்பட்டுக் கூடவே இருந்த பூர்ணய்யா போன்றவர்கள் செய்த துரோகத்தால் நாலா பக்கமும் ஆங்கிலேயப் படைகள் ஸ்ரீரங்கப்பட்டிணக் கோட்டையை சுற்றி வளைத்தன. துப்பாக்கிகளுடன் எதிரிகள் உள்ளே புகுந்தார்கள். உயிர் போவது நிச்சயம் என்று தெரிந்துவிட்டது. அப்போது ஒரு அதிகாரி கூறினார். ‘மஹாராஜா, வேறு வழியில்லை. நீங்கள் எதிரிகளிடம் சரணடைந்து விடுங்கள்’.

ஆனால் அதற்கு அந்த மாமன்னன் திப்பு சுல்தான் சொன்ன பதில்தான் இக்கட்டுரையின் தொடக்கத்தில் உள்ளது. இப்போது சொல்லுங்கள், திப்புவை மைசூரின் புலி என்றது சரிதானே? இந்திய நாட்டின் முதல் விடுதலைப்புலி என்றுகூடச்சொல்லலாம் அல்லவா?

8

சிறையிலும் சுதந்திரமாக இருந்தவன்

ஒருநாள் மாலை தன் அப்பாவோடும்
அவரது நண்பரோடும் 'வாக்கிங்'
போய்க் கொண்டிருந்தான் அந்த மூன்று வயதுப் பையன்.
கொஞ்சதூரம் போனதும் மகனின் காலடிச் சப்தம்
கேட்கவில்லையே என்று சட்டென்று
திரும்பிப் பார்த்தார் அப்பா.
பையன் தரையில் அமர்ந்து எதையோ விதைப்பது மாதிரி
என்னவோ செய்துகொண்டிருந்தான்.

▶ பகத்சிங்

"அங்கே என்ன செய்துகொண்டிருக்கிறாய்?''

''துப்பாக்கி வளர்க்கிறேன் அப்பா. கொஞ்ச நாளில் இந்த வயல் பூராவும் துப்பாக்கிகள் முளைத்து வளர்ந்திருக்கும்'' என்று கூறினான்!

ஒரு செடியைப்போல துப்பாக்கிகளையும் பெரிய எண்ணிக்கையில் வளர்த்து உருவாக்க முடியும் என்று அந்தச் சின்னப் பையன் எண்ணியது சிறுபிள்ளைத்தனத்தின் விளைவு அல்ல. அது ஒரு புரட்சிக்காரனின் சிந்தனை. A revolutionary in the making. ஆமாம். பிற்காலத்தில் இந்திய விடுதலை வரலாற்றில் மறக்க முடியாத ஆளுமையாக மாறிப்போனவன் அவன்.

நாலாவது படித்துக்கொண்டிருந்தபோது ஒருநாள், 'நீ என்னவாகப் போகிறாய்?' என்று நண்பர்களிடம் கேட்டான். நான் டாக்டர், நான் எஞ்சினியர், நான் வக்கீல், நான் அரசு அதிகாரி என்று ஒவ்வொருவரும் அவரவர்க்குப் பிடித்த பதிலைச் சொன்னார்கள். ஆனால் நம் கதாநாயகன் என்ன சொன்னான் தெரியுமா?

''நான் பிரிட்டிஷாரை இந்த நாட்டை விட்டு விரட்டப் போகிறேன்!''

இப்படி பதில் சொன்ன அவன் – ஸாரி, அவர் -- யார்? இப்படி பதில் சொன்னவரும், மூன்று வயதில் துப்பாக்கி 'வளர்க்க' முயன்ற சின்னப் பையனும் அவர்தான். இந்திய விடுதலைப்போரின் நாயகர்களில் ஒருவரான பகத் சிங்தான் அவர்!

பகத்சிங் குடும்பமே நாட்டுக்காக வாழ்வைத் தியாகம் செய்த குடும்பம். சர்தார் கிஷான் சிங்குக்கும் வித்யாவதிக்கும் மகனாகப்

வரலாறு படைத்த வரலாறு | நாகூர் ரூமி

> "நான் கொடுத்த வாக்குறுதியின்படி **அன்னையை வெளியேற்றிவிடுகிறேன்.** ஆனால் அவர் இங்கே செய்துகொண்டிருக்கும் பணியினை **உங்கள் அன்னையர்** வந்து செய்யவேண்டும், சம்மதமா?"

பிறந்தவர் பகத் சிங். கிஷான்சிங்கும், அவரது தம்பிகளான அஜித் சிங்கும், ஸ்வரன் சிங்கும்கூட இந்திய விடுதலைக்காகப் போராடி அடிக்கடி சிறை சென்றவர்கள்.

விடுதலை உணர்வு ரத்தத்தில் ஓடிக்கொண்டிருந்த குடும்பத் தில், மூன்றாவது குழந்தையாகப் பிறந்தார் பகத்சிங் (செப்டம்பர் 28, 1907). அவர் பிறந்த நேரத்தில்தான் அவரது தந்தை கிஷான் சிங்கும் சிற்றப்பா ஸ்வரன் சிங்கும் சிறையிலிருந்து விடுதலை யாகியிருந்தனர்.

மகன் பிறந்த நேரம் நல்ல நேரமாகப் பட்டது குடும்பத்துக்கு. அதனால் குழந்தைக்கு 'அதிர்ஷ்டக்காரன்' என்று பொருள்படும்படி பகத் சிங் என்று பெயர் வைத்தனர்! பாவம்!

அம்மா வித்யாவதியின் வாழ்க்கை தொடக்கத்திலிருந்தே துயர மானது. நாட்டுக்காக அடிக்கடி கணவரும் குடும்பத்து மற்ற ஆண்களும் அடிக்கடி சிறைசென்றதால் குழந்தைகளை வைத்துத்தான் அவர் தன் வேதனைகளை மறைக்கவும் மறக்கவும் வேண்டியிருந்தது.

இப்படி ஒரு சூழ்நிலை இன்று நம் மனைவிமார்களுக்கு அமைவதை நாம் விரும்புவோமா? தேசத்தைப் பற்றி அந்தக் காலத்தில் சிந்தித்தவர்களின் வாழ்க்கையை நெகிழவைக்கிறது.

புரட்சியின் பொறி

1919ல் நடந்த அயோக்கியத்தனமான ஜாலியன் வாலாபாக் படுகொலைச் சம்பவம் உலகையே உலுக்கியது. அப்போது பகத் சிங்குக்கு பன்னிரண்டு வயது. ஆனாலும் அவர் மனதில் அந்த நிகழ்ச்சி நீங்காத வடுவை ஏற்படுத்தியது. அன்று பள்ளிக்கூடம் போகாமல் பகத்சிங் நேராக படுகொலை நடந்த இடத்துக்குச் சென்றார். சிறுவனாக இருந்ததால் எப்படியோ அங்கிருந்த காவலாளிகள் கண்ணிலிருந்து தப்பித்து உள்ளேபோய் அவர் செய்த காரியம் சிலிர்ப்பூட்டுகிறது. ஒவ்வொரு இந்திய மனதிலும் இருத்த வேண்டிய, நிறுத்த வேண்டிய நெகிழ்வான நிகழ்வு அது. அப்படி என்ன செய்தார்?

செத்துப்போனவர்களின் ரத்தக்கறை படிந்த அந்த ஈரம் காயாத மண்ணை ஒரு பாட்டிலில் நிரப்பிக்கொண்டு வீடு திரும்பினார். ''இங்கே பாருங்கள். இதுதான் பிரிட்டிஷாரால் கொல்லப்பட்ட நம் மக்களின் ரத்தம். இதற்கு மரியாதை செய்யுங்கள்'' என்று கூறிவிட்டு, அதை சுவரில் இருந்த மாடக்குழியில் வைத்து பூக்கள் போட்டு மரியாதை செய்தார்!

வரலாறு படைத்த வரலாறு | நாகூர் ரூமி

எப்படியாவது வெள்ளைக்காரனை விரட்டிவிடவேண்டும் என்ற எண்ணம் உறுதியாகிக்கொண்டே போனது. நாட்டுக்காக ஏதாவது செய்யவேண்டுமென்று பகத்சிங் முடிவெடுத்தபோது அவர் வயது பதிமூன்றுதான். தன் எண்ணத்தை அப்பாவிடம் கூறி விடுதலை இயக்கத்தில் சேர்ந்து பணியாற்ற அனுமதி கோரினார். "அதெல்லாம் வேணாம்ப்பா. நீ படிச்சு பெரிய்ய டாக்டராகி, கோடிகோடியா சம்பாதிச்சு என்னையும் அம்மாவையும் கவனி" என்று நம் அப்பாக்களைப்போல கிஷன்சிங் சொல்லவில்லை.

▲ லாலா லஜ்பதி ராய்

அவரே ஒரு போராளி யாயிற்றே! மகனுக்கு அனுமதி கொடுத்தார்! அயர்லாந்து, இத்தாலி, ரஷியா போன்ற நாடுகளில் நடந்த புரட்சி களைப் பற்றியும், உலகப் போராளிகள் பலரின் வாழ்க்கை வரலாற்றையும் பகத்சிங் ஊன்றிப் படித்தார். ஆயுதங்களுடன் போராடு வதுதான் சரி என்ற முடிவுக்கு வந்தார். அந்த எண்ணத்து டன் இருந்த இளைஞர்களை ஒன்றிணைக்கும் காரியத்தில் இறங்கினார்.

அதற்காக லாகூரில்'நெள ஜவான் பாரத் சபா'(இந்திய இளைஞர் சபை) என்ற இயக்கத்தைத் தொடங்கி அதன் செயலாளராக இருந்தார். பின்னர் ஹிந்துஸ்தான் ப்ரஜ தந்த்ரா சங்கம் (இந்தியக் குடியரசுக் கட்சி) என்ற போராளி அமைப்பைத் தோற்றுவித்தார். ஜதிந்த்ரநாத் தாஸ் என்பவர் மூலமாக குண்டு செய்வது எப்படி என்றும் தெரிந்துகொண்டார்.

ஆனால் படிப்பை அம்போ என்று விட்டுவிடவில்லை. லாலா லஜ்பதி ராய் போன்றவர்களால் தொடங்கப்பட்ட நேஷனல் கல்லூரியில் சேர்ந்து படித்தார். வரலாறு, அரசியல் ஆகியவற்றில் அவருக்கிருந்த அறிவைக்கண்டு கல்லூரி முதல்வர் வியந்து கல்லூரியில் இடம் கொடுத்தார். பகலில் படிப்பு, மாலையில் இயக்க வேலை எனச் சென்றது அவர் வாழ்வு.

வங்காளத்தில் இருந்த சச்சிந்த்ரநாத் சன்யால் என்ற புரட்சி இயக்கத் தலைவரின் கட்சியில் சேர விரும்பினார். தலைவர் அழைத்தால் உடனே வீட்டை உதறிவிட்டுக் கிளம்பிப் போய்விட வேண்டும் என்ற நிபந்தனைக்கும் பகத்சிங் உடன்பட்டார். அந்த நேரத்தில்தான் பகத்சிங்குக்குப் பெண் பார்த்தார்கள். குறிப்பிட்ட நாளில் நிச்சயம்கூட நடப்பதாக இருந்தது. ஆனால் அதற்கு சில நாட்களுக்கு முன் வங்காளப் புரட்சி இயக்கத் தலைவரின் அழைப்பு வந்தது! அதுதான் விதியின் அழைப்பு. உடனே

வரலாறு படைத்த வரலாறு | நாகூர் ரூமி

பகத்சிங்கும் கிளம்பிச் சென்றுவிட்டார்! அவர் எங்கு சென்றார் என்று கொஞ்சநாள் குடும்பத்தினர், நண்பர்கள் யாருக்குமே தெரியாது!

"என் வாழ்க்கையின் லட்சியம் இந்திய விடுதலைக்காகப் பாடுபடுவதுதான். இந்த உலக வாழ்வின் சுகங்கள் எனக்கு வேண்டாம். இந்த நாட்டுக்காக நான் தியாகம் செய்வேன் என்று என் உபநயனத்தின்போது என் சிற்றப்பாவுக்கு நான் சத்தியம் செய்துகொடுத்தேன். அதை இப்போது நிறைவேற்றப்போகிறேன்" என்று குடும்பத்தினருக்கு கடிதம் எழுதி வைத்திருந்தார்! பாட்டிக்கு ரொம்ப உடல்நிலை சரியில்லாமல் போனபோதுதான் அவர் மீண்டும் குடும்பத்தினரால் தேடி அழைத்துவரப்பட்டார்.

வீட்டுக்கு வந்த பிறகும் அவரால் சும்மா இருக்கமுடியவில்லை. விடுதலைக்காகப் போராடிய அகாலி தால் என்ற கட்சியினரின் ஊர்வலத்துக்கு உணவோ தண்ணீரோ கொடுக்கக்கூடாது என்ற மாவட்ட ஆட்சியாளரின் உத்தரவை மீறி ரகசியமாக அவர்களுக்கு உணவும் நீரும் கிடைக்க ஏற்பாடு செய்தார்!

காவல் துறையினரின் பார்வை பகத்சிங்மீது விழ ஆரம்பித்தது. அவரது அசைவுகள்கூட கண்காணிக்கப்பட்டன. சந்தேகத்தின்பேரில் அவரை போலீஸ் லாகூரில் கைது செய்து சிறையில் அடைத்து சித்திரவதைகள் செய்தது. சாட்டையால் அடித்தனர். ஒரு ஈட்டியை வைத்துக் குத்திப் புண்ணாக்கினர். ஆனால் பகத்சிங் வாய் திறக்கவில்லை. கடைசியில் 60,000 ரூபாய்கள் ஜாமீன் தொகை கட்டினால் விடுதலை செய்யமுடியும் என்று 'நீதிபதி' கூறினார்! இந்தக் காலத்தில் 200 கோடி ரூபாய் அபராதம்கூட பெரிய தொகையல்ல என்று நமக்குத் தெரியும். ஆனால் அந்தக் காலத்தில் அறுபதாயிரம் ரூபாய் என்பது நினைத்துப்பார்க்க முடியாத பெரிய தொகை. ஆனால் பகத்சிங்குக்காக அதைக் கட்ட துனி சந்த், தௌலத் ராம் என்ற இரண்டு பணக்காரர்கள் முன் வந்தார்கள்! அவர்கள் கொடுத்த உத்தரவாதத்தின் பேரில் பகத்சிங் விடுதலை செய்யப்பட்டார்.

ஜாமீனில் இருக்கும் காலத்தில் புரட்சிகரச் செயல்பாடுகளில் பகத் சிங் ஈடுபட்டால் அந்த இருவரும் ஜாமீன் தொகையைக் கட்டவேண்டும். ஆனால் தன்பொருட்டு மற்றவர்கஷ்டப்படுவதை பகத்சிங் விரும்பவில்லை. எனவே அமைதியாக அப்பாவின் உதவியுடன் சிறிய பால்பண்ணையை நடத்த ஆரம்பித்தார். காலை

நான்கு மணிக்கு எழுந்து, பசுக்களுக்கு தீவனம் வைத்துவிட்டு, சாணம் அள்ளிவிட்டு, தொழுவத்தைச் சுத்தப்படுத்தினார். பின்பு பால்கறந்து விற்றார். இதை வெகு சிரத்தையாக செய்தார். அந்த பிரச்சனையிலிருந்து மீண்டவுடன் பால் பண்ணையை மூடிவிட்டு மீண்டும் புரட்சியில் ஈடுபட ஆரம்பித்தார். 1928ல் டெல்லிக்குச் சென்ற அவர் அதன் பிறகு வீட்டுக்குத் திரும்பி வரவே இல்லை.

இந்தியாவுக்கு சுதந்திரம் வழங்கலாமா வேண்டாமா என்று முடிவு செய்ய, 1928ல் சைமன் கமிஷன் இந்தியாவுக்கு வந்தது. அது லாகூருக்கு வந்தபோது அதை எதிர்த்து நௌ ஜவான் பாரத் சபா சார்பாக ஏற்பாடு செய்யப்பட்டிருந்த பெரிய ஊர்வலத்தில் வயோதிகரான லாலா லஜ்பத்ராயும் கலந்துகொண்டார். சௌண்டர்ஸ் என்ற காவல்துறை அதிகாரி லஜ்பதிராயின் நெஞ்சில் லத்தியால் ஓங்கி அடித்தார். அந்த பாதிப்பால் ஒரு மாதத்தில் லாலா இறந்தே போனார்.

இளம் புரட்சியாளர்கள் கொதித்துப்போயினர். லஜ்பதிராயை அடிப்பதற்கு உத்தரவு பிறப்பித்த ஸ்காட் என்பவனைக் கொல்ல முடிவுசெய்தனர். ஆனால் ஸ்காட்டுக்கு பதிலாக லஜ்பதிராயை நெஞ்சில் அடித்த சௌண்டர்ஸ் சுட்டுக்கொல்லப்பட்டான். இதைச் செய்தது பகத் சிங்கும் அவர் நண்பரும். சௌண்டர்ஸின் மரணம் ஆங்கிலேய அரசை உலுக்கியது.

சட்ட சபையில் வீசப்பட்ட குண்டுகள்

மூன்று மாதங்களாகியும் காவல்துறையினரால் அவர்களைப் பிடிக்க முடியவில்லை. ஏப்ரல் 1929ல் மத்திய அரசின் சட்ட சபை கூடி இந்தியாவுக்குக் கேடு விளைவிக்கும் இரண்டு மசோதாக்களை அமுலாக்க முயன்றது. அதை எதிர்த்து அரசை அச்சுறுத்த பகத்சிங்கும் கூட்டாளிகளும் முடிவுசெய்தனர். பகத் சிங்கும் படுகேஷ்வரும் டெல்லி சென்று, அங்கே சட்ட சபையில் யாருக்கும் தீங்கு விளைவிக்காத குண்டுகளை வீசவேண்டும், பின்னர் கைதாகவேண்டும் என்று முடிவு செய்யப்பட்டது.

1929 ஏப்ரல் 8. பகத்சிங்கும் நண்பரும் குண்டுகளை எடுத்துக் கொண்டு சட்டசபைக்குச் சென்று உயரத்தில் அமைக்கப்பட்ட 'விசிட்டர் காலரி'யில் அமர்ந்து கொண்டனர். மன்றத்தின்முன் மசோதாக்கள் அரசால் முன்மொழியப்பட்டன. உறுப்பினர்கள் அதை நிராகரித்தனர். இறுதியில் ஒருவர் எழுந்து தன் பிரத்தியேக அதிகாரத்தின் மூலம் வைஸ்ராய் அம்மசோதாக்களை அமுல்படுத்துவதாக அறிவித்தார்.

▶ பகத்சிங்கும் படுகேஷ்வரும்

அவ்வளவுதான். குண்டுகள் அவர்களை நோக்கி மேலிருந்து கீழாக வீசப்பட்டன. அவை வெடித்து பயங்கர சப்தம் எழுப்பின. அச்சத்தில் மக்கள் இங்குமங்குமாக ஓடினர். சிலர் மயங்கி விழுந்தனர். அதே சமயம் சிவப்பு நிறத் துண்டுப்பிரசுரங்கள் மேலிருந்து வீசப்பட்டன. அதில் பிரஜ தந்த்ர சேனை பற்றிய விபரங்கள் இருந்தன. அரசாங்கம் கடுமையாக விமர்சிக்கப் பட்டிருந்தது. 'வாழ்க புரட்சி, ஓங்குக புரட்சி' என்ற கோஷங்கள் சபை முழுவதும் எதிரொலித்தன.

கோஷம் வந்த திசை நோக்கி போலீஸ் விரைந்தது. அங்கே பகத் சிங்கும் பதுகேஷ்வர் மட்டுமே இருந்தனர். அவர்கள் கைகளில் துப்பாக்கி இருந்தது! அதைப் பார்த்ததும் போலீஸ் பின்வாங்கியது. ஆனால் இருவரும் கைத்துப்பாக்கிகளை கீழே போட்டுவிட்டு கைதாயினர்.

சபையில் வீசப்பட்ட குண்டுகளால் நான்கைந்து பேருக்கு மட்டும் லேசான காயங்கள் ஏற்பட்டிருந்தன. அவ்வளவுதான். அந்த நிகழ்ச்சி உலகத்தின் கவனத்தை இருவர் மீதும் திருப்பியது. பகத் சிங்கும் அவரது கூட்டாளியும் லாகூர் சிறையில் அடைக்கப்பட்டனர்.

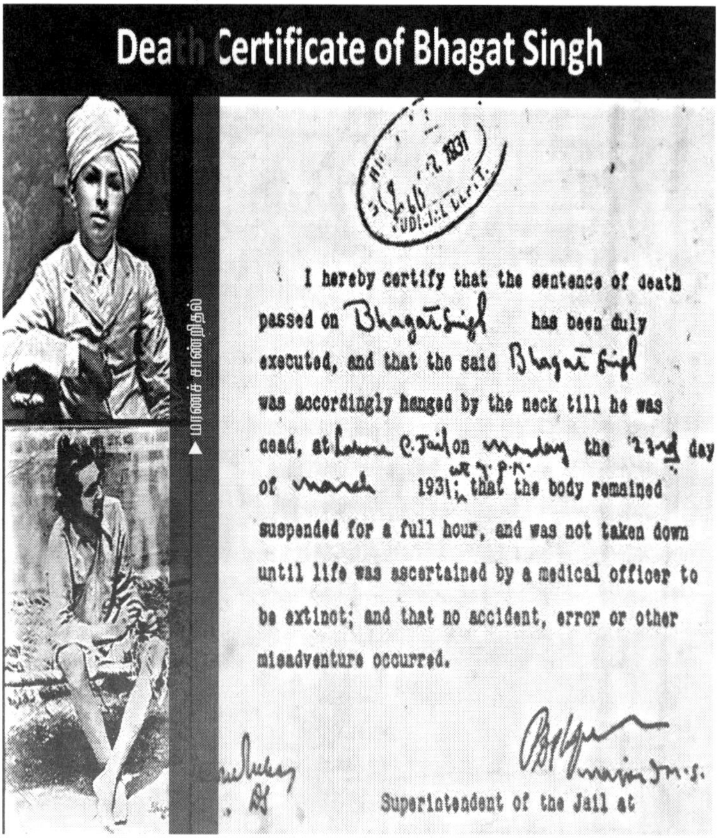

Death Certificate of Bhagat Singh

I hereby certify that the sentence of death passed on Bhagat Singh has been duly executed, and that the said Bhagat Singh was accordingly hanged by the neck till he was dead, at Lahore C. Jail on Monday the 23rd day of March 1931; that the body remained suspended for a full hour, and was not taken down until life was ascertained by a medical officer to be extinct; and that no accident, error or other misadventure occurred.

Superintendent of the Jail at

மரணமே வருக

தூக்கிலிடப்படுவோம் என்று பகத்சிங்குக்கு நன்றாகவே தெரியும். அதைப்பற்றி அவர் கவலைப்படவே இல்லை. சிறையில் கைதிகள் மோசமாக நடத்தப்பட்டதற்காக சிறைக்குள்ளேயே போராடினார். அவர்களுக்குப் போதிய உணவு கிடைக்கவேண்டும் என்பதற்காக இரண்டு மாதங்கள் உண்ணாவிரதமிருந்தார். அதன் பிறகுதான் அவர்கள் கோரிக்கையை கவனிப்பதாக அரசு சொன்னது.

பகத்சிங் வழக்கு நடந்தபோது பார்வையாளர்கள் நீதிமன்றத் திற்குள் அனுமதிக்கப்படவில்லை. கைதிகள் விலங்குகளோடே

கொண்டுவரப்பட்டனர். ஆனால் அவர்கள் 'நீடூழி வாழட்டும் போராட்டம்' என்று கோஷம் போட்டுக்கொண்டுதான் உள்ளே நுழைந்தனர்.

'செவிடர்களுக்குக் காதில் விழவேண்டுமென்றால் சப்தம் பலமாக இருக்கவேண்டும். நாங்கள் குண்டுகளைப் போட்டது யாரையும் கொல்வதற்கல்ல. பிரிட்டிஷ் அரசாங்கத்துக்குத்தான் நாங்கள் குண்டு வைத்தோம். அவர்கள் இந்தியாவை விட்டு வெளியேற வேண்டும். இந்தியா விடுதலை பெறவேண்டும்' என்று பகத் சிங் கூறினார்.

அவரைக் காப்பாற்றுங்கள் என்று அரசுக்கு ஆயிரக்கணக்கான முறையீடுகள் அனுப்பப்பட்டன. ஆனால் எதுவும் ஏற்றுக்கொள்ளப் படவில்லை.

1931ம் ஆண்டு மார்ச் 24ம் தேதி பகத்சிங்கும் இரண்டு கூட்டாளிகளும் தூக்கிலிடப்படுவார்கள் என்று அறிவிக்கப்பட்டது. கைதிகளின் உறவினர்கள்கூட கைதிகளைப் பார்க்க அனுமதிக்கப் படவில்லை. ஆனால் பகத்சிங் உள்ளிட்ட மூன்று பேரும், ரகசியமாக, அயோக்கியத்தனமாக, ஒருநாளைக்கு முன்னரே, மார்ச் 23ம் தேதியே தூக்கிலிடப்பட்டனர். அதுமட்டுமல்ல, சுவரை உடைத்து இரவோடு இரவாக சட்லஜ் நதிக் கரையில் அவர்களது உடல்கள் எரிக்கப்பட்டன.

▲ பகத்சிங் தூக்கிலிடப்படும் அன்று

ஆனால் தூக்கில் இடப்படும் அன்று கூட பகத்சிங்கும் கூட் டாளிகளும் உற்சாக மாக இருந்தனர். தூக்கு மேடையில் ஏறி கயிற்றை முத்தமிட்டனர். பின் அவர்களே அதை தம் கழுத்தைச் சுற்றிப் போட்டுக் கொண்டனர். 'பாரத மாதா வெற்றி பெறவேண்டும்' என்ற முழக்கத்துடன் உயிர் துறந்தனர்.

அவர்கள் இறந்த அன்று சிறையில் யாருமே சாப்பிடவில்லை. எல்லோரும் அழுதுகொண்டிருந்தனர். நடந்தது தெரியாமல், மறுநாள் அவர்களைப் பார்க்க உறவினர்கள் வந்தனர். நடந்த அயோக்கியத்தனத்தை சில குறிப்புகளால் உணர்ந்துகொண்ட ஆயிரக்கணக்கான மக்கள் அந்த இடத்துக்கு விரைந்தனர். ஆனால் மூன்று பேரின் சாம்பல்தான் மிஞ்சியிருந்தது.

பகத் சிங் பற்றியும் அவரது தியாகம் பற்றியும் ஆயிரக்கணக்கான பாடல்கள் எழுதப்பட்டன. 'ஜெயிலில்கூட நான் சுதந்திரமாகத்தான் இருந்தேன்' என்று சொன்ன பகத் சிங் இறந்தபோது அவருடைய வயது இருபத்தி நான்கு! பெயருக்கேற்றவாறு பகத்சிங் அதிருஷ்டக் காரரல்ல. ஆனால் பகத்சிங்கின் இந்தியாவில் பிறந்த நாம்தான் அதிர்ஷ்டக்காரர்கள்.

கலியுகக் கர்ணன் நவாப் சி அப்துல் ஹகீம்

செத்தும் கொடுத்தான் சீதக்காதி என்று
சொல்லக் கேள்விப்பட்டிருக்கிறோம்.
அது எப்படி ஒருவர் செத்தபிறகும் கொடுப்பார்?
கீழக்கரையைச் சேர்ந்த வள்ளல் சீதக்காதி
இறந்த பிறகு ஒரு ஏழை தன் தேவைகளைச் சொல்லி
அவர் மண்ணறைக்கு அருகில் நின்று புலம்பினாராம்.
உடனே மண்ணறைக்குள்ளிருந்து வெளியேவந்தது கையில்
தங்க மோதிரம்! அன்றிலிருந்து 'செத்தும் கொடுத்தார் சீதக்காதி'
என்று சொல்வது பிரபலமானதாம்!

▶ ஆம்பூர் இரயில் நிலையம்

ஒருவர் செத்தபிறகும் சொத்துக்காக உரிமைகொண்டாட வழக்குகள் நடத்துவதுதான் நம் வழக்கு! செத்தும் கொடுக்காமல் போனவர்கள்தான் அதிகம்! ஆனால் சீதக்காதியின் கதை அப்படிப்பட்டதல்ல. செத்துப்போனபிறகு போய்க் கேட்டிருந்தாலும் அவர் கொடுத்திருப்பார் என்ற கருத்தைச் சொல்வதாக இந்த 'அற்புத யதார்த்த'க் கதையை எடுத்துக்கொள்ளலாம்.

வாழும் நாட்களில் பிறருக்கு வழங்கிக்கொண்டே இருப்பவர்கள் இறந்தபிறகும் வாழ்ந்துகொண்டே இருப்பார்கள் என்பதைத்தான் சீதக்காதியின் கதை சொல்கிறது! 'பிறருக்கு' என்றால் பெற்றோ ருக்கு, மனைவி, கணவருக்கு, குழந்தைகளுக்கு, சகோதர, சகோதரி களுக்கு, நண்பர்களுக்கு, உறவினர்களுக்கு என்று அர்த்தமல்ல. அதைத்தான் ஊறுகாய் மாதிரி தொட்டுக்கொள்ளும் அளவுக்கு மனிதநேயமுள்ள அனைவரும் செய்வார்களே! வழங்குவது என்ற பிரிவில் இதெல்லாம் வராது.

வழங்குவது என்றால் வள்ளல்தன்மையுடன், கணக்குப் பார்க்காமல் முகம்தெரியாத மனிதர்களுக்கு அள்ளியள்ளி வழங்கு வது. ஒருவரின் மரணத்துக்குப் பிறகும் ஒருவருக்கு உதவும் மூன்று விஷயங்களில் தர்மம் ஒன்று என்று நபிகள் நாயகம் சொன்னார்கள். அந்த மாதிரியான தர்மம். கர்ணபரம்பரையாக – பார்த்தீர்களா மறுபடியும் கர்ணன்! – வழங்கிவரும் புரிதல் இதுதான். (கர்ணனுக்கான புகழ் அர்ஜுனனுக்கு இணையான

வரலாறு படைத்த வரலாறு | நாகூர் ரூமி

> செல்வம் பெற்ற எல்லாருக்கும்
> **தர்ம சிந்தை இருக்குமா**
> என்றால் அது கேள்விக்குறிதான்.
> **கொடுக்கக் கொடுக்கக் குறையும்**
> என்பதுதான் பெரும்பாலான
> மனிதர்களுடைய தர்க்கமாக இக்கிறது.

வில்வித்தைக்காரன் என்பதால் வருவதல்ல. யாரோடும் ஒப்பிட முடியாத வள்ளல்தன்மை கொண்டவன் என்பதால் வந்த புகழ்தான் அவனை இன்னும் உயிர் வாழவைத்துக்கொண்டிருக்கிறது). அப்படிப்பட்ட கர்ணன்கள், சீதக்காதிகள் நம் காலத்திலும் உண்டு. அவர்களில் ஒருவர்தான் நவாப் சி அப்துல் ஹகீம்.

தமிழ் வேர்

வட ஆற்காடு மாவட்டம் கீழ்விசாரம் என்ற ஊரில் கிபி 1863ல் இவர் பிறந்தார். இவருடைய மூதாதையர்கள் தஞ்சை மாவட்டம் அய்யம் பேட்டையைச் சேர்ந்தவர்கள் என்று இஸ்லாமிய கலைக் களஞ்சியமும் வள்ளல் ஹகீம் பற்றிய வரலாற்று நூல்களும் கூறுகின்றன. இதில் ஓராச்சரியம் ஒளிந்திருந்தது! என்ன ஆச்சரியம்? எந்த ஊரில் பிறந்தால் என்ன? யாராவது எந்த ஊரிலாவது பிறக்கத்தானே வேண்டும்?

அதெல்லாம் சரிதான். ஆனால் வட ஆற்காடு மாவட்ட முஸ்லிம்கள் உர்து பேசுபவர்கள். தஞ்சை மாவட்ட முஸ்லிம்கள் தமிழைத் தாய்மொழியாகக் கொண்டவர்கள். அதனால் என்ன என்கிறீர்களா? அதனால் ஒன்றுமில்லை. மொழியால் யாருக்கும் உயர்வு தாழ்வு கிடையாது. ஆனால் ரொம்ப காலமாக எனக்கிருந்த ஒரு கேள்விக்கு பதிலளிக்கும் விதத்தில் இந்த தகவல் உள்ளது. அது என்ன? ஆம்பூர் கல்லூரி ஒன்றில்தான் கடந்த முப்பது ஆண்டுகளாக பேராசிரியராக பணியாற்றி வருகிறேன். வட

ஆற்காடு முஸ்லிம்களின் தாய்மொழி உர்து. ஆனால் பெரும்பாலானவர்களுக்கு உர்து பேசமட்டும்தான் தெரியும். எழுத வராது! அனைவராலும் தம் தாய்மொழியை ஏன் எழுத முடியவில்லை என்ற கேள்விக்கு விடை கிடைக்கவில்லை. ஆனால் அப்துல் ஹகீம் பற்றிய தகவலில் அதற்கான பதில் இருந்தது! அது என்ன?

இந்த மாவட்டத்தில் வாழும் பெரும்பாலான முஸ்லிம்களின் முன்னோர்கள் தமிழர்களாக இருந்திருக்கிறார்கள். பிழைப்புக்காக அவர்கள் இடம்பெயர்ந்து வந்து அங்கே குடியேறியிருக்கிறார்கள். எங்கள் கல்லூரியின் பழைய முதல்வர் டி. நிசார்அஹ்மது ஒரு தகவலை என்னிடம் சொன்னார். 'ச்சியா' என்பது அவரது குடும்பப் பெயர். (இந்த மாவட்டத்தில் குடும்பப் பெயர்கள் முக்கியம்). தம் முன்னோர்கள் சீர்காழியிலிருந்து வந்தவர்கள்; சீர்காழி என்பதுதான் 'சியாழி' என்று மாறி, பின் அதுவும் சுருங்கி 'சியா' ஆகிவிட்டது என்று அவர் சொன்னார்!

ஆம்பூர் பகுதியில் வாழும் பெரிய பெரிய குடும்பங்களின் பெயர்களைக்கவனித்தாலும் இந்த உண்மை புரியும். 'ஆனைக்கார்', 'மெத்தக்கார்', 'நாட்டாம்கார்', 'கந்திரிக்கார்', 'அப்பாபிள்ளை'. இதெல்லாம் சில பிரபலமான குடும்பங்களின் பெயர்கள். ஆனைக்காரர், மெத்தை வீட்டுக்காரர், நாட்டாமைக்காரர், கந்திரிக்காரர் என்ற சொற்கள்தான் நாளடைவில் கொஞ்சம் வலிப்பு வந்தமாதிரி சுருங்கி 'கார்' ஆகிவிட்டது! 'அப்பாபிள்ளை' என்ற தூய தமிழ்ச் சொல்லுக்கு விளக்கம் தேவையே இல்லை. ஆனால் அதுஒரு தூய தமிழ்ச்சொல் என்று அவர்களுக்குத் தெரியாமல் போனதுதான் சோகம்! (நாகூர், நாகை, காரைக்கால் பக்கம் தாத்தாவை 'அப்பா' என்றும் தந்தையை 'வாப்பா' என்றும் சொல்வோம்). வேரில் தமிழும் கிளைகளில் உர்துவும் இருப்பதால்தான் 'பேஸ்மெண்ட் ஸ்ட்ராங்' ஆகவும் 'பில்டிங் வீக்' ஆகவும் இருக்கிறது போலும்! நவாப் சி அப்துல் ஹகீமின் குடும்பப் பெயர் 'சேப்பிள்ளை' என்பதாகும். 'சி' என்ற எழுத்தின் விரிவு அதுதான்!

விஷாரத்தில் பள்ளி இல்லாததால் அப்துல் ஹகீம் ஆற்காடு வரை நடந்துபோய் மூன்றாம் வகுப்பு படித்தார். கிட்டத்தட்ட பத்து கிலோமீட்டர் தூரம்! கல்விமீது அவருக்கும் அவரது பெற்றோருக்கும் இருந்த காதலை இது காட்டுகிறது.

வியாபாரத்தில் நஷ்டம் ஏற்பட்ட கவலையோடு ஊர் திரும்பிய தந்தையாரின் உயிரும் பிரிந்தது. ஆனால் தன் மகனுக்கு வசிய்யத்

ஹகீம்

– இறுதி விருப்பம் – போல ஒன்றை அவர் சொல்லிச் சென்றார். தான் பம்பாயிலிருந்து சென்னை வந்தபோது அங்கிருந்த ராமசாமி முதலியார் விடுதியில் தமிழ்நாட்டு முஸ்லிம்கள் நாயை விடக் கேவலமாக நடத்தப்படுவதாகவும், அது தன்னை மிகவும் வாட்டியது என்றும், வருங்காலத்தில் செல்வம் கிடைக்குமாயின், முஸ்லிம்கள் மரியாதையோடும் கண்ணியத்தோடும் சென்னை வந்து தங்கிச் செல்வதற்கு ஒரு விடுதி கட்டிக் கொடுக்கவேண்டும் என்று தன் மகனிடம் கூறி அவர் உயிர்விட்டது அந்த தொண்டு உள்ளம். இந்த இறுதி விருப்பத்தை ஹகீமின் தந்தையார் அவரிடம் தெரிவித்து இறந்தபோது ஹகீமின் வயது பதினெட்டுதான்.

தன் சிற்றப்பா அப்துர்ரஜ்ஜாக்குடன் இணைந்து ஹகீம் வியாபாரம் செய்தார். ஹகீமின் திறமையைக் கண்டு தன் மகள் குல்ஸூம் பீவியை ஹகீமுக்குத் திருமணம் செய்து வைத்தார் அப்துர் ரஜ்ஜாக். மாமனாரின் மறைவுக்குப் பிறகு, அவரது மகனுடன் சேர்ந்து வியாபாரம் செய்தார் ஹகீம். அவர் செய்த தோல் வாணிபம் அவருக்கு விரைவிலேயே செல்வத்தையும் செல்வாக்கையும் கொடுத்தது. அந்தப் பகுதிக்கே ராஜா மாதிரி ஆகிவிட்டார் அப்துல்ஹகீம். இவரது செல்வம் வளரவளர இவரது தர்மச் செயல்பாடுகளும் வளர்ந்தன.

செல்வம் பெற்ற எல்லாருக்கும் தர்ம சிந்தை இருக்குமா என்றால் அது கேள்விக்குறிதான். கொடுக்கக்கொடுக்கக் குறையும் என்பதுதான் பெரும்பாலான மனிதர்களுடைய தர்க்கமாக இருக்கிறது. ஆனால் சீதக்காதி, அப்துல் ஹகீம், பில்கேட்ஸ், வாரன்பஃபட் போன்றவர்கள்தான் அதுதவறு என்பதை தம் வாழ்க்கையால் நிரூபித்துக்கொண்டிருக்கிறார்கள்.

தந்தையின் இறுதி விருப்பத்தை நிறைவேற்ற, சென்னையில் இருந்த ராமசாமி முதலியார் விடுதிக்கு அருகில் இருந்த காலி

▶ சித்தீக் ஸராய்

இடத்தை ஹகீம் விலை பேசினார். அவரது நோக்கத்தை அறிந்துகொண்ட சிலர் இடத்தின் விலையை ஏலத்தில் ஏற்றி விட்டனர். கடைசியில் ஐம்பதாயிரம் ரூபாய்க்கு அதை வாங்கிய ஹகீம் மேலும் 50,000 செலவிட்டு அதில் தங்குவதற்கு மாடிக் கட்டிடமும் தொழுவதற்கு பள்ளியும் கட்டி அதைத் தன் தந்தையின் பெயரால் 1921-ம் ஆண்டு வக்ஃபு செய்தார். இன்றும் சென்னையில் செண்ட்ரலுக்கு எதிர்ப்பக்கத் தெருவில் இருக்கும் சித்தீக் ஸராய் அதுதான். அதன் சேவை புகழுக்குரியது. இங்கு முஸ்லிம்கள் இலவசமாக மூன்று நாட்கள் தங்கலாம். அதற்கு மேல் கொஞ்சம் பணம் கொடுத்தால் தங்கிக் கொள்ளலாம்.

ஏதோ முஸ்லிம்களுக்கு மட்டும்தான் இவர் கொடுத்தார் என்று நினைக்கவேண்டாம். அப்படிப்பட்ட குறுகிய மனம் வள்ளல்கள் எவருக்கும் இருந்ததில்லை. ஜாதி, மத பேதமெல்லாம் பாராமல் எல்லா மனிதர்களுக்கும் வாரிவாரி வழங்கினார் அப்துல் ஹகீம்.

கல்விக்காக இவர் செய்த சேவையும் தர்மமும் காலத்தால் அழியாதவை. இப்படிக்கூட மனிதர்கள் இருந்தார்களா என்று ஆச்சரியப்படவைப்பவை. சென்னை அங்கப்பநாயக்கன் தெருவில் ஒரு இந்துப் பெண்மணி வாடகை இடத்தில் ஒரு பள்ளிக்கூடம் நடத்தி வந்தார். தொடர்ந்து அங்கே நடத்த முடியாத சூழ்நிலை வந்தபோது, அப்பெண்மணி அப்துல் ஹகீமிடம் வந்து முறையிட்டார்.

உடனே அதேதெருவில் கடைவைத்து நடத்திக் கொண்டிருந்த தன் மகனை, கடையைக் காலிசெய்து அப்பெண்மணி பள்ளிக்கூடம் நடத்துவதற்காகக் கொடுக்க உத்தரவிட்டார் ஹகீம்! தந்தையின் அன்புக் கட்டளைக்கு மகனும் அடிபணிந்தார்! அது கண்டு வியந்த இந்து மக்கள், அப்பள்ளிக்கு அவர்களே 'சி. அப்துல் ஹகீம் இந்து முஸ்லிம் பள்ளி' என்று பெயரிட்டு மகிழ்ந்தனர். இன்றும் சென்னை அங்கப்பநாயக்கன் தெருவில் அந்தப்பள்ளி இயங்கி வருகிறது.

வரலாற்றில் நெகிழ்ச்சியூட்டும் இத்தகைய கணங்கள் அரிதானவை. வள்ளல் தன்மைக்கு ஜாதி மதமெல்லாம் தெரியாது. ஆம்பூரில் உள்ள இந்து மேல்நிலைப்பள்ளியின் மைய வளாகத்தை அப்துல்ஹகீம்தான் கட்டிக் கொடுத்தார். அப்பள்ளியின் கல்வெட்டு இன்றும் அதைப் பறைசாற்றிக் கொண்டுள்ளது. அந்தக் காலத்திலேயே ஏழை மாணவர்கள் 200 பேர் இவருடைய தர்மத்தில் படித்தார்கள்.

யாகூப் ஹஸன் என்ற சுதந்திரப்போராட்ட வீரர் ஹகீம் கம்பனியில் வேலை பார்த்து வந்தார். ஆனால் அவர் சிறைசென்ற போதெல்லாம் முழு சம்பளத்தையும் அவரது வீட்டுக்கு ஹகீம் கொடுத்துவந்தார்.

▲ நவாப் சி. அப்துல் ஹகீம்

▶ அப்துல்ஹகீம் கல்லூரி, மேல்விஷாரம்

அந்தக் காலத்தில் காங்கிரஸில் நலன் விரும்பியாகவும் ஹகீம் இருந்திருக்கிறார். 1933ம் ஆண்டு காங்கிரஸ் மகாசபைக்காக ராஜாஜி நிதி கேட்டபோது ஒரு பெரும் தொகையைக் கொடுத்தார். காக்கிநாடாவில் நேருவின் தலைமையில் நடந்த மாநாட்டுக்கு வந்திருந்தவர்களுக்கான உணவு, தங்குமிடம் தொடர்பான அனைத்து செலவுகளையும் அப்துல்ஹகீமே ஏற்றுக்கொண்டார். தம் ஊரிலிருந்து சிறப்பான சமையல்காரர்களை வரவழைத்து அனைவருக்கும் விருந்தளித்தார். கிலாஃபத் இயக்கக் குழுவுக்கும் நிதியுதவி அளித்துள்ளார். மகாத்மா காந்தி வேலூர் வந்தபோது அவர் கேட்டுக்கொண்டபடி நிதி கொடுத்தார். பணமாக மட்டும் அப்துல்ஹகீம் கொடுத்த நன்கொடைகள் 70 லட்சத்திற்கும் மேல்! (இன்றைய மதிப்பில் பல கோடி ரூபாய்கள்).

வேலூரில் ஐடா ஸ்கட்டர் நினைவு மருத்துவ மனையில் இரண்டு வார்டுகளைக் கட்டிக்கொடுத்தார். ஹகீம் வார்டுகள் என்ற பெயரில் அவை இன்றும் அவர் நினைவைப் பறைசாற்றிக் கொண்டுள்ளன.

அவர் செய்த சில தர்ம காரியங்கள்:

- அகில இந்திய காங்கிரஸுக்கு நிறைய பண உதவி
- திருவண்ணாமலை கோவில் தர்மஸ்தான் நிர்வாகிகளின் கோரிக்கையின் பேரில் கோவிலுக்கு ஒரு யானை
  கட்டாக்கில் உள்ள தேசியக் கல்லூரிக்கு 25000 ரூபாய்

- பெங்களூர் அநாதை விடுதிக்கும் உயர் நிலைப்பள்ளிக்கும் நிதி
- அதன் சார்மினார் மஸ்ஜிதுக்கு நிதி
- பல சிற்றூர்களிலும் பள்ளிகள்
- மேல்விஷாரம் உயர் நிலைப்பள்ளிக்கு கட்டிடம்
- அதன் வருமானத்திற்காக சில கட்டிடங்கள்
- வேலூர் பாகியாதுஸ் ஸாலிஹாத் மார்க்கக் கல்லூரிக்கு ஒரு லட்ச ரூபாய்
- உம்ராபாத் மத்ரஸா தாருல் உலூமுக்கு 50,000 ரூபாய்
- வாணியம்பாடி முஸ்லிம் சங்க வருமானத்துக்கு சென்னை பெரியமேட்டில் ஆறு கிடங்குகள்
- ஆம்பூர் மஸ்ஹருல் உலூம் உயர்நிலைப்பள்ளிக்காக ஒரு மார்க்கட் வாங்கி அப்துல் ஹகீம் மார்க்கட் என்ற பெயரில் வக்ஃபு செய்தார்.
- திருவல்லிக்கேணி முஸ்லிம் உயர்நிலைப் பள்ளியின் கட்டிடம்
- சேலத்தில் ஒரு பள்ளிவாசல்
- குடியாத்தத்தில் ஒரு பெரிய பள்ளிவாசல்
- மைசூர் பெரிய பஜாரில் ஜாமிஆ மஸ்ஜித்
- ஆற்காடு அப்துல்ஹகீம் போர்டு உயர்நிலைப் பள்ளி மாணவர்களுக்கு அரைச் சம்பள உதவி

கொள்ளை சந்தோஷம்

இவர் சென்னையில் இருந்து விஷாரம் வந்துவிட்டாரென்றால் சிறுவர் சிறுமியரெல்லாம் இவரைச் சந்தோஷமாக சுற்றிக் கொள்வர். கரும்பு வண்டியோ, பழக்கூடையோ போனால், இவர் உடனே 'கொள்ளை' என்று சொல்வார். உடனே குழந்தைகள் அந்தக் கரும்பு வண்டியையோ பழக்கூடையையோ 'அபேஸ்' செய்துகொண்டு போய்விடுவர். ஆனால் அப்துல்ஹகீம் அதற்கான முழுப்பணத்துக்கும் மேல் இரண்டு மூன்று மடங்கு பொருளுக்கு உரியவர்களுக்குக் கொடுத்து அனுப்புவார்.

இந்தியாவை ஆண்ட பிரிட்டிஷ் அரசு இவருக்கு 'சர்' பட்டத்துக்கு இணையான 'நவாப்' பட்டம் கொடுத்து

கௌரவித்தது. ஹஜ்ஜுக்குச் செல்வதற்காக சென்னை சென்ற இவருக்குக் காய்ச்சல் ஏற்பட்டு 1938-ம் ஆண்டு இவர் காலமானார். அவர் இறந்த பிறகு 'கலியுகக் கர்ணன் மறைந்துவிட்டார்' என்று ராஜாஜியும், 'தர்மம் குடை சாய்ந்தது' என்று சுதேசமித்திரன் தலையங்கமும், 'தென்னிந்தியாவின் வணிக மன்னர் காலமானார்' என்று இந்து நாளிதழும் இரங்கல் செய்திகள் வெளியிட்டன.

ஜாதி மத பேதம் பார்க்காமல், தர்மம் செய்வதில், கொடுப்பதில் இன்பம் கண்ட இந்தப் பெருமகன் இம்மையில் மறுமைக்கான காரியங்களை சிறப்பாகச் செய்த வள்ளல் பெருமக்களில் நினைவு கூறத்தக்கவர். நவாப் சி. அப்துல் ஹகீம் அவர்களைப் பற்றி இளைய சமுதாயம் அறிந்து கொள்ள வேண்டியது அவசியம். ஒற்றுமையான, வளமான இந்தியாவை உருவாக்க இது உதவும்.

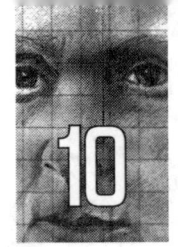

பாரதி கண்ட புதுமைப்பெண்

நீங்கள் விழித்துக்கொண்டிருக்கும்போதே கனவு காண்பவரா?
நான் பகல் கனவுகளைப் பற்றிச் சொல்லவில்லை.
லட்சியங்களைப் பற்றிப் பேசுகிறேன்.
உங்களுக்குள் ஒரு கனவு எப்போதும் உள்ளதா?
விழித்திருக்கும்போதும் உறங்கும்போதும்.
அப்படியானால் இந்தப் பெண்மணியைப் பற்றி
நீங்கள் அவசியம் தெரிந்துகொள்ளவேண்டும்.

▶ மேரி

சிலரைப் பார்த்தவுடனேயே நமக்குப் பிடித்துப் போய்விடும். சிலரைப் பற்றிப் படித்தவுடனேயேகூட இது நிகழலாம். நம் வாழ்வில் நமக்கான உந்துதல்கள் அவ்வப்போது வந்துகொண்டேதான் இருக்கும். என் வாழ்வின் உந்துதல்களில் இவரும் ஒருவர். இவர் ஒரு சாதனைப் பெண். சாதாரண சாதனையல்ல. இதுவரை எந்தப் பெண்ணும் செய்திராத ஒரு சாதனை. ரொம்ப அசத்தலானது. அதைப்பற்றிப் பேசுமுன் மேரியின் – ஆமாம் அதுதான் அவருடைய சுருக்கமான பெயர் - வாழ்க்கையில் நடந்த சில நிகழ்ச்சிகளைப் பார்த்துவிடலாம்.

மேரி அப்போது ஃப்ரான்ஸ் நாட்டின் தலைநகரான பாரிஸில் இருந்த சோர்பான் பல்கலைக்கழகத்தில் படித்துக்கொண்டிருந்த மாணவி. பல்கலைக்கழகத்துக்கு அருகில் இருந்த ஒரு பகுதியில் ஒரு அறையை வாடகைக்கு எடுத்து தங்கியிருந்தார். அறை என்றா சொன்னேன்? அறை மாதிரி. ஆமாம். ஒரு மாடியில் இருந்த பரண் போன்ற ஒரு குட்டி அமைப்பு. அதுதான் மேரியின் அறை.

வெளிச்சம், காற்று இதற்கெல்லாம் இடம் கொடுக்கக் கூடாதென்ற திட்டத்தோடு கட்டப்பட்ட அறை அது. குளிர் மட்டும் இரவில் உறையவைக்கும். அந்தக் குளிரை நம்மால் கற்பனை செய்யக்கூட முடியாது. டெல்லி ஹோட்டல்களில் இரவில் போர்த்திக்கொள்ள 'ரஜாய்' என்ற பெயரில் ஒரு மெத்தை தருவார்கள்! டெல்லி குளிரைத் தாங்குவதற்கு. ரஜாய் இல்லையெனில் நம்முடைய 'ஜாய்' எல்லாம் அம்போதான்!

> ரேடியத்தைத் தொட்டுத்தொட்டு,
> **அதைக் கையிலும் பையிலும்**
> போட்டுப்போட்டு மேரியின் கைகளில்
> **தீக்காயம் பட்ட மாதிரி**
> வடுக்கள் ஏற்பட்டன.

அப்போ பாரிஸ் குளிர்? ஒரு உதாரணம் சொல்கிறேன். தமிழ்நாட்டில் அதிகபட்ச தட்பவெப்பநிலை 34 டிகிரி செண்டி கிரேட். குறைந்தபட்சம் 24 டிகிரி. ஆனால் பாரிஸில் அதிகபட்ச தட்பவெப்பநிலையே ஜனவரியில் ஏழுதான்! டிசம்பரில் எட்டுக்குப் போகும்! நடுவில் அப்பப்போ 25க்குத் தாவலாம். குறைந்தபட்ச நிலை மூன்று டிகிரி! இருபத்திநாலுக்கே நமக்கு ரஜாய் வேண்டும். அப்போ மூன்றுக்கு?

ஆனாம் பாவம் ஏழை மேரி. குளிருக்குப் போர்த்திக்கொள்ளப் போர்வை எதுவும் கிடையாது. அப்போ என்ன செய்வார் தெரியுமா? தன் ஆடைகளையெல்லாம் தன்மீது போட்டுக்கொண்டு, முதுகின் மீது மேஜையையும் தூக்கி வைத்துக்கொண்டு தூங்குவார்! கொஞ்சமாவது கதகதப்பாக இருக்கட்டுமே என்று! இவ்வளவு கஷ்டத்தில் ஒரு பெண் படிக்கப் போயிருக்கிறார் என்றால் அவர் மனதில் எவ்வளவு உறுதி இருந்திருக்கவேண்டும்! ஆம், அதுதான் மேரியின் தனித்தன்மை. மனதில் நீங்காத கனவு, இரும்பு இதயம், மிகமிகக் கடினமான உழைப்பு.

இவற்றின் மொத்த பெயர்தான் மேரி. அவருடைய கதையைச் சொல்லுமுன் இன்னும் சில நிகழ்ச்சிகளையும் சொல்லிவிடவேண்டும். மேரி எப்போதுமே வகுப்பில் முதல் பெஞ்ச்சில்தான் உட்காருவார். விரிவுரையாளர்கள் சொல்லும் ஒவ்வொரு சொல்லையும் மனதால் மென்று உள்வாங்கிக்கொள்வார். வகுப்பு முடிந்ததும் நேராக

▲ குழந்தையாக மேரி

நூலகத்துக்குச் சென்று புத்தகங்களை எடுத்துப் படித்துக் குறிப்புகள் எடுத்துக் கொள்வார். நூலகம் மூடும்வரை அங்கேயே அமர்ந்து படிப்பார். மூடிய பிறகு தன் அறைக்குச் செல்வார். ஆனால் உள்ளே போகு முன்னேயே மெழுகுவர்த்தியை ஏற்றிவைத்து படியிலேயே உட்கார்ந்து படிக்க ஆரம்பித்துவிடுவார். எதுவரை? மயக்கம் வந்து விழும்வரை! இப்படி பலமுறை நடந்துள்ளது. ஏன் மயங்கி விழுந்தார்? உறக்கம் காரணமா? இல்லை. பசிதான் காரணம். பல நேரங்களில் எதுவும் சாப்பிடாமலும், சாப் பிடப் பணமில்லாமலும், சாப்பிட மறந்தும் இருந்து விடுவார்! வாரத்துக்கு ஒருமுறை அவருக்கு அவரே விருந்துகொடுத்துக் கொள்வார்! அது என்ன தெரியுமா? பர்கர், பீட்சா, பீஃப் பொரியல், பிரியாணி – இப்படி எதுவுமில்லை. ப்ரெட்டோடு ஒரு ஆம்லட். அந்த முட்டைதான் அவருக்கான விருந்து!

இவ்வளவு கஷ்டப்பட்டு படித்த அந்தப் பெண் யார்? எங்கிருந்து வந்தார்? அவருடைய கனவுதான் என்ன? அது நிறைவேறியதா? இதோ சொல்கிறேன்.

▲ சகோதரி ப்ரான்யாவுடன்

அவர் பெயர் மேரி சலோமியா ஸ்கலடோவ்ஸ்கா. மரியா என்றும் மன்யா என்றும் அழைக்கப் பட்டார். 1867ல் போலந்து நாட்டின் வார்சா நகரில் ஐந்தாவது குழந்தையாகப் பிறந்தார்.

அவருடைய பெற்றோர்கள் கல்வியின் முக்கியத்துவம் தெரிந்த ஆசிரியர்கள். தந்தையிடமிருந்து கணிதம், இயற்பியல் ஆகியவற்றைக் கற்றுக்கொண்டார் மேரி. பள்ளிப்படிப்பில் எப்போதுமே அவர் முதல் ராங்க்தான்! தங்க மெடலெல்லாம் வாங்கியிருக்கிறார்.

வரலாறு படைத்த வரலாறு | நாகூர் ரூமி

வசதி இல்லாவிட்டாலும் வியத்தகு அறிவிருந்தது. ஆனால் வசதி இருந்தால்கூடப் பெண்குழந்தைகள் உயர்கல்வி படிக்க முடியாத சூழ்நிலை இருந்தது அந்த நாட்டில். ஏன்? வார்சா அப்போது ரஷ்யாவின் ஆளுகையில் இரண்டாம் அலக்சாண்டர் என்ற ஜாரின் கீழிருந்தது.

பெண்கள் பள்ளிக்கூடம்வரை போகலாம். ஆனால் கல்லூரிப் பக்கமெல்லாம் எட்டிப்பார்க்கக்கூடாது என்பது ஜாரின் உத்தரவு! ஆனால் மரியாவுக்கும் அவர் சகோதரி ப்ரான்யாவுக்கும் உயர் கல்வி படிக்கவேண்டுமென்பது லட்சியம். ப்ரான்யாவுக்கு டாக்டராக வேண்டும். மரியாவுக்கு விஞ்ஞானியாகவேண்டும். ஆனால் மரியாவுக்குப் பத்துப் பதினோறு வயதிருக்கும்போது தாயார் இறந்துபோனார். இப்போது என்ன செய்வது? சகோதரிகள் இருவரும் ஒரு ஒப்பந்தம் செய்துகொண்டனர். அது என்ன ஒப்பந்தம்? அது வரலாற்றில் நடந்த ஓர் அரிய நிகழ்வு. சகோதரித்துவத்துக்கு இலக்கணம்போல செயல்பட்டனர் ப்ரான்யாவும் மரியாவும். அப்படி என்ன செய்தனர்?

ப்ரான்யா முதலில் பாரிஸுக்குச் செல்லவேண்டும். அங்கே தான் ஆண், பெண் என்ற பாகுபாடெல்லாம் இல்லாமல் யார் வேண்டுமானாலும் படிக்கலாம். சுதந்திரம், சமத்துவம், சகோதரத் துவம் கண்ட புரட்சி நாடாயிற்றே அது! மரியா வார்சாவில் ஆசிரியையாகப் பணியாற்றி ப்ரான்யா பாரிஸ் சென்று படிப்பதற் கான பணத்தை சம்பாதித்து அனுப்பவேண்டும்.

ப்ரான்யா படித்து மருத்துவரானவுடன், மரியாவை வரவழைத்து படிக்க வைப்பார்! இதுதான் ஒப்பந்தம்! நடைமுறைக்குச் சாத்தியமா என்று சந்தேகம் ஏற்படுத்திய ஒப்பந்தம் அது. ‘ட்யூஷன்’ எடுத்தால் எவ்வளவு பணம் கிடைக்கும்? ஆனாலும் மரியா மனம் தளரவில்லை. வார்சாவுக்கு அருகிலிருந்த ஊரில் ஆசிரியையாக ஒரு நாளைக்கு எட்டுமணி நேரம் வேலை பார்த்தார். அதோடு அங்கிருந்த தொழிற்சாலை ஊழியர்களின் குழந்தைகளுக்கும் சொல்லிக் கொடுத்தார். ரகசியமாக! ஏனெனில் அப்படிச் சொல்லிக் கொடுப்பதும் ஜாரின் சட்டப்படி குற்றம்!

தன் கனவுகளும் கலைந்துபோகவிடாமல் மரியா இவ்விதம் கஷ்டப்பட்டது ஆறு ஆண்டுகள்! அதன் பிறகு ப்ரான்யாவிடமிருந்து கடிதம் வந்தது. தான் ஒரு மருத்துவராகிவிட்டதாகவும், மரியா பாரிஸுக்கு வரலாம் என்றும் கடிதம் அழைத்தது! எப்பேர்ப்பட்ட உழைப்பு, எப்பேர்ப்பட்ட தியாகம்!

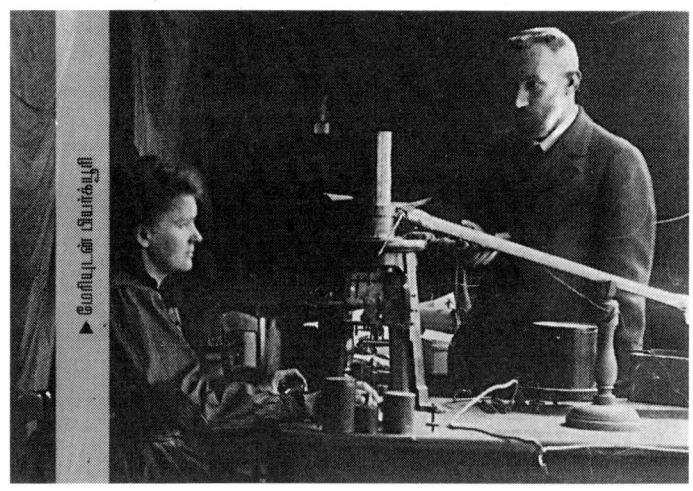

▶ மேரியுடன் பியர்க்யூரி

பாரிஸ் மரியாவை வரவேற்றது. ப்ரான்யாவும் அவர் கணவரும் - ஆமாம், அவர் அங்கேயே திருமணமும் செய்துகொண்டார் – மிகவும் அன்பாக நடந்துகொண்டனர். ஆனாலும் பல்கலைக்கழக வகுப்பு முடிந்து அவர்கள் இருந்த இடத்துக்குச் செல்வதற்கு இரண்டரை மணிநேரம் மரியா பயணம் செய்யவேண்டியிருந்தது. ஒரு நாளைக்கு நான்கு மணி நேரத்தை வீணடிக்க மரியா விரும்ப வில்லை. அதனால் பல்கலைக்கழகத்துக்கு அருகிலிருந்த அறை யில் தங்கினார். அப்போது நடந்த நிகழ்வுகள் பற்றித்தான் மேலே பார்த்தோம்.

மரியாவுக்கு இப்போது மூன்று பிரச்சனைகள். ஒன்று ஃப்ரெஞ்ச் மொழி அவருக்குத் தெரியாது. இரண்டு, எல்லா பேராசிரியர்களும் அம்மொழியில்தான் பேசினார்கள். அதுவும் வேகவேகமாக. மூன்றாவது, தன் விஞ்ஞான அறிவில் இருந்த இடைவெளிகளை அவர் நிரப்ப வேண்டியிருந்தது. ஆனால் மரியா எதற்கும் கலங்கவில்லை. மூன்று பிரச்சனைகளையும் தாண்டி அவர்தான் பல்கலைக்கழகத்திலேயே முதல் மாணவியாக வந்தார். அப்போதுதான் அவருக்கு பியர்க்யூரி என்ற இளம் விஞ்ஞானியோடு நட்பு ஏற்பட்டு அது காதலாக மலர்ந்தது. தன்னைத் திருமணம் செய்துகொள்ள பியர்க்யூரி கேட்டார். நீண்ட தயக்கத்துக்குப்பின் மேரி ஒத்துக்கொண்டார். ஏன் தயக்கம்? பியர் ஃப்ரெஞ்சுக்காரர். அவர் கணவரானால் மேரி ஃப்ரான்ஸிலேயே இருக்கவேண்டும்.

தன் தாய்நாடான போலந்துக்குத் திரும்பிப்போகமுடியாது. அதுதான் தயக்கம். ஆனால் நான் போலந்துக்கு வந்து விடுகிறேன் என்று பியர் கூறினார். (காதல் அப்படித்தான் பேச வைக்கும்). அப்படிச் செய்யவேண்டாம், நான் பாரிஸிலேயே இருந்துவிடுகிறேன் என்று கூறிய மேரி கடைசியில் பியரை மணந்துகொண்டார். அன்றிலிருந்து மேரி க்யூரி என்று அவர் அறியப்பட்டார். அந்த தம்பதியரின் விஞ்ஞான வாழ்வு உலகப் பிரசித்திபெற்றது.

விஞ்ஞானியாக வேண்டும் என்பது மேரியின் கனவல்லவா? ஆனால் எந்த துறையில் ஆராய்ச்சி செய்வது என்ற குழப்பம் இருந்தது. அதற்கு விடைகொடுப்பதைப்போல அமைந்தது ஹென்றி பெக்கொரல் செய்த ரேடியோ ஆக்டிவிட்டி (கதிர்வீச்சு) பற்றிய பரிசோதனைகள். அவர் விட்ட இடத்தை நிரப்புவது என்று மேரி முடிவு செய்தார். அங்குதான் அவருடைய சாதனை வாழ்வு தொடங்கியது.

ஒரு சின்ன சோதனைச்சாலை. ஒரு பள்ளிக்கூட தலைமை யாசிரியர் இரக்கப்பட்டு ஒதுக்கிக் கொடுத்தது. 'குதிரை லாயம்போல இருக்கிறது' என்று வர்ணித்தார் அதைப் பின் னாளில் பார்வையிட்ட ஒரு விஞ்ஞானி! அப்படி ஒரு சோதனைச் சாலையில் இரவு பகல் பாராமல் தங்கள் ஆராய்ச்சிகளைச் செய்த னர் தம்பதியர் இருவரும். பிட்ச்ப்ளெண்டு (pitchblende) என்ற ஒருவகை நிலக்கரி மிச்சத்திலிருந்து ரேடியத்தைப் பிரித்தெடுக்கும் சோதனை. 'ரேடியோ ஆக்டிவிட்டி', 'பொலோனியம்', 'ரேடியம்' ஆகியவை மேரிக்யூரி மூலமாக நமக்குக் கிடைத்த புதிய சொற்க ளாகும். ஒருநாள் முழுவதும் தன்னைவிடப் பெரிய அகப்பை மாதிரி ஒன்றை வைத்துக்கொண்டு கிண்டிக்கொண்டே இருப்பார் மேரி. மிகவும் களைத்துப்போவார். இந்த ஆராய்ச்சி பல ஆண்டு கள் தொடர்ந்தது.

இறுதியில் அவருடைய உழைப்புக்குப் பலன் கிடைத்தது. கதிரியக்க வீச்சு கொண்ட ஒரு பொருளை பிட்ச்ப்ளெண்டிலிருந்து பிரித்தெடுப்பதில் வெற்றிகண்டார். அதுவரையில் அவ்வகைப் பொருள் யுரேனியம், தோரியம் ஆகிய உலோகங்களிலிருந்துதான் கிடைத்துக்கொண்டிருந்தது. ஆனால் முதன்முறையாக பிட்ச்ப் ளெண்டிலிருந்து அதைப் பிரித்தெடுத்தார் மேரி.

அதற்கு தன் தாய்நாடான போலந்தை நினைவுறுத்தும் விதமாக 'பொலோனியம்' என்று பெயரிட்டார்! விஞ்ஞானத்திலும் மிளிர்ந்தது அவரது நாட்டுப்பற்று!

அவருடைய சோதனைகள், போராட்டங்களின் இறுதியாக அவர் கண்டு பிடித்ததுதான் ரேடியம். 19ம் நூற்றாண்டின் அதி முக்கியமான கண்டுபிடிப்பு அதுதான். புற்றுநோயைக் குணப்படுத்த அது பயன்படுத்தப்பட்டது. எக்ஸ்ரே படங்கள் எடுக்கவும் பயன்படுத்தப்பட்டது. இரவு நேரங்களில் தன் சோதனைச் சாலைக்குள் மேரி நுழைந்தபோதெல்லாம் அங்கிருந்த குழாய்க ளும் பாத்திரங்களும் ரேடியத்தால் ஒளிர்ந்தன! அந்த அற்புத ஒளிபொருந்திய காட்சியில் மெய்மறந்து நிற்பார் மேரிக்யூரி. முதல் உலகப்போரின்போது நகரும் மருத்துவ மனைகளில் எக்ஸ்ரே எடுத்துக்கொடுக்கும் உதவிகளையும் மேரிக்யூரியே செய்துள்ளார்.

1903. இந்த ஆண்டுதான் மேரிக்யூரி தன் முனைவர் பட்ட ஆய்வுக்கான கட்டுரையைச் சமர்ப்பித்தார். அதுமட்டுமல்ல. இயற்பியலுக்காக மேரிக்யூரி தம்பதியருக்கும் ஹென்றி பெக்கொரலுக்கும் நோபல் பரிசு கிடைத்தது. மேரிக்யூரியும் அவரது கணவரும் அந்த ஒரு நாளில் உலகப்புகழ் பெற்றனர். உலகெங்கிலுமுள்ள வீடுகளில் மேரிக்யூரி என்ற பெயர் பிரபலமானது. ஆனால் அந்தப் பரிசைப்பெறுவதற்காக ஸ்டாக்ஹோமுக்குப் போகக்கூட அவர்களிடம் வசதி இல்லை. இரண்டாண்டுகள் கழித்துத்தான் பியர் சென்று ஏற்புரை நிகழ்த்தினார்!

ஆனால் இந்த சாதனைகளுக்காக அவர்கள் கொடுத்த விலை மிகப்பெரியது. ரேடியத்தைத் தொட்டுத்தொட்டு, அதைக் கையிலும் பையிலும் போட்டுப்போட்டு மேரியின் கைகளில் தீக்காயம் பட்ட மாதிரி வடுக்கள் எற்பட்டன. பின்னாளில் ரத்தப்புற்று நோயால் அவர் காலமாவதற்கும் ரேடியம் காரணமாக இருந்தது. பியருக்கு கைகளும் கால்களும் நடுங்க ஆரம்பித்தன. ஒருநாள் அவர் சாலையில் போய்க்கொண்டிருந்தபோது கால் நடுங்கி வேகமாகச் சென்றுகொண்டிருந்த குதிரை வண்டிச் சக்கரத்தில் விழுந்து அங்கேயே அவர் உயிர் பிரிந்தது. அதிகமான ரேடியப் புழக்கம் ஆரோக்கியத்தைப் பாதிக்கும் என்பது மேரிக்யூரி தம்பதியினருக்குத் தெரியாமலிருந்ததுதான் சோகம்.

மேரிக்யூரி தம்பதியினர் தம் கண்டுபிடிப்புக்கான உரிமம் (patent) பெற்றிருக்கலாம். ஆனால் விஞ்ஞானக் கண்டுபிடிப்புகள்

வரலாறு படைத்த வரலாறு | நாகூர் ரூமி

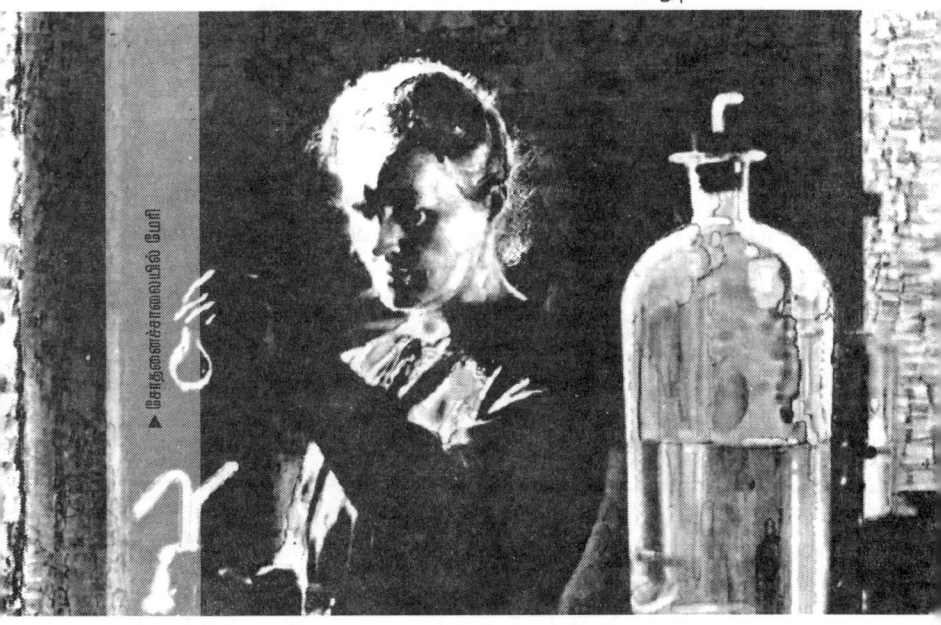

▲ சோதனைச்சாலையில் மேரி

மனித குலத்துக்குச் சொந்தமானவை. அவைகளுக்கு யாரும் உரிமை கொண்டாடக்கூடாது என்று சொல்லி தம்பதியினர் மறுத்து விட்டனர். பல ஆண்டுகால உழைப்பில் தன் சோதனைச் சாலையில் ஒரு கிராம் ரேடியத்தைச் சேர்த்துவைத்திருந்தார் மேரிக்யூரி. அதன் மதிப்பு ஒரு லட்சம் டாலர்கள் என்று அவருக்குத் தெரியாது! மிஸ்ஸி என்ற அமெரிக்க ஊடகப் பெண்தான் மேரிக்யூரியை பேட்டி எடுத்து அமெரிக்க அதிபர் வாரன் ஹேஸ்டிங்க்ஸ் கையால் இன்னொரு கிராம் ரேடியத்தைப் பெற்றுக்கொள்ளும்படிச் செய்தார். பின்னர் மிஸ்ஸிதான் சில ஆண்டுகள் கழித்து மறுபடியும் இன்னொரு கிராம் ரேடியம் பெற வழிவகுத்தார்.

கணவரின் இறப்புக்குப் பிறகு இரண்டு பெண் குழந்தைகளை வைத்துக்கொண்டு மேரி சிரமப்பட்டார். ஆனாலும் அவர் ஒரு நல்ல தாயாகவே இருந்தார். பியரின் இறப்புக்குப் பிறகு தனக்குக் கொடுக்கப்பட்ட பென்ஷனையும் வேண்டாமென்று மறுத்துவிட்டார் மேரி! ஆனால் பல்கலைக்கழகம் அவருக்கு பியர் வகித்த பேராசிரியர் பதவியைக் கொடுத்தது. பாரிஸ் பல்கலைக்

கழகத்தில் பேராசிரியையாக பணியாற்றிய முதல் பெண்மணி மேரிதான். கணவரை இழந்தபோதும் அவரது மன உறுதி குலைந்து விடவில்லை. 1911-ல் வேதியியல் பங்களிப்புக்காக மீண்டும் நோபல் பரிசு பெற்றார் மேரிக்யூரி! இரண்டு நோபல் விருதுகளை இந்த உலகில் பெற்ற ஒரே பெண் மேரிக்யூரிதான்.

1934ம் ஆண்டு மேரிக்யூரி ரத்தப்புற்று நோயால் மறைந்தார். ஆனால் அதற்கு அடுத்த ஆண்டு அவரது மகள் ஐரீனும் அவரது கணவரும் வேதியியலுக்கான நோபல் பரிசு பெற்றனர்! குடும்பம் என்றால் இப்படி இருக்கவேண்டும்! 'உலகப்புகழ் பெற்றபிறகும் அதனால் பாதிக்கப்படாமல் எளிமையாகவே இருந்த பெண் மேரிக்யூரி' என்று ஐன்ஸ்டீன் சொன்னது சத்தியமான சொற்கள்.

11

குஞ்சாலி மரைக்காயர்கள்

சாத்தானுக்குப் பல பெயர்கள் உண்டு.
அதில் ஒன்று வாஸ்கோடகாமா. ஆமாம்.
வாஸ்கோடகாமா போர்ச்சுக்கலில் இருந்து முதன்முறையாக
இந்தியாவுக்குக் கடல் மார்க்கத்தைக் கண்டுபிடித்தார்,
கேரளாவில் உள்ள கோழிக்கோட்டில் இறங்கினார்
– இப்படித்தான் பள்ளிக்கூட சரித்திர நூல்களில்
படித்திருக்கிறோம். ஆனால் உண்மையான வரலாறு
வேறுவிதமான முகத்தைக் காட்டுகிறது.

▶ வாஸ்கோடகாமா

கடல்வழி காணுதல், வாணிபமெல்லாம் அவனுக்கு கொசுறு நோக்கங்கள்தான். நாடுபிடிப்பதும், போர்ச்சுக்கீசிய காலனியாக இந்தியாவை மாற்றுவதும்தான் பிரதான நோக்கங்கள். அதற்காக கொலை, கொள்ளை, கற்பழிப்பு, மிருகத்தனமாக மூர்க்கமான வன்முறை என அத்தனை கொடுமைகளையும் அப்பாவி இந்தியர்கள்மீது கட்ட விழ்த்துவிட்டு மகிழ்ந்த சாத்தான் அவன் என்று வரலாற்று நூல்கள் கட்டியம் கூறுகின்றன. ஆதாரங்களுடன்.

அந்த போர்ச்சுக்கீசிய சாத்தான்களோடு போரிட்டு வென்று வரலாறு படைத்து, உயிர்த்தியாகமும் செய்தவர்கள் மூன்று வீரர்கள். அவர்கள் மூவருமே குஞ்சாலி மரைக்காயர்கள் என்ற பட்டப்பெயர்களால் அறியப்படுகிறார்கள். நான்குபேர் என்றும் கூறப்படுகிறது. (குட்டி அஹ்மது அலி முதல் குஞ்ஞாலி, குட்டி போக்கர் அலி இரண்டாம் குஞ்சாலி, பட்டு குஞ்சாலி மூன்றாமவர், முஹம்மது அலி என்பவர் நான்காம் குஞ்சாலி என்று விக்கி கூறுகிறது). 'முதல் சுதந்திரப்போராட்ட வீரர்கள்' என்று அவர்களை வர்ணிக்கிறார் வரலாற்றாசிரியர் மஹதி.

எல்லா குஞ்சாலிகளுமே தாய்நாட்டுக்காக அந்நியரோடு போரிட்டு உயிர்த்தியாகம் செய்தவர்கள் என்பது மட்டும் நிச்சயம். அதில் ஒருவருக்கு நாகூர் மகான் ஆண்டகை போர்ப் பயிற்சி கொடுத்து தயார்செய்திருக்கிறார்கள். அந்த குஞ்சாலியின் நினைவாக இன்றும் நாகூரில் தர்காவுக்கு அருகிலேயே

> கொழும்பில் குஞ்சாலி மரைக்காயருக்கும்
> போர்ச்சுக்கீசியருக்கும் நடந்த
> **கப்பல் சண்டையில்**
> குண்டுபட்டு **அல்லாஹு அக்பர்**
> என்ற முழக்கத்துடன் உயிர் துறந்தார்
> **குஞ்சாலி மரைக்காயர்**

குஞ்சாலி மரைக்காயர் தெரு உள்ளது. அந்த தியாகிகளின் சுருக்கமான வரலாற்றைப் பார்க்குமுன் வாஸ்கோடகாமா கோழிக்கோட்டில் (Calicut) வந்திறங்கியபோது என்னென்ன செய்தான் என்று கொஞ்சம் பார்த்துவிடலாம்.

நான்கு கப்பல்களில் காமா கிளம்பியபோதே ஒவ்வொரு கப்பலிலும் போர்க்கருவிகளும், இருபது பெரிய பீரங்கிகளும் இருந்தன! ஆப்பிரிக்காவிலிருந்து இந்தியாவுக்கு வழிதெரியாமல் பயணம் செய்துகொண்டிருந்தபோது வழியில் தென்பட்ட முஸ்லிம்களுடைய சரக்குக்கப்பலைக் கொள்ளையடித்து,எதிர்த்த வர்களையெல்லாம் கொன்று, எஞ்சியிருந்த பதினேழு அரேபியர் களையும் ஒரு பெண்ணையும் அடிமைப்படுத்தினான்.

கிபி 1498, மே 20, ஞாயிறு. கேரளாவின் கோழிக் கோட்டில் ‘கப்பற்கடவு’ என்ற இடத்தில் காமா கரையிறங்கிய நாள் அது. இந்தியாவுக்கு, குறிப்பாக தென்னிந்தியாவுக்கு, போர்ச்சுக்கீசிய சனிபிடித்தது அன்றுதான். கோழிக்கோடு அல்லது கள்ளிக்கோட்டை மன்னர்களை சாமூதிரி என்று அழைப்பர். எகிப்திய ஃபரோவாக்கள், ரஷ்ய ஜார்கள் போல. ஆனால் அவர்களைப்போல சாமூதிரிகள் கொடுங்கோலர்கள் அல்ல. நல்லவராகவோ அல்லது முட்டாளாகவோ இருந்ததுதான் அந்த மன்னர்களின் சாமூதிரி(கா) லட்சணம்!

அளவிலும் அந்தஸ்திலும் குறைவாக இருந்த காமாவின் அன்பளிப்புகள் மன்னரைக் கவரவில்லை. அவன் கொண்டுவந்த

டாம்பீகப் பொருள்கள் இந்தியச் சந்தையில் வாங்கப்படவில்லை. அவன் விரும்பிய நறுமணப் பொருள்களைக் கொள்முதல் செய்ய பணமில்லாமல் போனது. ஒத்துக்கொண்டபடி சுங்கவரியும் செலுத்தாமல் இரவோடிரவாக தப்பித்து கண்ணனூருக்குப் போய்ச் சேர்ந்தான். வாஸ்கோடகாமா செய்த முதல் அயோக்கியத்தனம் அது.

இரண்டாம் முறையாக அவன் இந்தியாவுக்கு இருபது போர்க் கப்பல்களில் வந்தான். அவற்றில் 800 போர்வீரர்களும் ஆயுதங் களும் பீரங்கிகளும் இருந்தன. கள்ளிக்கோட்டையை நோக்கி அவன் வந்துகொண்டிருந்தபோதுதான் அந்த அக்கிரமம் நிகழ்த்தப் பட்டது. கள்ளிக்கோட்டையைச் சேர்ந்த முஸ்லிம் வணிகருடைய பெரிய கப்பல் எதிர்ப்பட்டது அதில் ஹஜ் புனிதப்பயணம் மேற் கொண்ட 400 ஆண்கள், பெண்கள், குழந்தைகள், கப்பலின் சொந்தக்காரர், எகிப்திய சுல்தானின் தூதர் ஜாஃபர்பேக் ஆகியோர் இருந்தனர். அக்கப்பலைக் கொள்ளையடித்து மூழ்கடித்துவிடும்படி தன் ஆட்களுக்கு காமா உத்தரவிட்டான்.

கப்பலைக் கள்ளிக்கோட்டைக்குப்போக அனுமதித்தால் நிறைய பணமும், பொருளும் தருவதாக கப்பலில் இருந்தவர்கள் கூறினர். ஆனால் காமா அதை ஏற்றுக்கொள்ளவில்லை. கப்பலில் உள்ள எல்லாவற்றையும் எடுத்துக்கொள்ளுங்கள், இன்னும் வேண்டு மெனில் கள்ளிக்கோட்டைக்கு வந்தபின் தருகிறோம், பிரயாணி களை மட்டும் உயிரோடு விட்டுவிடுங்கள் என்று அவர்கள் கெஞ்சி னார்கள்.

ஆனால் தாய்மார்கள் கதறக் கதற, அவர்கள் கைகளில் இருந்து குழந்தைகள் பிடுங்கப்பட்டு கடலில் உயிரோடு எறியப்பட்டனர். முதியவர்களின் நெஞ்சங்களில் கட்டாரிகள் பாய்ச்சப்பட்டன. பெண்கள் கற்பழிக்கப்பட்டு கொலை செய்யப்பட்டனர். எல்லாம் முடிந்தபின் கப்பல் தீக்கிரையாக்கப்பட்டது. தூரமாக நின்றுகொண் டிருந்த தன் கப்பலிலிருந்து தொலைநோக்கியில் அதைப் பார்த்து மகிழ்ந்து கொண்டிருந்தான் வாஸ்கோடகாமா! கப்பலிலிருந்து குதித்து உயிர் தப்பிக்க நீந்தியவர்களை குறிவைத்துச் சுடும்படி

உத்தரவிட்டான். ஒருவர்கூட உயிர் தப்பவில்லை. தென்னிந்தியக் கடல்மார்க்கத்தில் அதுவரை நிகழ்ந்திராத கொடூரச்செயல் அது.

அதுமட்டுமல்ல. கள்ளிக்கோட்டைக்கு வந்த 24 கப்பல்களைச் சூறையாடினான். அதிலிருந்த 800 பேர்களைச் சிறைப்படுத்தி அவர்களின் மூக்குகளை அரிந்தான். அவர்களை ஒருவர்மீது ஒருவராக வைத்துக் கட்டி தீக்கிரையாக்கினான். மன்னர் அனுப்பிய தூதரின் காதுகளையும் மூக்கையும் கைகளையும் வெட்டி ஒரு படகில் போட்டு, 'இவனைக் கறிசமைத்துச் சாப்பிடுங்கள்' என்று எழுதி மன்னருக்கு அனுப்பினான்!

இப்படியாக அவனது கொடுமைகள் பல ஆண்டுகள் தொடர்ந்தன. ஒருமுறை இப்படி உறுப்புகள் அறுக்கப்பட்டவர்களின் கால்களையும் கட்டி, அவர்கள் முகத்தில் சம்மட்டியால் அடித்து அவர்கள் பற்கள் வயிற்றுக்குள் போகும்படிச் செய்யுங்கள் என்று உத்தரவிட்டான்!

இக்கொடுமைகள் பற்றி ஓ.கே. நம்பியார், டான்வர், வைட்வே, மஹதி போன்ற வரலாற்று ஆசிரியர்கள் விரிவாக எழுதியுள்ளனர். வாஸ்கோடகாமாவைத் தொடர்ந்துவந்த காப்ரால், அல்புகர்க், ஆல்மீடா போன்ற போர்ச்சுக்கீசிய சாத்தான்களும் இதேவிதமாகத் தான் நடந்துகொண்டன. அவர்கள் கொடுத்த பணத்துக்காகவும், பண்டங்களுக்காகவும், ஆதரவுக்காகவும், அதிகாரத்துக்காகவும் இந்திய மன்னர்கள் விலைபோனதும், நாட்டைத் துண்டாட அனுமதித்ததும் தான் சரித்திரக் கொடுமை.

குஞ்சாலி மரைக்காயரும் அவரது முன்னோர்களும் சாமூதிரிகளின் கடற்படைத் தளபதிகளாக இருந்தவர்கள். வீரம், விவேகம், கடல் அனுபவம், செல்வம், செல்வாக்கு மிகுந்த குடும்பம் அவர்களது. போர்ச்சுக்கீசியரது அட்டூழியங்கள் அவரைக் கொதிப்படையச் செய்தன. அவர்களை நாட்டை விட்டு விரட்டவேண்டும் என்று தீர்மானித்தார். மன்னரிடம் சென்று கப்பல்கட்டவும், ஆயுதங்கள் சேகரித்துப் போராடவும் அனுமதி கோரினார். அக மகிழ்ந்த மன்னர் அனுமதியளித்தார்.

புதிய கப்பல்கள் தயாராயின. ஆயுதங்கள் சேகரிக்கப்பட்டன. வீரர்கள் பயிற்சி எடுத்துக்கொண்டனர். எல்லாம் ரகசியமாக நடந்தது. நள்ளிரவில் நடுக்கடலின் உள்ளேயே நீந்திச்சென்று போர்ச்சுக்கீசியரின் பெரிய கப்பல்களில் ஓட்டைகள் போடப்

முதலாம் குஞ்சாலி மரைக்காயர்

பட்டன. திடீர் திடீரென்று தம் கப்பல்கள் நடுக்கடலில் மூழ்குவதன் காரணம் புரியாமல் போர்ச்சுக்கீசியர் திகைத்தனர்.

குஞ்சாலி மரைக்காயரின் கேந்திர மான பொன்னானியில் நடந்த கடும் சண்டையில் போர்ச்சுக் கீசியருக்குப் பயங்கரத் தோல்வி. கவர்னர் அல்மீடாவின் மகன் அதில் உயிரிழந்தான். ஆப்பிரிக்கா சென்ற அல்மீடாவும் கொல்லப் பட்டான். அதன்பிறகு கவர்னரான அல்புகர்க் கோழிக்கோட்டுக்குப் படையெடுத்துச் சென்றான்.

குஞ்சாலி அப்போது கொரில்லாப் போர் முறையைப் பயன் படுத்தினார். கப்பல்களை துறை முகத்தில் விட்டுவிட்டு சிலருடன் மன்னரைப் பார்க்க அல்புகர்க் சென்றபோது எதிர்பாராத தாக்குதலை நிகழ்த்தினார் குஞ்சாலி. குஞ்சாலியின் அம்புமழை. பதிலுக்கு போர்ச்சுக்கீசியரின் குண்டு மழை. கடைசியில் காலில் சுடப்பட்டு அல்புகர்க் தூக்கிச் செல்லப்பட்டான். கோழிக் கோட்டைக் கைப்பற்றலாம் என்ற அல்புகர்க்கின் கனவு தகர்ந்தது. கோழிக்கோட்டை அழிவிலிருந்து காப்பாற்றினார் குஞ்சாலி மரைக்காயர்.

அங்கு ஏற்பட்ட தோல்வியில் எந்த ஊரையாவது வெல்ல வேண்டும் என்ற வெறியில் கோவா சென்று தாக்கினான் அல்புகர்க். அங்கு அவன் நடத்திய வெறியாட்டத்தில் பல ஆண்கள் கொல்லப்பட்டனர். பெண்கள் கற்பழிக்கப்பட்டனர். உறுப்புகள் அறுக்கப்பட்டனர். முக்கியமாக முஸ்லிம்கள் தேடித் தேடி கொல்லப்பட்டனர். தன் படையில் ஏராளமான மலையாளி களையும் அல்புகர்க் வைத்திருந்தான்! 'நம் நாட்டு மக்களின் வீரம் யாருக்கும் வாடகைக்குக் கிடைக்கக்கூடியதாக இருந்தது' என்று வருத்தப்படுகிறார் வரலாற்று ஆசிரியர் மஹதி! விஷம் வைத்துக் கொல்லப்பட்ட சாமூதிரி மன்னரை அடுத்த

வந்த மன்னர் அல்புகர்க்குடன் ஒப்பந்தம் செய்துகொண்டார். மனம்நொந்தார் குஞ்சாலி. நேரடியாகக் களம் இறங்கவேண்டிய நேரம் வந்துவிட்டதை உணர்ந்தார்.

இருநூறு போர்க்கப்பல்களும் ஏராளமான வீரர்களும் தயாராயினர். இரவு நேரங்களில் எதிர்பாராத தருணத்தில் கொரில்லாப் போர்முறை நிகழ்த்தி, பல போர்ச்சுக்கீசிய கப்பல்களை மூழ்கடித்தார். கள்ளிக்கோட்டையில் இருந்த போர்ச்சுக்கீசியரின் பண்டக சாலையை ஐந்து மாதங்கள் முற்றுகையிட்டு செயலிழக்கச் செய்தார். கொச்சி, பொன்னானி, பர்கூர், செதுவாய் ஆகிய இடங்களிலும் போர்ச்சுக்கீசியருக்குப் பெரும் அவமானமும், தோல்வியும், சேதமும் ஏற்பட்டது.

ஸ்தம்பித்துப் போயிருந்த இந்தியக் கடல் வாணிபம் மீண்டும் தொடங்கியது. கோழிக்கோட்டிலிருந்து பொன்னானிக்கு வரவே போர்ச்சுக்கீசியர் பயந்தனர். கொச்சி, கோவா ஆகிய ஊர்களிலிருந்த போர்ச்சுக்கீசியர்களின் தொடர்பும் துண்டிக்கப்பட்டது. குஞ்சாலி மரைக்காயரின் முதல் மாபெரும் வெற்றி அது.

கொழும்பில் குஞ்சாலி மரைக்காயருக்கும் போர்ச்சுக்கீசியருக்கும் நடந்த கப்பல் சண்டையில் குண்டுபட்டு அல்லாஹு அக்பர் என்ற முழக்கத்துடன் உயிர் துறந்தார் குஞ்சாலி மரைக்காயர். இலங்கை மன்னரின் சகோதரரிடம் அடைக்கலம் புகுந்த குஞ்சாலியின் வீரர்களையெல்லாம் போர்ச்சுக்கீசிய உத்தரவின்படி கொன்று அவர்களுடைய தலைகளை மன்னரிடமும் போர்ச்சுக்கீசியரிடமும் காட்ட அனுப்பி வைத்தான் அந்த துரோகி. குஞ்சாலி இல்லாத துணிச்சல் அந்த கொடுமைக்கு வித்திட்டது.

▲ அல்புகர்

இரண்டாம் குஞ்சாலி மரைக்காயர்

இவரும் சாமூதிரியின் கடற்படைத் தளபதியாயிருந்தவர்தான். இவருடைய வீரதீரச் செயல்களினாலும் போர்ச்சுக்கீசியர் பெரும் துன்பத்துக்கு ஆளாயினர். கடைசியில் மன்னருக்குப் பரிசுகள் கொடுத்து அவரைத் தம்பக்கம் இழுத்துக் கொண்டனர். நிலமையை உணர்ந்து

▶ குஞ்சாலி மரக்காயர் 3

கொண்ட இரண்டாம் குஞ்சாலி சாமூதிரியின் அனுமதியுடன் தன்னுடைய நிலத்தில், தன் சொந்தப் பணத்தில் ஒரு பெரும் கோட்டையைக் கட்டினார்.

ஏழடி அகலமும் உயரமும் கொண்ட, எந்த பீரங்கியாலும் துளைக்கமுடியாஉறுதி கொண்ட ஒன்றுக்குப்பின் ஒன்றான இரண்டு சுவர்கள். கடல்வழியாக அதை யாரும் அணுகா வண்ணம் அகழி ஒன்றும் தோண்டப்பட்டது. கோட்டைக்குள் வீரர்களுக்குப் பயிற்சி.கோட்டையைச் சுற்றி பலமான பாதுகாப்பு. தனி ராஜ்ஜியம்போல அது இயங்கியது. கோட்டை கட்டிமுடிக்கப்பட்ட கொஞ்சகாலத்தில் குஞ்சாலி இறந்துபோனார். அவரது மகன் மூன்றாம் குஞ்சாலி பொறுப்புகளை ஏற்றுக்கொண்டார்.

மூன்றாம் குஞ்சாலி மரைக்காயர்

இவர் தலைமையில் பொன்னானியில் நடந்த சண்டையில் போர்ச்சுக்கீசிய கப்பல்கள் அனைத்தும் அழிக்கப்பட்டன. அவர்களின் கோட்டைகளை இடித்துத் தரைமட்டமாக்கினார். தங்கள் நிலமை மோசமாகிக்கொண்டே போவதை உணர்ந்த போர்ச்சுக்கீசியர் ஒரு பாதிரியார் உதவியுடன் சதிசெய்தனர். மன்னரை ஒழித்துவிட்டு ஆட்சியைப் பிடிக்கவே குஞ்சாலி வலிமையான கோட்டையைக் கட்டியிருக்கிறார் என்று அவர்கள் கூறியதை மன்னரும் நம்பினார். விளைவு? கடல் வழியாக போர்ச்சுக்கீசியப் படையும் தரைவழியாக மன்னரின் படையும் குஞ்சாலியின் கோட்டையை முற்றுகையிட்டன! தன் தளபதியின் கோட்டையைத் தானே முற்றுகையிட்ட முட்டாள் மன்னன் சாமூதிரி!

மூன்றுமாத முற்றுகைக்குப்பின் போர் மூண்டது. அதில் குஞ்சாலியே வென்றார். நாற்பது தளபதிகளும், பல உயிர்களும் கப்பல்களும் அழிந்தபிறகு போர்ச்சுக்

கீசியர் ஓடிவிட்டனர். மன்னரின் படைகளும் பின்வாங்கின. தன் நாட்டுள்ளேயே தன் பிரஜையைக்கூட வெல்லமுடியாத மன்னனாகிப்போனான் சாமூதிரி. அந்த நிகழ்ச்சி குஞ்சாலியின் புகழைக் கூட்டியது.

புதிய போர்ச்சுக்கீசிய தளபதியும் சாமூதிரியும் மீண்டும் கூடிப்பேசி சதித்திட்டம் தீட்டினர். மீண்டும் முற்றுகை, மீண்டும் யுத்தம். இந்த முறை குஞ்சாலி முடிந்தவரை போராடினார். கோட்டைக்குள்ளேயே இருக்க நேர்ந்ததால், வெளியிலிருந்து அவருக்கு எந்த உதவியும் கிடைக்க வழியில்லாமல் இருந்தது. உணவும் தண்ணீரும் ஆயுதங்களும் குறைந்துபோயின. பெண்களையும் குழந்தைகளையும் நினைத்து சமாதானக்கொடி ஏற்றினார் குஞ்சாலி. ஆனால் அவரை நம்பவைத்து வெளியில் வரவழைத்து துப்பாக்கி முனையில் கைது செய்தனர். அவரை கோவாவுக்குக் கொண்டுசென்று மக்கள் முன்னிலையில் அவரது தலையை வெட்டி மகிழ்ந்தனர் போர்ச்சுக்கீசியர்கள்.

குஞ்சாலி மரைக்காயர்களுக்கு மரியாதை

- கொச்சினில் உள்ள பல்கலைக்கழகத்தில் உள்ள ஒரு துறைக்கு 'குஞ்சாலி மரைக்காயர் ஸ்கூல் ஆஃப் மரைன் எஞ்சினியரிங்' என்று பெயர் வைக்கப்பட்டுள்ளது.

- மும்பையில் உள்ள இந்திய கடற்படையின் ஒரு பிரிவுக்கு 'ஐ.என்.எஸ். இரண்டாம் குஞ்சாலி' என்று பெயர் வைக்கப்பட்டுள்ளது.

- மூன்று ரூபாய்க்கான கலர் ஸ்டாம்ப் ஒன்று கடந்த 2000 டிசம்பர் 17ம் தேதி குஞ்சாலியின் கடல் படையை நினைவூட்டும் விதமாக வெளியிடப்பட்டது.

- கோழிக்கோட்டில் அவர் குடும்பத்துக்குச் சொந்தமான ஒரு வீட்டை குஞ்சாலி நினைவகமாக அரசு வைத்துள்ளது. அதில் அவர் பயன்படுத்திய வாள்கள், போர்க்கருவிகள் பார்வைக்கு வைக்கப்பட்டுள்ளன.

- 1967லும் 1968லும் 'குஞ்சாலி மரைக்கார்' என்ற பெயரில் இரண்டு மலையாளப் படங்கள் எடுக்கப்பட்டன.

இறுதிக்குறிப்பு

தமிழ்நாட்டின் கடற்கரையோரமாக வாழும், தமிழைத் தாய்மொழியாகக் கொண்ட முஸ்லிம்களில் ஒரு பிரிவினர்

மரைக்காயர்
கோட்டை

மரைக்காயர்கள். அந்தக் காலத்தில் மரக்கலத்தில் சென்று வாணிபம் செய்ததால் அவர்கள் 'மரக்கலராயர்கள்' என்று அழைக்கப்பட்டு பின்னாளில் 'மரைக்காயர்' என்று அது சுருங்கியது என்று சொல்வர். அவர்களில் ஒருவர்தான் கேரளா சென்று குடியேறியிருக்கவேண்டும். அதனால்தான் 'குஞ்சாலி' என்ற மலையாளப் பெயரோடு 'மரைக்காயர்' என்ற பெயரும் இணைந்துள்ளது என்பது வரலாற்றாசிரியர்களின் கணிப்பு. நாகூரில் இன்றும் குஞ்சாலி மரைக்காயர் தெரு இருப்பது இதன் குறிப்பு.

இந்தியாவுக்குச் சுதந்திரம் கிடைத்த நாளையும் நேரத்தையும் நாம் கொண்டாடுகிறோம். ஆனால் நம் சுதந்திரப் போராட்டத்தின் வேர்கள் நெடுந்தொலைவில், நாடெங்கிலும் பரவி மறைந்துள்ளன. அவற்றினுள் அறியப்படாத, ஆனால் அறியப்படவேண்டிய குஞ்சாலி மரைக்காயர்கள், அஷ்ஃபாகுல்லாகான்கள், பகத்சிங்குகள், ராம்பிரசாத்துகள் மறைந்துள்ளார்கள். மறைக்கப்பட்ட, மறக்கப்பட்ட, கிழிக்கப்பட்ட அந்த வரலாற்றின் பக்கங்களை தேடிக் கண்டுபிடித்து மீண்டும் படிக்கவேண்டிய நேரம் வந்துவிட்டது.

கணிதமே வாழ்வு

அசப்பில் இசைமேதை இளையராஜாவுக்குக் கோட்டு போட்டமாதிரி இருப்பார். இரண்டு பேரின் ஒளிப்படங்களையும் அருகருகில் வைத்துப் பார்த்தால் இந்த உண்மை புரியும். இளையராஜா போலவே இவரும் ஒரு மேதை. ஆனால் இளையராஜா இசைமேதை. இவர் கணிதமேதை. ஆமாம். நான் கணித மேதை ராமானுஜத்தைப் பற்றித்தான் பேசுகிறேன்.

▶ ஹார்டி, ராமானுஜம்

ஞானிகளுக்கு 24 மணிநேரமும் இறைவனைப்பற்றிய சிந்தனை மட்டுமே இருப்பதைப்போல ராமானுஜத்துக்கு எந்நேரமும் கணிதத்தைப் பற்றிய சிந்தனைதான். கிரேக்கர்கள் கடவுளுக்கு வைத்த அற்புதமான சிலை என்ன தெரியுமா? பூஜ்ஜியம்! பூஜ்ஜியம் மட்டும்தான் எங்கே தொடங்குகிறதோ அங்கேயே முடிந்து, தொடக்கமும் முடிவும் ஒன்றாகி நிற்கும் தத்துவம் கொண்டது. அதனால் அவர்கள் இறைவனையும் பூஜ்ஜியமாகவே, முழுமையாகவே கண்டார்கள்.

கணிதம்தான் கடவுள் என்று சொல்லவரவில்லை. கடவுள்தான் எல்லாமும் என்று சொல்லவருகிறேன்! எனவே கணிதத்தைக் காதலிப்பதும் ஒருவகையில் கடவுளைக் காதலிப்பதுதான். குறிப்பாக ராமானுஜத்துக்கு.

கடவுள் பக்தி அதிகம் கொண்ட குடும்பத்தில் பிறந்தவர் அவர். கோயில்களுக்குச் சென்று பக்திப்பாடல்கள் பாடுவது அவர் அம்மாவுக்கு வழக்கம். மகனுக்கு கடவுள் பக்தியும், புராணங்கள், இதிகாசங்களில் ஈடுபாடும் வருவதற்கு அம்மா ஒரு முக்கிய காரணம். ராமானுஜம் அம்மா பிள்ளை!

டாக்ஸி எண்ணும் ராமானுஜ மனமும்

நோயாளி ஒருவரை மருத்துவமனைக்குச் சென்று பார்க்கப் போனால் நாம் என்ன செய்வோம்? பழங்கள் இத்யாதி வாங்கிச் செல்வோம். உடல்நலம் எப்படி இருக்கிறது? கவலைப்படாதீர்கள்.

> ராமானுஜத்தின் கணித ஆற்றலையும் அறிவையும் பார்த்து வியந்த **பல்கலைக்கழகம்** மிக உயர்ந்த பதவியாகிய FELLOW என்ற பதவியை **ராமானுஜத்துக்குக்** கொடுத்து அவரைக் கௌரவித்தது

விரைவில் குணமடைவீர்கள். நாங்களும் இறைவனிடம் உங்களுக்காக பிரார்த்தனை செய்கிறோம் – இப்படி ஏதாவது சொல்லி நோயாளியின் மனதைக் குளிர வைப்போம். இதுதானே உலக வழக்கு? இதுதானே அறிவார்ந்த செயல்பாடு? ஆனால் இங்கிலாந்தில் ஒரு வினோதம் நடந்தது. அது என்ன?

24 மணிநேரமும் ஒரு மனிதனுக்கு ஒரே சிந்தனை இருக்குமா? ஞானிகளுக்கும், விஞ்ஞானிகளுக்கும், மேதைகளுக்கும் இருந்திருக்கிறது. தன்னுடைய பெயரையே மறந்துபோகுமளவுக்கு ஆராய்ச்சியில் மனதை ஒருமைப்படுத்தியிருந்தார் எடிசன். அதே போலத்தான் ராமானுஜமும். அவருடைய சிந்தனை எந்நேரமும் கணிதத்திலேயே இருந்திருக்கிறது. உடல்நலக் குறைவால் அவர் இங்கிலாந்தில் புட்னி என்ற ஊரில் மருத்துவமனையில் அனுமதிக்கப்பட்டிருந்தார். அப்போது அவரைப் பார்க்கச் சென்றார் இன்னொரு கணித மேதையான ஜி.எச். ஹார்டி. ஹார்டி மட்டும் இல்லையென்றால் இந்த உலகம் ராமானுஜம் என்ற மேதையை அறிந்திருக்காது. இந்த உலகம், குறிப்பாக இந்தியா, ஹார்டிக்கு மிகவும் கடன்பட்டிருக்கிறது. அது பற்றிப் பார்க்கவிருக்கிறோம்.

ராமானுஜத்தைப் பார்க்கச் சென்ற ஹார்டி பழங்கள் எதுவும் வாங்கிச் செல்லவில்லை. குறைந்தபட்ச உடல்நல விசாரிப்புகூடச் செய்ததாகத் தெரியவில்லை. போனவுடன் அவர் நோயாளி ராமானுஜத்திடம் சொன்னது இதுதான்:

“நான் ஒரு டாக்ஸியில் வந்தேன். அதன் எண் 1729. எனக்கு ஏனோ அது ஒரு ‘டல்’லான எண்ணாகப்படுகிறது. அது ஒரு துற்குறியாக இருக்கக்கூடாதென்று விரும்புகிறேன்’!

அதற்கு ராமானுஜம் சொன்ன பதில்:

“இல்லை ஹார்டி. அது ஒரு ஆர்வமூட்டும் எண். It is the smallest number expressible as the sum of two cubes in two different ways’. (இதைத் தமிழ்ப்படுத்தினால் அது தமிழைப் படுத்துவதாகிவிடும். ஆங்கிலத்திலேயே விட்டுவிடுகிறேன். கணிதம் அறிந்தவர்களிடம் கேட்டுத் தெரிந்துகொள்ளவும்).

மழைபோலக் கொட்டின வார்த்தைகள். ஹார்டி சொன்ன விஷயம் பற்றி அவர் சிந்திக்கவே இல்லை. கம்ப்யூட்டரில் தட்டின வுடன் பதில் வருவதுமாதிரி மின்னல் வெட்டின வாக்கியங்கள். அதுவும் ஒரு நோயாளியாக மருத்துவமனைப் படுக்கையில் கிடந்தபோது! உடல் மட்டும்தான் நோயுற்றிருந்தது. அவருடைய மேதைக்கு எந்த பாதிப்பும் எப்போதும் வந்ததில்லை என்று புரிந்துகொள்ள முடிந்தது ஹார்டியால். அவர் உடனே ராமானுஜம் சொன்னதைக் குறித்துக்கொண்டார். ஏனெனில் ராமானுஜம் செ ான்னால் அது நிச்சயம் சரியாகத்தான் இருக்கும் என்றது அவரது அனுபவம்! ஆம். இப்போது ராமானுஜன் இங்கிலாந்துக்கு வந்த கதையைச் சொல்லவேண்டிய நேரம் வந்துவிட்டது.

1887, டிசம்பர் 22 ஈரோட்டில் இருக்கும் பள்ளிப்பாளையம் என்ற ஊரில் சீனிவாச ஐயங்காருக்கும் கோமளத்தம்மாளுக்கும் மகனாக ராமானுஜன் பிறந்தார். அப்பா ஒரு துணிக்கடையில் க்ளர்க், வசித்தது, வளர்ந்தது எல்லாம் கும்பகோணத்தில் உள்ள சாரங்கபாணித் தெருவில். இரண்டு வயதில் பெரியம்மை வந்து அதிலிருந்து மீண்ட ராமானுஜம் 33 வயதிலேயே உலகைவிட்டுப் பிரிய நேர்ந்தது பெரிய இழப்புதான்.

வறுமையால் கும்பகோணம், காஞ்சிபுரம், சென்னை, கும்ப கோணம் என்று சுற்றிச்சுற்றி வந்தது குடும்பம். ஆனால் எங்கே படித்தாலும் ராமானுஜம்தான் கணக்கில் புலி. ஆசிரியர் களுக்கெல்லாம் இது தெரியும். அவருடைய ஆசிரியரே ராமானுஜத்தைக் கூப்பிட்டு ‘இந்த ஈக்வேஷனைப் போடு’ என்று சொல்லிவிட்டு “ஹாய்’யாக அமர்ந்துகொள்வார். ரமானுஜம் வந்து பலகையில் ஆசிரியர் எழுதியதையெல்லாம்

வரலாறு படைத்த வரலாறு | நாகூர் ரூமி

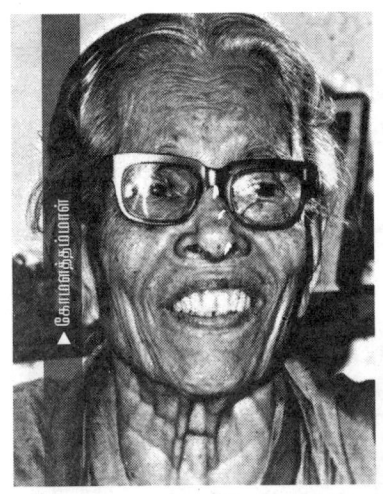

▶ கோமளத்தம்மாள்

அழித்துவிட்டுபுதிதாக, ஆசிரியருக்கேதெரியாத ஒரு வழியில் எளிதாக அந்த ஈக்வேஷனைப் போட்டு முடிப்பார்! அறிவார்ந்த கல்லூரி மாணவனுக்குத் தெரியவேண்டிய அனைத்து கணிதப்பாடங்களும் பதினோறு வயதில் அவருக்கு அத்துபடியாக இருந்தன! பதினாறு வயதில் அவருக்குக்கிடைத்த A Synopsis of Elementary Results in Pure and Applied Mathematics என்ற நூலில் 5000 தியரம்கள் இருந்தன. ராமானுஜத்தின் கணித மேதையைத் தூண்டிவிட அந்த நூல் காரணமாக இருந்தது என்று கூறுவர்.

ஆனால் ராமானுஜத்துக்கு ஒரு பிரச்சனை இருந்தது. கணிதம் தவிர அவருக்கு மற்ற எந்தப் பாடமும் வரவில்லை! கல்லூரியில் தகுதி அடிப்படையிலான உதவித்தொகையில் படித்தபோதும், சென்னை பச்சையப்பன் கல்லூரியில் படித்தபோதும் இதே பிரச்சசனைதான். அவரால் பிஎஸ்ஸி டிகிரியை முடிக்க முடிய வில்லை.

ராமானுஜத்துக்குத் திருமணமானபோது அவரது மனைவி ஜானகியம்மாளுக்கு வயது பத்து! அவருக்கு விரைவீக்கம் வந்து அவதிப்பட்டபோது அறுவைசிகிச்சை செய்து அதை நீக்குவதற்குப் போதிய பணம் அவர்களிடம் இல்லை. ஒரு மருத்துவர் இலவசமாகவே அறுவைசிகிச்சை செய்து ராமானுஜத்தைக் குணப் படுத்தினார். சென்னையில் ஒரு க்ளர்க் வேலைக்காக ராமானுஜம் அலைந்த காலத்தில் ப்ரெசிடன்ஸி கல்லூரி மாணவர்களுக்கு கணித ட்யூஷன் எடுத்தார்! கடினமான முயற்சிகளுக்குப் பிறகு, முதலில் மாதம் 20 ரூபாய் சம்பளத்துக்கும், பின்னர் மாதம் 30 ரூபாய் சம்பளத்துக்குமான வேலை கிடைத்தது. அதுவும் ப்ரெஸிடென்ஸி கல்லூரிப் பேராசிரியர் இ.டபிள்யு. மிடில் மாஸ்ட் போன்றவர்களின் சிபாரிசின் பேரில்!

▲ ராமானுஜம்

தன்னுடைய கணித ஆராய்ச்சிக் கட்டுரைகளையெல்லாம் இந்தியாவிலும் இங்கிலாந்திலும் உள்ள கணித விற்பன்னர்களுக்கு அனுப்பி கருத்துக் கேட்கும் பழக்கம் ராமானுஜத்திடம் இருந்தது. உன்னிப்பாகக் கவனிக்க வேண்டிய ஒரு விஷயம் இது. ஏனெனில், ஒருவர் எவ்வளவு பெரிய மேதையாக இருந்தாலும், யாருமே அவரைக் கண்டுகொள்ளவில்லையென்றால், அது பெரிய சோகமாக, ஏக்கமாக, தவிப்பாக மாறிவிடுகிறது. Recognition என்பது அனைவருக்குமே அவசியமென்றாலும், மேதைகளை இனம் கண்டுகொண்டு அவர்களை ஊக்குவிக்க வேண்டிய கடமை நமக்கு இருக்கிறது.

நாம் அதை எப்போதுமே செய்வதில்லை. ஆனால் இந்தியாவில் பிறந்த யாருக்காவது உலக அளவிலான விருது கிடைத்துவிட்டதென்றால் மட்டும், இவர் நம்மவராக்கும் என்று மார் தட்டிக்கொள்ள நாம் தவறுவதில்லை. ஹர்கோபிந்த் கொரானா போன்றவர்கள் விஷயத்தில் நடந்ததும் இதுதானே!

நிறைய பேருக்கு ராமானுஜன் தன் ஆராய்ச்சிக் கட்டுரைகளை அனுப்பினார். ஆனால் யாருமே கண்டுகொள்ளவில்லை. பேக்கர், ஹாப்சன் போன்ற பிரிட்டிஷ் கணிதவியலாளர்கள் ஒன்றுமே சொல்லாமல் அவரது "பேப்பர்"களைத் திருப்பி அனுப்பினர்.

ஆனால் ஹார்டி மட்டும்தான் கண்டுகொண்டார். அந்தக் கதை மிகவும் சுவாரஸ்யமானது.

ஹார்டியும் லிட்டில்வுட்டும்

ஹார்டி இங்கிலாந்தின் புகழ்பெற்ற ஒரு கணிதமேதை. அல்லது கணிதவியலாளர். அவரது வாழ்க்கை ரொம்ப கட்டுக்கோப்பானது. காலையில் இத்தனை மணிக்கு விழிக்கவேண்டும், இத்தனை மணிக்கு "வாக்கிங்" போகவேண்டும், இத்தனை மணிக்கு கடிதங்களைப் படிக்கவேண்டும் என்று ரொம்ப துல்லியமாக 'கணக்கு'ப் போடப்பட்டு வாழப்பட்ட வாழ்க்கை. அப்படி ஒருநாள் அவர் கடிதங்களை அதற்குரிய நேரத்தில் படித்துக்கொண்டிருந்தார். இந்தியாவிலிருந்து ஒரு 'கவர்' வந்திருந்தது. அதில் ஒன்பது பக்கங்களுக்கு கணித 'தியரம்'கள் விடைகளுடன் இருந்தன. சில 'தியரம்'கள் ஏற்கனவே அறியப்பட்டதாகவும், பல முற்றிலும் புதியனவாகவும் இருந்தன. ஆனால் அடிப்படை கணித விதிகளை எதுவுமே பின்பற்றவில்லை! கோணல்மாணலான எழுத்து. முதல்

• He was invited to England to improve his works by G.H.Hardy and J.E Littlewood, who were great mathematicians.

• Hardy and Ramanujan had two opposite personalities. As Hardy was an atheist and believes mathematical proof and analysis, Ramanujan was a deeply religious guy and he believed in his trustworthy intuition.

• He was the first elected Mathematician from India to the London Mathematical society and he became a Fellow of the Royal society.

▶ ஹார்டி லிட்டில்வுட்

▶ காம்ப்ரிட்ஜ் பல்கலைக்கழகத்தில் ராமானுஜம்

பார்வையின்போது தான் ஒருமேதை என்று காட்டுவதற்காக தயாரிக்கப்பட்ட போலியான கடிதம் போலப்பட்டது ஹார்டிக்கு. கொஞ்சம் புரட்டிவிட்டு எடுத்து வைத்துவிட்டார்.

ஆனால் அந்தக் கடிதம் அவரை என்னவோ செய்துகொண்டே இருந்தது! சில மணி நேரங்கள் கழித்து தன் நண்பர் லிட்டில் வுட்டிடம் பேசினார் ஹார்டி. இப்படி ஒரு கடிதம் வந்திருக்கிறது இந்தியாவிலிருந்து. போலிபோலும், இயற்கை மேதையாக இருக்கலாம் என்றும் தோன்றுகிறது. நீயும் வந்தால் நாம் இருவரும் சேர்ந்து படித்துவிட்டு ஒரு முடிவுக்கு வரலாம் என்று சொன்னார். அன்று இரவு ஹார்டியும் லிட்டில்வுட்டும் சேர்ந்து ராமானுஜத்தின் கடிதப் பக்கங்களைப் படித்து விவாதித்தனர்.

ஒருமணி நேரம் உட்காரலாம் என்று முடிவு செய்திருந்தனர். ஆனால் நள்ளிரவுவரை அதை அவர்கள் விவாதித்தனர். பின்னர் இருவரும் ஏகோபித்த முடிவுக்கு வந்தனர். அது என்ன? அக்கடித்தத்தை அனுப்பிய ராமானுஜம் என்பவர் போலியல்ல. அவர் ஒரு இயற்கை மேதை! காஸ் (Gauss) போல. அவர் இங்கிலாந்துக்கு வரவேண்டும். காம்ப்ரிட்ஜ்ஜில் பணியாற்ற வேண்டும்!

வரலாறு படைத்த வரலாறு | நாகூர் ரூமி

இதுதான் அவர்களின் முடிவு. வரலாற்று முக்கியத்துவம் வாய்ந்த முடிவு. இறைவன் ராமானுஜத்துக்காக அவர்களை எடுக்க வைத்த முடிவு. ஒரு திரைப்படத்தின் இறுதிக் காட்சிபோல படு சுவாரஸ்யமான நிகழ்வு அது. உடனே ராமானுஜத்துக்கு நம்பிக்கையூட்டும் விதமாக பதில் எழுதிய ஹார்டி, இங்கிலாந்துக்கு வாருங்கள் என்று அழைப்பும் விடுத்தார்.

ஆனால் ராமானுஜம் அந்த அழைப்பை ஏற்றுக்கொள்ள முடியவில்லை! இரண்டு காரணங்கள். ஒன்று பணம். இன்னொன்று ஜாதி! பணம் காரணம் என்பதைப் புரிந்துகொள்ள முடிகிறது. ஜாதி எப்படிக் காரணமாக முடியும்? அந்தக் காலத்தில் பிராமணர்கள் கடல் கடந்து போனால் ஜாதி அழிந்துவிடும் என்று நம்பினார்கள்! ஜாதிகளை அழிக்க இப்படி ஒரு நீர்வழி இருக்கிறது என்று தெரிந்திருந்தால் நாம் இவ்விஷயத்தில் உலக சாதனையே செய்திருக்கலாமே! ஜாதிவெறியெல்லாம் 'நீர்த்துப் போயிருக்குமே!

கடைசியில் நாமக்கல் தேவிதான் பிரச்சனையைத் தீர்த்து வைத்தாள்! எப்படி என்கிறீர்களா? நாமக்கல் தேவிதான் ராமானுஜத்தின் குடும்பதெய்வம், குலதெய்வம். அம்மாவுக்கு வந்த கனவில் வெள்ளைக்காரர்கள் மத்தியில் ராமானுஜம் அமர்ந்திருப்பது போன்ற காட்சி. 'ராமானுஜம் வாழ்வின் லட்சியத்தை அடைவதற்குக் குறுக்கே நிற்காதே' என்று தேவியின் உத்தரவு வேறு. ஆஹா, கடல் போன்ற பெரிய பிரச்சனையை ஒரு கனவு தீர்த்துவைத்துவிட்டது! தன் மகன் கடல் கடந்து செல்வதற்கு தேவி அனுமதி கொடுத்துவிட்டாள் என்று அக்கனவை மிகச்சரியாக விளங்கிக்கொண்டார் ராமானுஜத்தின் அம்மா! அவர் அக்கனவு கண்டிருக்காவிட்டாலும், அதை தெய்வத்தின் அனுமதி என்று எடுத்துக்கொண்டிராவிட்டாலும் நாம் ஒரு மேதையை இழந்திருப்போம்!

மேதைக்கு மரியாதை

இங்கிலாந்தின் உலகப்புகழ்பெற்ற இரண்டு பல்கலைக் கழகங்களில் ஒன்று காம்ப்ரிட்ஜ். இன்னொன்று ஆக்ஸ்ஃபோர்டு. காம்ப்ரிட்ஜ்ஜில் பணியாற்றிய ஹார்டிதான் கடைசியில் ராமானுஜத்தை இங்கிலாந்துக்குக் கொண்டுவருவதில் பிடிவாதமாக இருந்து வெற்றிபெற்றார். அதுமட்டுமா? !

மிகமுக்கியமான விஷயம் இங்கே உள்ளது. சென்னைப் பல்கலைக் கழகத்தில் இன்று ராமானுஜன் பெயரால் கணித ஆராய்ச்சிப் படிப்புக்கான துறை இயங்கி வருகிறது. ராமானுஜன் இன்ஸ்ட்டிட்யூட் ஆஃப் மேதமாட்டிக்ஸ் என்ற பெயரில். அதுசரி. ஆனால் அவர் வாழ்ந்த காலத்தில் நம் பல்கலைக்கழகம் அவருக்கு ஒரு பேராசிரியர் பதவி கொடுத்து கௌரவித்ததா? ஒரு க்ளர்க் வேலைக்காக நாய் மாதிரி அலையவிட்டோமே! ஏன் கொடுக்கவில்லை? பல்கலைக்கழக பேராசிரியர் பதவி என்றால் அதற்கான அடிப்படைத் தகுதிகள் இருக்கவேண்டும். முதுகலைப் பட்டம், முனைவர் பட்டம் என. ஆனால் இளங்கலைப் பட்டம்கூட இல்லாத ராமானுஜத்துக்கு காம்ப்ரிட்ஜ் பல்கலைக்கழகம் ஃபெலோ-வாக்கி கௌரவப்படுத்தியது எப்படி? அங்கே அடிப்படைத் தகுதிகள் பற்றிய கருத்து எதுவும் இல்லையா? இருந்தது. ஆனால் ஒருவர் மேதை என்று நிரூபிக்கப்பட்டால், குறிப்பிட்ட பணிக்கான அடிப்படைத்தகுதிகள் பற்றிக் கவலைப் படாமல், அவரது சேவையைப் பயன்படுத்துவதிலேயே அது குறியாக இருந்தது. அப்படிப்பட்ட மேதைகளுக்கான விதி விலக்குகளை அது வைத்திருந்தது! அது பல்கலைக்கழகம்! நாமும் ஏன் அப்படிச் செய்யக்கூடாது?

ராமானுஜன் விட்டுச் சென்ற தியரம்கள், ஈக்வேஷன்கள் பற்றியெல்லாம் எனக்குத் தெரியாது. அது எனக்கு அவசியமும் இல்லை. ஒரு சாதாரணனின் மனநிலையிலிருந்தே நான் இக் கட்டுரை எழுதுகிறேன். கணிதத்தைப் பொறுத்தவரை அது எனக்கு மிகச்சிறந்த தூக்கமாத்திரை. ஆனால் ராமானுஜத்தை நான் வியக்கிறேன். அவரைப்போல எடுத்த காரியத்தில் கண்ணாக இருக்க விரும்புகிறேன். இதுதான் அவர் கொடுத்த பாடம். அப்படிப்பட்ட மேதைகளோடு கொஞ்ச நேரமாவது இருக்கமுடிந்தால் எப்படியிருக்கும் என்று கற்பனை செய்கிறேன். ராமானுஜத்துக்கு அடிப்படைக் கணிதம் கற்றுக்கொடுத்த ஹார்டி அந்த அனுபவம் பற்றி இப்படிக் கூறினார்: 'அவருக்கு கணிதத்தின் அடிப்படையை நான் கற்றுக்கொடுத்தேன். அவ்ரும் கற்றுக்கொண்டார். ஆனால் இப்படிச் செய்யும்போது நான் அவரிடமிருந்து கற்றுக்கொண்டதுதான் அதிகம்'!

ஆனால் கணிதத்தில் உலக சாதனை நிகழ்த்திய அந்த மேதை அற்பாயுசில் போனதுதான் சோகம். ஆனாலும் அவர் உடல் மட்டும்தான் மறைந்துவிட்டது. அவர் புகழ் என்றுமே மறையாது. கணிதம் உள்ளவரை அது இருக்கும். ராமானுஜன்களையும் ஹார்டி களையும் எப்போது நாம் கௌரவப்படுத்தப் போகிறோம்? மேதை களுக்காக விதிகளை நாம் எப்போது தளர்த்தப் போகிறோம்?

பார்வையற்ற விளக்கு

'சந்தோஷத்தின் கதவு ஒன்று மூடப்படும்போது,
இன்னொரு கதவு திறக்கப்படுகிறது.
ஆனால் மூடப்பட்ட கதவையே
நாம் வெகுநேரம் பார்த்துக்கொண்டிருப்பதால்,
நமக்காகத் திறக்கப்பட்ட
இன்னொரு கதவைப் பார்க்கத் தவறிவிடுகிறோம்'.

▶ ஹெலன் - ஆசிரியை ஆன்சுலிவன்

அற்புதமான, சத்தியமான சொற்கள்! சொன்னது யார்? சொன்னவரும் அற்புதமானவர்தான். பகீரதப் பிரயத்தனம், இமாலய முயற்சிஎன்றெல்லாம் சொல்கிறோம். பகீரதன் கங்கையைக் கொண்டுவரப் பிரயத்தனப்பட்டது கதையில். இமயமலைமேல் ஏறிய முயற்சிகள் சாதனைகள்தான். ஆனால் அவையெல்லாவற்றையும்விட பெரிய சாதனையை ஒருவர் செய்தார். சாதிக்கவேண்டும் என்று துடிக்கின்ற அனைவருக்கும் அவர் ஒரு லட்சிய முன்மாதிரி. குறிப்பாகப் பெண்களுக்கு! ஏன்? அவரும் ஒரு பெண்! மேலேயுள்ள அழகான உண்மையின் வரிகளுக்குச் சொந்தக்காரியும் அவர்தான். அவரது கருப்பு வெள்ளை ஒளிப்படத்தைப் பார்த்தபோது இவ்வளவு அழகான பெண்ணா என்று நான் அசந்துபோனேன். அதேசமயம் வார்த்தைகளால் விவரிக்கமுடியாததொரு துக்கம் என் தொண்டையை அடைத்தது. ஏன்?

அந்த அழகான பெண்ணால் பார்க்கவும், கேட்கவும் பேசவும் முடியாது! ஆனால் அந்த ஊனங்களையெல்லாம் தன் மனஉறுதியால் வென்று, இருபத்தைந்து ஆண்டுகள் முயன்று உலகம் புகழும் பேச்சாளரானார்! பார்வையற்றவர்கள் வாழ்வில் ஒளியைக் கொண்டுவர வாழும் காலமெல்லாம் உழைத்தார். பெண்ணுரிமைக்காகப் பாடுபட்டார். வரலாற்றில் நிகழ்த்தப்பட்ட மகத்தான தனிமனித சாதனை அவரதுதான். அந்த மெகா சாதனையின் பெயர் ஹெலன் கெல்லர்!

கற்றுக்கொடுப்பவர்கள் அனைவரும் கற்றுக்கொள்ளவேண்டிய பாடங்கள் அவரிடம் அனேகமுண்டு!

1880 ஜூன் *27* அன்று பிறந்தார் ஹெலன். பிறக்கும்போது ஆரோக்கியமான குழந்தையாகத்தான் பிறந்தார். ஆறுமாதக் குழந்தையாக இருந்தபோதே பேச ஆரம்பித்துவிட்டார். ஒரு வயதானபோது தான் நினைப்பதை தன் பெற்றோர்களிடம் அவரால் சொல்ல முடிந்தது. நடக்கவும் ஆரம்பித்துவிட்டது அந்த சுட்டிக்குழந்தை.

சனியன்பிடித்த காய்ச்சல்

ஆனால் ஒன்றரை வயதானபோது பாழாய்ப்போன காய்ச்சல் ஒன்று வந்தது. அன்று பிடித்தது சனியன் ஹெலனுக்கு. பல நாட்கள் நீடித்த காய்ச்சல் ஒருநாள் காலை ஓடிப்போனது. ஆனால் சும்மா போகவில்லை. தாங்கமுடியாத சோகத்தை அந்தக் குழந்தையின்மீது திணித்துவிட்டுத்தான் சென்றது. ஹெலனின் கண்களையும் காதுகளையும் நிரந்தரமாக மூடிவிட்டுப்போனது. அன்று முதல் குருடாகவும் செவிடாகவும் ஆகிப்போனார் ஹெலன்!

நிசப்தம் மற்றும் இருளால் சூழப்பட்ட, குறிக்கோளற்ற, பகல்களே இல்லாத வாழ்க்கையாகிப்போனது ஹெலனுக்கு. அந்தக் கொடுமை எப்படியிருக்கும் என்று எனக்குக் கொஞ்சம் தெரியும். நான் வேண்டுமென்றே ஒருநாளைக்கு மௌனவிரதம் கடைப்பிடிப்பேன்.

மனிதர்கள் எப்படியெல்லாம் தேவையில்லாமல் பேசுகிறார்கள், நம்மால் பேசவே முடியாவிட்டால் என்னவொரு வேதனை என்றெல்லாம் அப்போது புரிந்துகொண்டேன். ஆனால் அதுவே வாழ்க்கையாகிப் போனால்? நினைக்கவே கஷ்டமாக இருந்தது. ஆனால் ஹெலனுக்கு அப்படிப்பட்ட வாழ்க்கைதான் அமைந்தது. அவரது ஆற்றல்கள் யாவும் முடங்கிப் போயின. 'எனது ஆசிரியை (ஆன்சுலிவன்) வந்த பிறகுதான் என் ஆற்றல்கள் விடுதலைபெற்றன' என்று தன் வாழ்க்கை வரலாற்றில் ஹெலன் கெல்லர் கூறுகிறார்.

ஹெலனின் நோய்க்கு என்ன காரணம் என்று வழக்கம்போல டாக்டருக்குத் தெரியவில்லை. வயிற்றிலும் மூளையிலும் ரத்தம் அதிகமாகக் கட்டிக்கொண்ட மூளைக்காய்ச்சல் பிரச்சனையாக இருக்கலாம் என்று சொன்னார். அவர் வயிற்றுக்கு ஏற்படவிருந்த பிரச்சனையைத் தவிர்ப்பதற்கு அப்படிச் சொல்லியிருப்பார் போலும்! டாக்டருக்குப் புரியாவிட்டால் நமக்கு விளங்காத ஒரு பெயரை நோய்க்கு வைத்துவிடுவார். அப்படித்தான் ஹெலன் விஷயத்திலும் நடந்தது. ஸ்கார்லட் ஃபீவர் அல்லது மெனிஞ்சைட்டிஸ் என்பதாக இருக்க'லாம்' என்றார். அலோபதி டாக்டர்களைப் பொறுத்தவரை எல்லாமே "லாம்'கள்தான்! ஹெலனுக்கு மூளைக் காய்ச்சல் என்று சொன்னது ஒரு மூளைச்சலவையாகக்கூட இருக்க லாம். (ச்சே, இங்கேயும் 'லாம்' வந்துவிட்டது, நீங்கள் என்னை இங்கே மன்னிக்கலாம்). இந்த 'லாம்'களைவிட மோசமானது ஹெலன் இனி பிழைக்க வழியில்லை என்று கடைசியில் டாக்டர் சொன்னதுதான்! உலகசாதனையொன்றை நிகழ்த்தவிருந்த மகா ஆளுமை பற்றிய டாக்டரின் முன்னறிவிப்பு!

▶ ஹெலன்

ஹெலனின் அன்றாடக் குறும்புகள்

ஹெலன் இயற்கையிலேயே அடாவடியான குழந்தை. இப்போது பார்க்கவும் கேட்கவும் முடியாது. எனவே பிடிவாதமும் முரட்டுத்தனமும் இன்னும் அதிகமானது. கோபமானால் அலறித் தீர்த்துவிடுவாள்; உதைப்பாள். சந்தோஷமாக இருந்தால் கெக்கெக்கெக்கே என்று சப்தமாக சிரித்துக்கொண்டே இருப்பாள். கோபத்தைத் தணிக்க தோட்டத்துப் பூக்களிலும் இலைகளிலும் முகத்தைப் புதைத்துக்கொள்வாள்!

பெற்றோரோடு உரையாட, தனக்கு வேண்டியதைக் கேட்டுப் பெற, கிட்டத்தட்ட 60 வகையான உடல் மொழியினை, அசைவுகளை ஏழுவயதிலேயே உருவாக்கியிருந்தாள்! ப்ரெட் வேண்டுமெனில் அவற்றை ஸ்லைஸ்களாக வெட்டுவது போலவும், அவற்றின்மீது வெண்ணெய் தடவுவது போலவும்

காட்டுவாள். ஐஸ்க்ரீம் வேண்டுமென்றால் ரொம்ப குளிருவது போல நடுநடுங்குவாள். வீட்டு சமையல்காரியின் மகள் மார்த்தா தான் விளையாட்டு ஜோடி. இருவரும் சேர்ந்து பறவைகளின் முட்டைகளை எடுப்பது, சமையல்கட்டில் ரொட்டி மாவு பிசைவது, ஐஸ்க்ரீம் செய்வது, கோழிக்குஞ்சுகளுக்கும் வான் கோழிகளுக்கும் கொத்த ஏதாவது போடுவது என்று எப்போதும் விளையாடிக்கொண்டிருப்பார்கள். ஒருமுறை பாவாடையில் பட்ட தண்ணீரைக் காயவைக்கிறேன் என்று நெருப்பினருகில் செல்ல, பாவாடையில் தீ பற்றிக்கொண்டது. வினி என்ற நர்ஸ்தான் ஹெலன்மீது போர்வையைப் போட்டு காப்பாற்றினார்.

ஆனால் ஹெலனின் குறும்புகள் வளர்ந்துகொண்டுதான் சென்றன. ஒருமுறை அவருடைய அம்மாவையே அறையில் வைத்துப் பூட்டிவிட்டார். மூன்று மணி நேரத்துக்குமேல் அவர் அறைக்குள்ளிருந்து கதவை தட்டிக்கொண்டே இருந்தார். அதை ஹெலன் ரசித்துக்கொண்டிருந்தார்! அவருடைய ஆசிரியை சுலிவனையும் இப்படி ஒருமுறை அடைத்துவைத்தார். கடைசியில் ஹெலனின் அப்பா ஏணி வைத்து ஜன்னல் வழியாகத்தான் சுலிவனை வெளியே அழைத்துவர முடிந்தது!

ஐந்து வயதானபோது தன்னுடைய உடைகள் எவை மற்றவர்களுடையவை எவை ஹெலனால் பிரித்துணர முடிந்தது. ஆன் சுலிவன் என்ற மகத்தான பெண் ஆசிரியையாக வருவதற்கு முன்பே, தான் மற்றவர்களைப்போல இல்லை, ஏதாவது வேண்டுமென்றால் மற்றவர்களெல்லாம் வாய்களையே பயன்படுத்துகின்றனர், தன்னைப்போல சமிக்ஞைகள் செய்து காட்டுவதில்லை என்று ஹெலன் உணர்ந்துகொண்டார்.

அலக்சாண்டர் க்ரஹாம்பெல் திறந்த கதவு

காது கேளாத, கண்பார்வையற்ற குழந்தைகளுக்கான பள்ளிகளெல்லாம் ஹெலனின் ஊரான டஸ்கம்ப்ரியாவிலிருந்து வெகுதொலைவில் இருந்தன. அவ்வளவு தூரம்வந்து ஒரு குருட்டு, செவிட்டுக் குழந்தைக்குச் சொல்லிக் கொடுக்க யாரும் முன்வரவில்லை. ஆனால் ஹெலனுக்கு ஏதாகிலும் செய்ய வேண்டும் என்ற பற்றி எரியும் ஆசை ஹெலனின் அம்மாவுக்கு இருந்தது. லாரா என்ற குருட்டு, செவிட்டுப் பெண் கல்விகற்றுக்கொண்டது பற்றி டிக்கன்ஸ் எழுதிய ஒரு கட்டுரையில்

▶ ஹெலன் – க்ரஹாம்பெல்

ஹெலனின் அம்மா படித்தார். அதனால் உந்தப்பட்டு சிசோம் என்ற மருத்துவரைப்போய் பெற்றோர் பார்த்தனர். அவரால் ஒன்றும் உதவமுடியவில்லை. ஆனால் (தொலைபேசியைக் கண்டுபிடித்த) க்ரஹாம் பெல்லிடம் ஹெலனை அழைத்துச்செல்லுமாறு அவர் ஆலோசனை கூறினார். (தொலைபேசியில் மணி ஒலிக்கிறது. அதைக் கண்டுபிடித்தவரின் பெயரில் 'பெல்' இருக்கிறது! இது தற்செயலா, தெய்வச்செயலா)? காதுகேளாத குழந்தைகளுக்காக க்ரஹாம்பெல் ஏதேதோ செய்துகொண்டிருந்தார்.

பெல் மிகவும் அன்பாக ஹெலனோடு பழகினார். அவளைத் தூக்கி மடியில் வைத்துக்கொண்டார். அவரது வாட்ச்சோடு அவளை விளையாட வைத்தார். இருளிலிருந்து ஒளிக்கும், தனிமையிலிருந்து நட்புறவுக்குள்ளும் போவதற்கான கதவுதான் அந்த சந்திப்பு என்று ஹெலனுக்கு அப்போது புரியவில்லை. பார்வையற்றவர்களுக்கு நடத்தப்பட்ட பெர்கின்ஸன் இன்ஸ்ட் டிட்யூட் சென்று அங்கே ஹெலனுக்கு யாராவது ஆசிரியை கிடைக்குமா என்று அதன் இயக்குனரைக் கேட்குமாறு ஆலோசனை வழங்கினார் க்ரஹாம்பெல். அப்படியே ஹெலனின்

பெற்றோரும் செய்தனர். சில வாரங்களுக்குப் பிறகு ஒரு ஆசிரியை கிடைத்துவிட்டதாக தகவல் வந்தது.

ஆன் சுலிவனின் வருகை

1887. மார்ச் மூன்றாம் தேதி. அன்றுதான் ஹெலனின் வாழ்வில் ஒளிவிளக்கு வந்த நாள். அன்றுதான் ஆன்சுலிவன் என்ற மகத்தான ஆசிரியை வந்தார். அப்போது ஏழு வயதாவதற்கு மூன்று மாதங்கள் பாக்கியிருந்தன ஹெலனுக்கு. தன் வாழ்க்கையின் 'அதிமுக்கியமான நாள்' அதுதான் என்றார் ஹெலன்.

சுலிவன் வந்து ஹெலனை அணைத்துக்கொண்டார். கண் பார்வையற்ற குழந்தைகள் செய்திருந்த ஒரு பொம்மையை ஹெலனுக்குப் பரிசாகக் கொடுத்தார். ஹெலனுடைய கையை விரித்து உள்ளங்கையில் 'பொம்மை' என்று ஒவ்வொரு எழுத்தாக எழுதிக் காட்டினார். அந்த 'விளையாட்டு' ஹெலனுக்கு மிகவும் பிடித்திருந்தது! ஏனெனில் தன் கையில் எழுதப்பட்டது ஒரு சொல் என்றுகூட ஹெலனுக்குத் தெரியாது! அடுத்து வந்த நாட்களில் இப்படி நிறைய சொற்களை எழுதக் கற்றுக் கொண்டார். ஒவ்வொரு பொருளுக்கும் ஒரு பெயர் இருந்தது என்று மெல்லமெல்ல ஹெலனுக்குப் புரிய ஆரம்பித்தது!

ஒருநாள் ஹெலனும் சுலிவனும் 'வாக்கிங்' போய்க் கொண்டிருந்தனர். ஒரு குழாயிலிருந்து தண்ணீர் பீறி வந்துகொண்டிருந்தது. ஹெலனின் ஒருகையை அந்தக் குழாய்க்கு அடியில் வைத்து இன்னொரு கையில் 'த+ண்+ணீ+ர்' என்று ஒவ்வொரு எழுத்தாக எழுதிக்காட்டினார் சுலிவன். அந்த அனுபவம் மறக்க முடியாததாக மாறிப்போனது ஹெலனின் வாழ்வில். சொல்லுக்கு உயிர் இருப்பதை முதன்முறையாக ஹெலன் உணர்ந்தார். உயிர்கொண்ட அந்த சொல் அவரது ஆன்மாவை உசுப்பிவிட்டது. அதற்கு 'ஒளியையும் நம்பிக்கையையும் கொடுத்து அதை சுதந்திரமாக்கியது'. அதன்பிறகு தான் தொட்ட ஒவ்வொரு பொருளுக்குப் பின்னாலும் உயிர் இருந்ததை ஹெலன் உணர்ந்துகொண்டார். இப்படியே பாடம் பல ஆண்டுகளுக்குத் தொடர்ந்தது. ப்ரெய்ல் முறையில் படிக்கவும் கற்றுக்கொண்டார் ஹெலன். எல்லாவற்றையும் கதைகள், கவிதைகள் சொல்லிப் புரிய வைத்தார் சுலிவன். ஆனால் ஹெலன்கெல்லருக்கு – எனக்கும்தான் – பிடிக்காத பாடம் கணிதம்தான்!

▲ ஹெலனும் சுலிவனும்

ஒருமுறை கடலில் அவரைக் குளிக்க வைத்தனர். அலைகள் வந்து மோதி ஹெலனை முழுக்க நனைத்து வாய், காது மூக்கெல்லாம் கடல்நீர் புகுந்து அலைக்கழித்தது. குளியல் முடிந்த பிறகு ஹெலன் கேட்ட முதல் கேள்வி: "தண்ணீருக்குள் இவ்வளவு உப்பைப் போட்டது யார்?"

மீண்டும் உயிர்பெற்றது பேச்சு

செத்துப்போன லசாரஸ் மீண்டும் இயேசுவின் பிரார்த்தனையால் உயிர்பெற்றதுபோல 1890ல் – சுலிவன் வந்து மூன்று ஆண்டுகள் கழித்து – மீண்டும் வாயால் பேசக் கற்றுக்கொண்டார் ஹெலன். சுலிவன் ஹெலனுக்கு நிகழ்த்திய அற்புதம் அது. பேசுவது என்றால் என்னவென்று காதுகேளாமல் போனபிறகு அவருக்கு மறந்துபோயிருந்தது! ஒரு கையை தொண்டையில் வைத்துக்கொண்டு இன்னொரு கையை உதடுகளில் வைத்து ஒலியெழுப்பி அதிர்வுகளைக் கவனிப்பார். பாடும்போது பாடகரின் தொண்டையிலும், பியானோ வாசிக்கப்படும்போது அதன்மீதும் கைவைத்து உணர்வார்.

▶ ஹெலன் கெல்லர்

ஆனால் அவர் வாயால் பேச முயற்சி செய்வது ஏமாற்றத்தில் முடியலாம் என்று அவரது தோழிகள் நினைத்தனர். ஆனால் ஹெலன் விடவில்லை. ஏற்கனவே இப்படி முயன்று வென்றிருந்த காட்டா என்ற நார்வே நாட்டுப் பெண்ணைப்பற்றி கேள்விப் பட்டிருந்தார். எனவே தானும் எப்படியாவது வாயால் பேசி விட வேண்டும் என்ற ஆசைத்தீ பற்றி எரிய ஆரம்பித்தது. சாரா என்ற ஒரு பள்ளித் தலைமை ஆசிரியை உதவியுடன் அந்த முயற்சியும் 180 மார்ச் 26ம் தேதி தொடங்கியது.

சாரா ஏதாவது ஒரு ஒலியெழுப்பும்போது லேசாக அவர் நாக்கையும் உதடுகளையும் தொட்டுப்பார்க்க ஹெலன் அனுமதிக் கப்பட்டார். இப்படி பேசக் கற்றுக்கொண்ட ஹெலன் ‘இது கதகதப்பாக இருக்கிறது’ (It is warm) என்ற முதல் வாக்கியத்தைப் பேசினார். ஆனால் இது ஒன்றும் சுலபமாக இருக்கவில்லை. ஹெலன் பேசியது சாராவுக்கும் சுலிவனுக்கும்தான் புரிந்தது. ஆனால் போகப்போக எல்லா மனிதர்களையும்போல தானும் பேசவேண்டும் என்ற ஹெலனின் ஆசை நிறைவேறியது.

வரலாறு படைத்த வரலாறு | நாகூர் ரூமி

இளங்கலைப் பட்டம்

1896ம் ஆண்டு காம்ப்ரிட்ஜ் ஸ்கூல் ஃபார் யங் லேடீஸ் பள்ளியில் சேர்ந்தார். அவரோடு சுலிவனும் போவார். நடத்தப் படும் பாடங்களை அவர் கேட்டு ஹெலனுக்கு விளக்கிச் சொல்வார். அவர்கள் சொல்வதையெல்லாம் மஹா பொறுமை யோடு ஹெலனின் கைகளில் எழுதிக்காட்டுவார். இவ்விதமாக ஆங்கில இலக்கியம், வரலாறு, கணிதம், ஜெர்மன், லத்தீன் ஆகிய பாடங்களைப் படித்து எல்லாவற்றிலும் 'ஹானர்ஸ்' வாங்கி 'பாஸ்' ஆகி 1899ல் ராட்க்ளிஃப் கல்லூரியில் சேர இறுதித்தேர்வு எழுதி, 1904ம் ஆண்டு பட்டமும் பெற்றார் ஹெலன்! முதன்முதலாக கலை இலக்கியத்தில் இளங்கலைப் பட்டம் பெற்ற பார்வையற்ற, கேள்வியற்ற பெண்மணி ஹெலன்தான்!

ஹெலனின் கைகளைப் பிடித்துக்கொண்டே 1936ல் ஆன்சுலிவன் இறந்துபோனார். நாற்பத்தொன்பது ஆண்டுகள் ஹெலனோடு, ஹெலனுக்காகவே அவர் வாழ்ந்தார்! அவரது வரவும், உறவும், பிரிவும் காவியமாக கொண்டாடப்படவேண்டிய விஷயங்களாகும். கற்றுக்கொடுப்பவர்கள் அனைவரும் கற்றுக் கொள்ளவேண்டிய பாடங்கள் அவரிடம் அனேகமுண்டு! ஆன்சுலிவனுக்கும் பார்வைக் கோளாறு இருந்தது என்பது நம்மை வியப்பிலாழ்த்தும் இன்னொரு தகவல்!

ஹெலன் கெல்லர் சில தகவல்கள்

- அவரது இடதுகண் வெளியே துருத்திக் கொண்டிருக்கு மாகையால் அவரை எப்போதுமே பக்கவாட்டிலேயே நிழல் படமெடுத்தனர்.
- மருத்துவக் காரணங்களுக்காக அவரது இளமைக்காலத்தில் இரண்டு கண்களையும் எடுத்துவிட்டு கண்ணாடியால் ஆன கண்கள் பொருத்தப்பட்டன.
- ஹெலன் கெல்லர் உலகப்புகழ் பெற்ற பேச்சாளராகவும் எழுத்தாளராகவும் ஆனார்.
- நாற்பது நாடுகளுக்குமேல் ஆன்சுலிவனோடு பயணம் மேற்கொண்டுள்ளார். குறிப்பாக ஜப்பானில் இவருக்கு நிறைய ரசிக ரசிகைகள் உண்டு.
- லிண்டன் ஜான்சனிலிருந்து கென்னடி வரை, எல்லா அமெரிக்க ஜனாதிபதிகளும் ஹெலன்கெல்லருக்கு தோழர்கள்.

▶ ஹெலன் – மார்க் ட்வைன்

- உலகப்புகழ்பெற்ற எழுத்தாளர்கள், விஞானிகள், கலைஞர்கள் எல்லாம் ஹெலனுக்கு நண்பர்கள் உதாரணமாக க்ரஹாம் பெல், சார்லி சாப்ளின், மார்க்ட்வைன்.
- பன்னிரண்டு நூல்களை ஹெலன் கெல்லர் எழுதியுள்ளார்
- 1964ல் ப்ரெசிடென்ஷியல் மெடல் ஆஃப் ஃப்ரீடம் என்ற உயரிய உள்நாட்டு விருது கொடுக்கப்பட்டது.
- 1965ல் நேஷனல் விமன்ஸ் ஹால் ஆஃப் ஃபேம் என்ற புகழ்பெற்ற மனிதர்களுடைய பட்டியல் அடங்கிய மாளிகையில் அவரது பெயரும் சேர்க்கப்பட்டது.
- 1968ம் ஆண்டு ஜூன் முதல் தேதியன்று உறக்கத்திலேயே மீளாத உறக்கத்துக்குச் சென்றார் ஹெலன் கெல்லர்.
- ஆன் சுலிவனுடைய அஸ்தி புதைக்கப்பட்ட இடத்துக்குப் பக்கத்திலேயே ஹெலனது அஸ்தியும் புதைக்கப்பட்டது.

'பத்தொன்பதாம் நூற்றாண்டின் அதிசுவாரஸ்யமான இரண்டு பேர்களில் ஒருவர் நெப்போலியன், இன்னொருவர் ஹெலன் கெல்லர்' என்று மிகச்சரியாகச் சொன்னார் மார்க்ட்வைன்.

'பார்வையற்றவர்களுடைய ஆகப்பெரிய பிரச்சனை பார்வை யின்மையல்ல. அவர்களைப் பார்க்கின்ற மனிதர்களுடையஅணுகு முறைதான்' என்றார் ஹெலன் கெல்லர். இனியாவது பார்வை யற்றவர்களை நோக்கிய நமது பார்வை மாறுமா!

மாவீரன் மருதநாயகம்

இந்தியாவுக்கு சுதந்திரம் வாங்கிக்கொடுத்தது யார் என்று
ஒரு பள்ளி மாணவனைக் கேட்டால்
சட்டென்று மகாத்மா காந்தி என்று பதில் வரும்.
அது சரியான பதிலா என்றால் சரிதான்,
ஆனாலும் சரியில்லை என்பதுதான் சரி!
மகாத்மாவின் தியாகத்தையும் சேவையையும்
குறைத்து மதிப்பிடமுடியாது.
ஆனால் இந்திய விடுதலைப் போராட்ட வரலாறு என்ற
திரைப்படத்தின் கிளைமாக்ஸ் காட்சியில்தான் மகாத்மா,
நேரு போன்றவர்களெல்லாம் வருகிறார்கள்.

▼

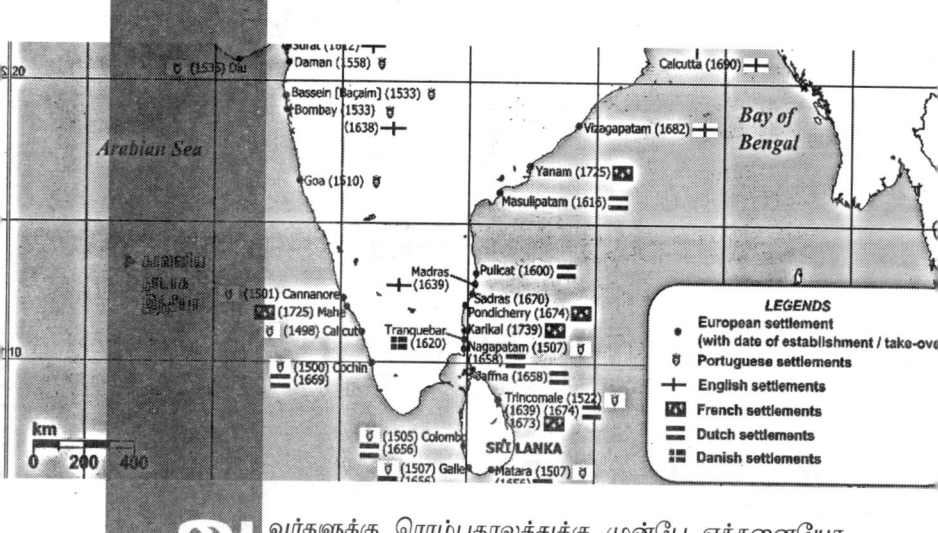

அவர்களுக்கு ரொம்பகாலத்துக்கு முன்பே எத்தனையோ மகாத்மாக்கள் நம் நாட்டுக்காக வீரத்துடன் போராடி இன்னுயிரை இழந்திருக்கிறார்கள் என்பதும் வரலாறு.

ஆனால் அந்தப் போராட்டமெல்லாம் பரங்கியர் என்று குறிப்பிடப்பட்ட வெளிநாட்டு ஆதிக்க சக்திகளுக்கு எதிராக மட்டும் நடக்கவில்லை. நம்மை நாமே அடித்துக்கொண்டோம், கொன்றுகுவித்தோம்.

அதுவும் வெள்ளைக்காரனுக்காக. அல்லது ப்ரெஞ்சுக்காரனுக் காக. நமது வீரமும் தியாகமும் அந்நிய ஆதிக்க சக்திகளுக்கு உறுதுணையாக பயன்படுத்தப்பட்டன.

இது நம் நாடு, நாமனைவரும் ஒன்றுபடவேண்டும் என்ற அறிவு அப்போது நமக்கு வரவில்லை. மறவர் சீமையை எதிர்த்து நவாபும், நவாபை எதிர்த்து நிஜாமும், நிஜாமை எதிர்த்து ஹைதரும் சண்டையிட்டுக்கொண்டனர். ஆங்கிலேயர்களின் பிரித்தாளும் சூழ்ச்சி இந்திய ஆட்சியாளர்களை ஒருவருக்கொருவர் எதிரிகளாக மாற்றி நாட்டைக் கொள்ளையடிக்கும் வேலையை பல நூற்றாண்டுகளாக வெற்றிகரமாகச் செய்துமுடித்தது.

'மத்திய அரசு', 'ஒன்றுபட்ட இந்தியா' ஆகிய கருத்துக்களெல்லாம் முகலாயர்களின் ஆட்சிக்காலத்தில்தான் உருவானது என்று இந்திய வரலாற்றை எழுதிய வின்சண்ட் ஸ்மித் ஏன் சொன்னார் என்று இப்போதுதான் புரிகிறது.

அவருக்கு
இந்த நாடு முழுவதும்
நன்றாகத் தெரிந்திருக்கிறது...
உணர்ச்சி வசப்படாமல் அறிவுப்பூர்வமாக
செயல்படும் பிறவி வீரர்.
அவரைப்போன்ற ஒருவரை
நான் இந்த மண்ணில் கண்டதேயில்லை

பரங்கி

விஷயம் ரொம்ப சீரியஸாகப் போகிறது. அதற்குமுன் வெளிநாட்டு ஆதிக்க சக்தியினருக்கு 'பரங்கி' என்ற பெயர் ஏன் வந்ததென்று பார்த்து கொஞ்சம் 'ரிலாக்ஸ்' செய்துகொள்ளலாம்! பாரசீக, உர்து மொழிகளில் உள்ள 'ஃபிர்' என்ற சொல்லுக்கு 'வேறு' என்றொரு பொருளுண்டு. 'ரங்க்' என்றால் 'நிறம்'. 'ரங்கி' என்றால் 'நிறத்தவர்'. 'ஃபிர் ரங்கி' என்றால் 'வேறு நிறத்தவர்'! 'மதுரை', 'மதுர'யாகி, பின் 'மருத'வானதுபோல 'ஃபிர்-ரங்கி' என்பது சுருங்கி 'பரங்கி'யானது! எனவே இந்திய நிறமற்ற, வேறு நிறம்கொண்ட ஆங்கிலேயர், ஃப்ரெஞ்ச், போர்ச்சுக்கீஸ், டச் அனைவருமே பரங்கியர்தான்! இனி 'மருதநாயகம்' என்று அறியப்பட்ட மதுரை நாயகன் யூசுஃப் கான்சாஹிபின் வீர வரலாற்றினைக் கொஞ்சம் பார்க்கலாம்.

பிறப்பும் மார்க்கமும்

1725ம் ஆண்டு ராமநாதபுரம் மாவட்டத்தில் சிவகங்கைக்கு அருகிலிருந்த பனையூரில் ஒரு தையல் தொழிலாளியின் மகனாகப் பிறந்தார். அவர் பிறப்பால் இந்து, பின்னாளில் முஸ்லிமானார் என்று விக்கியும் சில வரலாற்று ஆசிரியர்களும் குறிப்பிடுகின்றனர். அவர் தமிழ் மண்ணைச் சார்ந்த முன்னோர் களின் வழிவந்த முஸ்லிம் என்று அவரின் ஆதாரப்பூர்வ வாழ்க்கை வரலாற்றை எழுதிய எஸ்.சி. ஹில் தனது Yusuf Khan,

மருதநாயகம் கல்லறை

The Rebel Commandant என்ற நூலின் ஐந்தாவது பிற்சேர்க்கையில் அடித்துக் கூறுகிறார் (ஹில் 286, நத்தர்சா 58). கான்சாஹிப் பற்றிய கதைப்பாடலிலும் 'ஆலிம் குலம் விளங்க வரும் தீரன்' என்று அவர் வர்ணிக்கப்பட்டுள்ளதிலிருந்து அவர் முஸ்லிம் பெற்றோருக்குப் பிறந்தவர் என்பதை அறியலாம் (நத்தர்சா 60). கும்மந்தான் சாஹிப், கம்மந்தான் சாஹிப், நெல்லூர் சுபேதார், மருதநாயகம் என இவருக்குப் பல புகழ்ப் பெயர்களுண்டு.

ராணுவ மேதை

மருதநாயகத்துக்கு பள்ளிக்கூடக் கல்வியில் நாட்டமில்லை. வாழ்க்கைப் பாடங்களையே அவர் விரும்பினார். சிறுவயதிலேயே பாண்டிச்சேரி சென்று கொஞ்சகாலம் படகோட்டியாகப் பணி புரிந்தார். ஃப்ரெஞ்சு ராணுவ வீரர் ஜாக்வில்லா என்ற நண்பர் மூலமாக போர்ப்பயிற்சி பெற்றார்.

இந்தியாவில் இருந்த இரண்டு ராணுவமேதைகளில் ஒருவர் ஹைதர்அலி, இன்னொருவர் மருதநாயகம் என்று மேஜர்ஜெனரல் சர்ஜான்மால்கம் சொன்னதற்குக் காரணம் போர்த்திறம் அவருடைய மரபணுவிலேயே இருந்ததுதான். கான்சாஹிபின் ரத்தத்திலேயே ஊறிக்கிடந்த ராணுவத்திறமைகள் ஜாக்வில்லாவைக் கவர்ந்ததில் ஆச்சரியமில்லை. வாள் வீச்சு, குதிரைச்சவாரி, பீரங்கி, துப்பாக்கி போன்றவற்றைப் பயன்படுத்துதல் ஆகியவற்றில் மூன்றரை ஆண்டுகள் பயிற்சி பெற்றார்.

பிரண்டன் என்ற ஆங்கிலேய அதிகாரியிடம் பணியாற்றியபோது ஆங்கிலம், ஃப்ரெஞ்சு, போர்ச்சுக்கீசிய மொழிகளில் பாண்டித்தியம் பெற்றார். ப்ரண்டனின் வளர்ப்புப் பிள்ளை என்று சொல்லு மளவுக்கு அவருக்கும் ப்ரண்டனுக்குமான உறவு இருந்தது. ஆனால் பின்னாளில் ப்ரண்டனையே எதிர்த்து அவர் போர் புரிய வேண்டியிருந்தது. கொஞ்ச காலம் தஞ்சை மன்னர் பிரதாப

சிங்கிடமும் பணிபுரிந்தார். அங்கிருந்து நெல்லூருக்குச் சென்றார். அங்கே தண்டல்காரர், ஹவில்தார், சுபேதார் என பல உயர் பதவிகளை வகித்தார்.

ஆற்காடு நவாப் சந்தாசாஹிப்

ஆற்காடு நவாபும் கான்சாஹிபும்

அப்போது ஆற்காடு நவாபாக சந்தாசாஹிப் என்பவர் இருந்தார். ஆனால் அவர் முந்தைய நவாபின் மகனல்ல. நவாபின் உண்மையான வாரிசு முஹம்மதலி நவாப் பதவி தனக்குரியது என்று போர்க்கொடி உயர்த்தினார். சந்தா சாஹிப் ஃப்ரெஞ்சுக்காரர்களின் உதவியை நாடினார்.

முஹம்மதலிக்கு ஆங்கிலேயர்கள் உதவினர். யார் உண்மையான வாரிசு என்பதுபற்றி பரங்கியருக்குக் கவலையில்லை. அவர்களுக் கேற்ற தலையாட்டி பொம்மை எது என்பதுதான் அவர்களுக்கு முக்கியம்.

ஆரம்பத்தில் சந்தாசாஹிபுக்கு வெற்றி. முஹம்மதலி தப்பித்து திருச்சி மலைக்கோட்டையில் ஒளிந்துகொண்டார். அவரை அங்கிருந்து துரத்த ஃப்ரெஞ்சுப் படைகளுடன் திருச்சிக்கு விரைந்தார் சந்தாசாஹிப். ஆனால் திடீரென்று ராபர்ட்கிளைவின் தலைமையில் ஆற்காடு தாக்கப்பட்டது. ஆற்காட்டை மீட்க பத்தாயிரம் பேர்கொண்ட படையுடன் ரஸாசாஹிப் என்பவரை நவாப் ஆற்காட்டுக்கு அனுப்பினார். ரஸாவுக்கு உதவிசெய்த நெல்லூர் ராணுவத்தின் சுபேதாராக இருந்தவர் மருதநாயகம்! சந்தாசாஹிபும் அவரது மகனும் கொல்லப்பட்டபின் முஹம்மதலி ஆற்காடு நவாபாக அரியணையேற்றப்பட்டார்.

ஆங்கிலேயர்களுக்கும் ஃப்ரெஞ்சுக்காரர்களுக்குமான பதவிச் சண்டையில் மருதநாயகத்தின் வீரமும் திறமையும் பயன் படுத்திக் கொள்ளப்பட்டன. 1752ல் காவேரிப்பாக்கத்தில் ஃபிரஞ்சுக் காரர்களுக்கெதிராக ஆங்கிலேயர் நடத்திய இரண்டு சண்டைகளில் ஆங்கிலேயர்களுக்கு பெருவெற்றி

கிடைக்க உதவியது மருதநாயகம்தான். 'எனது வெற்றிக்கு நான் கான்சாஹிபையே பெரிதும் சார்ந்திருந்தேன்' என்று அதுபற்றி ராபர்ட்கிளைவுக்கு தளபதி டால்டன் கடிதம் எழுதினார் *(நத்தர்சா, 68)*.

கான்சாஹிப் ஓர் 'அற்புதமான வீரர். அவருக்கு இந்த நாடு முழுவதும் நன்றாகத் தெரிந்திருக்கிறது... உணர்ச்சி வசப்படாமல் அறிவுப்பூர்வமாக செயல்படும் பிறவி வீரர். அவரைப்போன்ற ஒருவரை நான் இந்த மண்ணில் கண்டதேயில்லை' என்று புகழ்ந்துரைக்கிறார் ஆங்கிலப்படைத் தளபதி லாரன்ஸ் *(ஹில் 14, நத்தர்சா 68)*. ராபர்ட்க்ளைவின் வெற்றியை நிர்ணயிக்கும் சக்தியாக கான்சாஹிப் திகழ்ந்தார்.

மதுரை நாயகன்

1756ல் ஆங்கிலேயே நிர்வாகம் மதுரை, திருநெல்வேலி பகுதிகளின் ராணுவ அதிகாரியாக கான்சாஹிபை நியமித்தது. ஆனால் அப்பகுதிகளை ஆளும் உரிமையை நவாபு ஆங்கிலேயர்களிடமிருந்து 1751லேயே பெற்றிருந்தார். யாருக்கு யார் உரிமை கொடுப்பது? எவ்வளவு கேவலம்! கான்சாஹிபுக்கு உயர்பதவிகள் கொடுப்பது நவாபுக்குப் பிடிக்கவில்லை. மதுரை நிர்வாகத்தை அவரிடம் ஒப்படைக்கவேண்டாம் என்று தன் எதிர்ப்பை பலமுறை தெரியப்படுத்தினார். ஆனால் கம்பனி நிர்வாகம் அதைக் கண்டுகொள்ளவே இல்லை! *(கம்பனி, 'கும்பனி' என்பதெல்லாம் கிழக்கிந்தியக் கம்பனியைக் குறிக்கும்)*.

கான்சாஹிபின் நிர்வாகத்தில் மதுரை சீரடைந்து புதுப்பொலிவு பெற்றது. கானின் செல்வாக்கும் அதிகரித்துக்கொண்டே போனது.

நவாபின் பொறாமைத் தீயை அது தூண்டிவிட்டது. நவாபின் எதிர்ப்பை மீறி ஓராண்டுக்கு மதுரை, திருநெல்வேலி பகுதிகளில் வரி வசூலிக்கும் உரிமையை கம்பனி கான்சாஹிபுக்கு வழங்கியது. இறுதிவரை ஆற்காடு நவாபுக்கும் கான்சாஹிபுக்கும் இடையில் கசப்பான உறவே இருந்தது.

ஆங்கிலேயர்களின் ஆணையைமீறி நவாபால் ஏன் ஒன்றும் செய்யமுடியவில்லை? தன் ஆடம்பர வாழ்க்கைக்கும் கேளிக்கை களுக்காகவும் அவர்களிடமிருந்து கடன்வாங்கியிருந்த பணத்துக் காகவும், வட்டிக்காகவும் பல லட்சம் டாலர் மதிப்புள்ள ரூபாய்களை அவர்களுக்கு அவர் ஆண்டுதோறும் வழங்கவேண்டி யிருந்தது! அதோடு, அவர் ஆளுகையிலிருந்த பல பகுதிக ளின் வரிவசூலிக்கும் உரிமையை, பல சலுகைகளை, சமயங்க ளில் அப்பகுதிகளையும் ஆங்கிலேயருக்கு விட்டுக் கொடுக்க வேண்டியிருந்தது! அவர் ஆங்கிலேயர்களோடு செய்துகொண்ட உடன்பாடுகளெல்லாம் 'தான சாசனமாக' இருந்தன என்கிறார் வரலாற்றாசிரியர் கமால்.

காவிரியின் காவலன்

காவிரிநதியின் கால்வாய்கள், அணைக்கட்டுகள் அனைத்தையும் உடைத்துவிட்டு தமிழக விவசாயத்தைக் கெடுக்க டூப்ளக்ஸ் தலைமையிலான ஃப்ரெஞ்சுப்படை திட்டமிட்டது. அதை முறியடித்து காவிரிக்கரையைக் காக்கும் பொறுப்பு ஆங்கிலேயரால் மருதநாயகத்திடம் ஒப்படைக்கப்படது. முத்தரசநல்லூரில் முகாமிட்டு, எதிரிகள் நடவடிக்கையைக் கண்காணித்து காவிரிக் கரையைப் பாதுகாத்தார் கான்சாஹிப்.

கான்சாஹிபும் ஹைதர் அலியும்

ஃப்ரெஞ்சுக்காரர்கள் திருச்சியை முற்றுகையிட்டபோது அதை மீட்கஆற்காடுநவாபுஹைதர்அலியின்உதவியைநாடினார். பதிலுக்கு திருச்சியை ஹைதருக்கே விட்டுக்கொடுப்பதாகவும் வாக்களித்தார். அதைநம்பி ஹைதரலியின் படையும் ஆங்கிலப்படையும் சேர்ந்து ஃப்ரெஞ்சுப் படைகளை விரட்டியடித்தன. நவாபுக்கு வெற்றி. ஆனால் வாக்களித்ததுபோல் நவாபு திருச்சியை ஹைதருக்குத் தரவில்லை. பழிவாங்க சந்தர்ப்பம் பார்த்துக்கொண்டிருந்தார் ஹைதர். கான்சாஹிப் மதுரையில் இல்லாத நேரம் பார்த்து தன் படையுடன் திண்டுக்கல் வந்து சோழவந்தான் கோட்டையைக் கைப்பற்றினார்.

▶ கான்சாஹிப் தூக்கு மேடை

செய்தியறிந்த கான்சாஹிப் தன் படையுடன் விரைந்துவந்து ஹைதரின் படையுடன் மோதி அவர்களை திண்டுக்கல்லுக்கு விரட்டியடித்தார். ஹைதர்அலியும் மருதநாயகமும் ஒன்று சேர்ந்திருந்தால் வரலாறு திசைமாறியிருக்கும் என்பது வரலாற்று ஆசிரியர்களின் சரியான கணிப்பு. ஆனால் அப்படி நடக்காதது துரதிருஷ்டமே.

புலித்தேவரும் கட்டபொம்மனும்

தென்தமிழகத்தின் தன்னிகரில்லா வீரனாக புலித்தேவர் இருந்தார். ஆனால் மருதநாயகமும் புலித்தேவரும் இறுதிவரை எதிரிகளாகவே இருந்ததும் துரதிருஷ்டமே. புலித்தேவரின் ஊரான வாசுதேவநல்லூரில் நடந்த சண்டையில் புலித்தேவரிடம் தோற்றுப் பின்வாங்கினார் கான்சாஹிப்! வரலாற்றில் அவருக்குக் கிடைத்த ஒரே தோல்வி அதுதான்!

நம் வீரபாண்டியக் கட்டபொம்மனின் தாத்தா பொல்லாப் பாண்டிய கட்டபொம்மனின் ஆட்களை அவர் செலுத்தவேண்டிய வரிபாக்கிக்காக வெள்ளையர்கள் பிணையாகப் பிடித்து வைத்திருந்தனர். நிர்வாகத்தை சமாதானப்படுத்தி, பிணையாட்களை மீட்டு கட்டபொம்மனிடமே திருப்பி அனுப்பினார் கான்சாஹிப்.

சதியும் விதியும்

கான்சாஹிபின் கூட இருந்தவர்களே அவருக்குக் குழிபறித்தனர். மூன்றுமுறை அவரைக்கொல்ல சதிநடந்தது. இரண்டுமுறை தோற்ற சூழ்ச்சி மூன்றாம் முறை வெற்றிபெற்று அவரது உயிரைப் பறித்தது. ஆங்கிலேயர்களிடம் மொழிபெயர்ப்பாளராகப் பணிபுரிந்த

புண்ணியப்பன் என்பவன் மைசூர்க்காரர்களோடு சேர்ந்து கான் சாஹிபுக்கு எதிராக சூழ்ச்சி செய்தான். திருச்சிக்கு துரோகம் செய்தால் வெகுமதி கொடுப்பதாக மைசூர்க்காரர்கள் மருத நாயகத்துக்கு எழுதியது போன்ற போலிக் கடிதம் ஒன்று வெள்ளையர்களிடம் கிடைக்க ஏற்பாடு செய்தான். அதன் விளைவாக கான்சாஹிப் முதலில் காவலில் வைக்கப்பட்டார். விசாரணையில் உண்மை வெளிவர, புண்ணியப்பட்டன் பீரங்கியின் வாயில் வைத்துக் கொல்லப்பட்டான்! இரண்டாவது முறை கான் சாஹிப் தூங்கிக் கொண்டிருந்தபோது அவரைக் குத்திக்கொல்ல உமர்தீன் என்ற குதிரைவீரன் முயன்றான். ஆனால் சரியான நேரத்தில் விழித்துக்கொண்ட கான்சாஹிப், அவனைக் கொன்றார்.

மூன்றாவது முறையாக சூழ்ச்சி இரண்டு பேரால் செய்யப் பட்டது. ஒருவன் ஃப்ரெஞ்சுக்காரன் மர்ச்சந்த். ஏற்கனவே மருதநாய கத்திடம் கசையடி பெற்றவன். இன்னொருவன் கானின் தலைமை அமைச்சராக இருந்த சீனிவாசராவ்! அது ரமலான் மாதம். கான் சாஹிப் காலை தொழுகைக்காக தன் உடைவாளை சுவரில் மாட்டிவிட்டுப் பணிந்தார். அந்த நேரத்தில் அவர்மீது சீனிவாச ராவும் மர்ச்சந்தும் பாய்ந்து அவர் கையைப் பின்புறமாகக் கட்டி அவரை நவாபிடம் ஒப்படைத்தனர். கானின் மனைவியையும் குடும்பத்தாரையும் திருச்சி சிறையில் தள்ளினார் நவாப்.

1764 அக்டோபர் 15 அன்று மதுரை சம்மட்டிபுரத்தில் ஆற்காடு நவாப் முஹம்மதலிகானின் உத்தரவுப்படி மாலை ஐந்து மணிக்கு ஒரு மாமரத்தில் கான்சாஹிப் தூக்கிலிடப்பட்டார். ஒருமுறையல்ல, மூன்று முறை! ஏன்? இரண்டு முறை தூக்கிலிட்டும் அவர் சாகவில்லை! கயிறு அறுந்து உயிருடன் கீழேவிழுந்து சிரித்துக் கொண்டே எழுந்தார்! அதிலிருந்துதான் அவர் 'மதுரை நாயகன்' என்று மக்களால் அழைக்கப்பட்டார்! அவர் அணிந்திருந்த தாயத்தை நீக்கியவுடன் உயிர் பிரிந்தது என்றும் சொல்லப்படுகிறது. 'கர்ணனை கவசகுண்டலம் காத்தது போல இவரைத் தாயத்து காத்தது போலும்' என்கிறார் புதுவைப் பல்கலைக்கழக முன்னாள் துணைவேந்தர் டாக்டர் வேங்கட சுப்பிரமணியன்!

ஆனால் இறந்த மருதநாயகத்தின் உடலை ஆங்கிலேயர் சின்னாபின்னப் படுத்தினர். தலையைத் திருச்சியிலும், கைகளைப் பாளையங்கோட்டையிலும், கால்களைப் பெரியகுளத்திலும் புதைத்தார்கள்! ஒருசேரப் புதைத்தால் மீண்டும் உயிர்பெற்று

வந்துவிடுவார் என்று அஞ்சி அப்படிச் செய்திருக்கலாம்! சம்மட்டிபுரத்தில் உள்ள கல்லறையில் தலை, கைகள், கால்களற்ற உடல் மட்டும் புதைக்கப்பட்டது!

மருதநாயகம் என்ற புகழ்ப் பெயர் கொண்ட கான்சாஹிப் மதுரை நாயகன் பற்றிய இன்னும் சில முக்கிய தகவல்கள்:

- ஏழாண்டுகளுக்கும் மேல் மதுரையை ஆட்சி செய்தார்
- தாமிரபரணிமீது நதியுண்ணி அணைக்கட்டு கட்டினார்
- திருநெல்வேலியில் மேட்டுக் கால்வாய் வெட்டினார்
- சௌராஷ்டிர நெசவாளிகளுக்கு வேண்டிய உதவிகள் செய்தார்
- *மீனாட்சி கோயிலைச் சீர்செய்து மானியம் வழங்கினார்*
- திருப்பரம்குன்றம் மலைமீது சிக்கர் துல்கர்னைன் தர்கா இவரால் கட்டப்பட்டது
- மதுரையிலிருந்து திருநெல்வேலி, பாளையங்கோட்டை, உத்தமபாளையம், பெரியகுளம், கம்பம் முதலிய ஊர்களுக்கு சாலைகள் போடப்பட்டன
- *கொடைக்கானலுக்குச் செல்லும் வண்டிப் பாதையைத் தொடங்கிவைத்தார்*
- தொண்டி, வைப்பாறு, மணப்பாடு, தூத்துக்குடி துறை முகங்களை மதுரையுடன் இணைக்க புதிய அகல சாலைகளை உருவாக்கினார்
- ஆட்சியாளர்களுக்காக வசூலித்த வரிப்பணத்தை குடிமக் களுக்காகவே செலவிட்டு புரட்சி செய்தார்
- மதுரையில் கான்சாமேட்டுத்தெரு, கான்பாளையம், கான்சாபுரம், திருநெல்வேலியில் கான்பாளையம், கடையநல்லூரில் கான்சாபுரம், ஸ்ரீவில்லிபுத்தூரில் மம்சாபுரம், சிதம்பரத்தில் உள்ள கான்சாகிப் வாய்க் கால் போன்றவை கான்சாஹிபின் புகழ்ப் பெயரைத் தாங்கியுள்ளன.

கான்சாஹிப் வாழ்ந்த காலத்தில் அவருக்கு ஆங்கிலேயர்களே தங்கப்பதக்கம், யானை, வைர மோதிரம் போன்ற பரிசுகளை வழங்கி கௌரவித்துள்ளனர்! கான்சாஹிப் மருதநாயகத்தின் வாழ்வு ஒரு 'வீர காவியம்' என்று புகழ்ந்துரைக்கிறார் வரலாற்றாசிரியர் மஹதி. அவர் சொல்வது உண்மைதானே?

தமிழின் முறுக்கு மீசை

1882ம் ஆண்டு டிசம்பர் பதினொன்றாம் தேதி
தமிழ் மொழிக்கு மீசை முளைத்தது! ஆம்.
அன்றுதான் மகாகவி பாரதி பிறந்தார்.
பாரதியின் வாழ்க்கையில் நமக்கு
மகத்தான பாடங்கள் மறைந்துள்ளன.
ஒரு மனிதன் எப்படி நடந்துகொள்ளவேண்டும்,
ஒரு குடும்பஸ்தன் எப்படியெல்லாம் நடந்துகொள்ளக் கூடாது,
ஒரு மகாகவி எப்படி இருப்பார் – என்பதையெல்லாம்
பாரதியின் வாழ்விலிருந்து தெரிந்துகொள்ளலாம்!
பாரதியின் வாழ்க்கை வரலாற்றை
காலக்கிரமப்படி சொல்லப்போவதில்லை.

▼

▶ பாரதி

பாரதியிடமிருந்து நான் கற்றுக்கொண்டவற்றில் சிலதை உங்கள்முன் வைத்தால் உங்களுக்கும் அவை உதவலாம் அல்லவா? அதனால்தான் இக்கட்டுரை.

தோற்றம்

பாரதியார் நல்ல அழகு. 'சுந்தர புருஷர்'. கம்பீரமான முகத்துக்கு ஏற்ற சற்றே நீண்ட மூக்கு. 'செவ்வரி படர்ந்த செந்தாமரை' போன்ற கண்கள். 'அக்கினிப் பந்துகளைப்போல' அவை பிரகாசித்தன. விசாலமான நெற்றி. ஆனால் தலை பாதிக்குமேல் 'வழுக்கை'. அதை மறைக்கவே அவர் 'சிரசில் முண்டாசு கட்டிக்கொண்டார்'. அடர்ந்த மீசை. அவர் அதை 'ட்ரிம்' செய்வது கிடையாது.

எழுதாதபோது வலக்கை மீசையை முறுக்கிக்கொண்டிருக்கும். நடு நெற்றியிலே சந்திர வட்டத்தைப்போலக் குங்குமப்பொட்டு. பனியன், அதற்கு மேல் ஒரு சட்டை. அது அனேகமாகக் 'கிழிந்தே இருக்கும்'. அதற்குமேலே ஒரு கோட்டு. அதிலொரு பொத்தான். அதன் துவாரத்தில் ஒரு மலர். ரோஜா, மல்லிகை இப்படி ஏதாவது.

இடது கையிலொரு புத்தகம், ஒரு நோட்டு, சில காகிதங்கள் அவசியம் இருக்கும். 'கைக்கு அழகு புத்தகம்' என்று அவர் எப்போதும் சொல்லுவார். சட்டைப்பையிலே 'பெருமாள் செட்டி பென்சில்' நீண்டு தென்படும். அவரது கையெழுத்து குண்டுகுண்டாய் இருக்கும்.

சிங்கமே,

நீ மிருகராஜன்,

நான் கவிராஜன்.

உனது வீரம் எனக்குத் தேவை.

நாம் இருவரும் நேசர்

'சிறு குழந்தைகளும் அவரது எழுத்தை இலகுவில் வாசிக்கலாம்.' அவர் ஹிந்தி பேசினால், 'அவரைத் தமிழர் என்று யாரும் நினைக்கமுடியாது', அவ்வளவு தெளிவான உச்சரிப்பு. முகத்தில் எப்போது ஒரு புன்னகை தவழும். அதில் 'அழகும் அன்பும் ஒழுகும்'. நிமிர்ந்த நடை. 'குனியாதே, உடல் குனிந்தால் உள்ளமும் குனிந்துபோம்' (ஐயர், பக்கம் 48--50) என்று சொல்வார்! எவ்வளவு தீர்க்கதரிசனம்!

யார் மகாகவி

சாதாரண கவிஞனுக்கும், மகாகவிக்கும் என்ன வேறுபாடு ? என் கேள்விக்கு பள்ளித் தமிழாசிரியர் சொன்ன பதில்: சாதாரண கவிஞன் யோசித்து எழுதுவான். ஆனால் மகாகவி யோசிப்பதில்லை. அருவி மாதிரி கவிதை வந்து கொட்டிக்கொண்டே இருக்கும்! Spontaneous overflow of powerful feelings என்று வொர்ட்ஸ்வொர்த் சொன்னமாதிரி. எவ்வளவு அழகான, சரியாத பதில்!

ஒரு நாள் பாரதிக்குக் கொஞ்சம் அரிசி கிடைத்தது. அதை எடுத்துக் கொண்டு வீட்டுக்கு வந்துகொண்டிருந்தார். வீட்டில் வறுமை ருத்ரதாண்டவமாடிக் கொண்டிருந்தது. அடுப்பில் வழக்கம்போலப் பூனைகள் கதகதப்பாகத் தூங்கிக்கொண்டிருந்தன. மனைவி செல்லாம்மாவும் மகளும் பசியால் வாடிக்கொண்டிருந்தனர். அந்த அரிசியைக் கொண்டுபோய்க் கொடுத்தால் ஒருவயிற்றுக் கஞ்சிக்காகும். ஆனால் வரும்வழியில் சின்னச்சின்னக் குருவிகளைப்

பார்த்தார் பாரதி. அவ்வளவுதான். 'ஜோஷ்' வந்துவிட்டது. அரிசியையெல்லாம் அவைகளுக்கு இரைத்துவிட்டு, 'காக்கைக் குருவி எங்கள் ஜாதி' என்று பாட்டுப் பாடினார்!

இந்த நிகழ்ச்சி உண்மையிலேயே நடந்ததா என்று தெரிய வில்லை. வீட்டில் கொஞ்சம் உணவே இருந்தாலும் அதைப் பறவைகளோடு பகிர்ந்துண்பதையே பாரதி விரும்பினார் என்று செல்லம்மா சொன்னதிலிருந்து நிச்சயமாக பாரதி அப்படிச் செய்திருக்கும் சாத்தியமுண்டு என்றே தோன்றுகிறது.

விளையும் பயிர்

காந்திமதி நாதன் என்ற புலவர் பாரதியைக் கிண்டல் செய்ய எண்ணி 'பாரதி சின்னப்பயல்' என்று முடியுமாறு ஒரு ஈற்றடி பாடச்சொன்னார். உடனே பாரதி,

காரது போல் நெஞ்சிருண்ட காந்திமதி நாதனைப்

பார்-அதி சின்னப் பயல்!

என்று கூறி அவர் மூக்கை உடைத்தார்!

சாதாரண அனுபவங்களிலிருந்து அசாதாரண உண்மைகளை, அறிந்தவற்றிலிருந்து அறியாதவற்றை உணர்ந்துகொள்பவனே கவிஞன் என்பதை எனக்குப் புரியவைத்தவர் பாரதி. 'தீக்குள் விரலை வைத்தால், உன்னைத் தீண்டும் இன்பம் தோன்றுதடா நந்தலாலா' என்று பாரதியால் மட்டுமே பாடமுடியும். தீக்குள் விரலை வைத்தால் அது விரலைச்சுடும் என்பதுதான் நமது அனுபவம். ஆனால் அப்படிக்கூட நந்தலாலாவைத் தொட்டுப் பார்க்கமுடியும் என்பது ஒரு கவிஞானிக்கு மட்டுமே வாய்க்கக்கூடிய அனுபவம்.

மறவன் பாட்டு

வாழ்வின் எல்லா நேரங்களும், சூழ்நிலைகளும் கவிதைகள் ஊற்றெடுக்கும் வாய்ப்பாகவே இருந்திருக்கிறது பாரதிக்கு. ராமசாமி என்பவர் புதுச்சேரியில் பாரதியைச் சந்தித்து அவர் காலில்விழுந்தார். உங்களுக்கு என்ன வேண்டும் என்று வினவிய பாரதிக்கு ராமசாமி ஆங்கிலத்தில் பதில் சொன்னதும், இன்னும் எத்தனை காலம்தான் தமிழர்கள் தங்களுக்குள் பேசிக்கொள்ள ஆங்கிலத்தைப் பயன்படுத்தவேண்டும் என்று பாரதி கேட்டார். அதுகேட்டு ராமசாமி அழுத அந்தக் கணத்திலேயே பாரதி பாடியதுதான் மறவன் பாட்டு!

'நாடு விடுதலை அடையுமுன் நரம்புகள் விடுதலை அடையவேண்டும். நாக்கு விடுதலை அடையவேண்டும். இலக்கியம் விடுதலை அடையவேண்டும். மொழி விடுதலை அடையவேண்டும்' என்று பாரதி மிகச்சரியாகக் கூறினார்.

தமிழ் சுப்ரபாதம்

நண்பர் கண்ணன் வந்து காலை நான்கு மணிக்கு பாரதியை எழுப்பி, இருவரும் இரண்டு மைல் நடந்து குளத்துக்குப் போய் குளித்து வருவார்கள். ஒருநால் கண்ணன் வரவில்லை. அவரைத் தேடி அவர் வீட்டுக்கு பாரதி சென்றார். அவரது அன்னையிடம் கண்ணன் பாரதியை அறிமுகப்படுத்தியவுடன் சுப்ரபாதம் பாடும்படி அவரை அந்த அம்மா கேட்டார். அது என்ன என்று கண்ணனிடமிருந்து கேட்டுத் தெரிந்துகொண்ட பாரதி குளித்துவிட்டு வந்தவுடன் தமிழில் பாடிய சுப்ரபாதம்தான் 'பொழுது புலர்ந்தது' என்ற பாடல்!

நம் கருத்துகளை ஏன் மக்கள் எதிர்க்கிறார்கள் என்று ஒருநாள் கண்ணன் கேட்டார். அதற்கு பாரதி, 'ஏனெனில் நம் கருத்துகள் இன்னும் நானூறு ஆண்டுகள் கழித்து சொல் லப்பட வேண்டியவை. இவர்களால் புரிந்து கொள்ள முடியாது' என்றார். காலத்தைக் கடந்த சிந்தனையோடு இருக் கிறோம் என்ற தெளிவோடுதான் பாரதி வாழ்ந்திருக்கிறார்.

▶ புதுச்சேரியில் பாரதி நினைவிடம்

பகைவருக்கு அருள்வாய் நன்னெஞ்சே

புதுச்சேரியிலிருந்த பாரதியை ப்ரிட்டிஷ் போலீஸிடம் காட்டிக் கொடுத்து நன்மைபெற விரும்பிய நண்பரொருவர், பாரதிக் கெதிரான கைது உத்தரவுகெளெல்லாம் திரும்பப் பெற்றுக் கொள்ளப்பட்டுவிட்டன என்று பொய்சொல்லி பாரதியை தமிழ் நாட்டுக்கு அழைத்துச் சென்றார். வழியில் அவரைச் சந்தித்த பாரதியின் மாமனார் உண்மையை எடுத்துச்சொல்லி மீண்டும் பாரதியை புதுச்சேரிக்குத் திருப்பிவிட்டார். ஆனால் பாரதிக்கு ஏற்கனவே உண்மை தெரியும் என்று துரோகி-நண்பருக்குத் தெரியவந்து அவர் அச்சத்தோடு பாரதியை நெருங்கிய போது, 'பகைவருக்கருள்வாய் நன்னெஞ்சே, புகைநடுவில் தீ இருப்பது போல், பகைநடுவில் அன்புருவான பரமன் வாழ்கிறான்' என்று பாடினார். அதுகேட்ட நண்பர் பாரதியின் காலில் விழுந்து மன்னிப்புக் கேட்டார்.

குறும்பு

பாரதியாருக்கு (என்னை மாதிரி) குறும்பு அதிகம்! புதுச்சேரியில் ஒரு சத்திரத்தில் கதாகாலட்சேபம் நடந்துகொண்டிருந்தது. ஆனால் பாகவதர் சரியான அறுவை. எனவே மக்கள் பாட்டுக்குப் பேசிக்கொண்டிருந்தனர். அடிக்கடி பாகவதர், 'கோபிகா, ரமணஸ் மரணம்' என்று சொல்லுவார். உடனே 'ஆடியன்ஸ்' கோரஸாக 'கோவிந்தா' போடுவார்கள்! சத்திரத்தில் கோவிந்தன் என்று ஒரு பணியாள் இருந்தார். அவரிடம் சென்ற பாரதி, 'கோவிந்தா என்று சப்தம் கேட்கும். நீ உடனே அங்கே போய் என்னை

ஏன் கூப்பிட்டீர்கள் என்று கேள்' என்று சொல்லியனுப்பினார். அவனும் அப்படியே செய்தான்! சபை சிரிப்பால் வெடித்தது. பாகவதர் பேஜாராகிக் கதாகாலட்சேபத்தை முடித்துக்கொண்டு கிளம்பினார்!

பாரதியாரின் குறும்புத்தனத்தில் குழந்தைத்தனமும் இருந்தது. ஒருமுறை தெருவில் போய்க்கொண்டிருக்கும்போது ஒரு சிறுவன் 'இளமையில் கல்' என்று சப்தமாக ஆத்திச்சூடி படித்துக்கொண் டிருந்தான். அதுகேட்ட பாரதி உடனே, 'முதுமையில் மண்' என்று கூறினார்!

திருவனந்தபுரம் மிருகக்காட்சிச் சாலையில் இருந்த ஒரு சிங்கத்திடம் 'சிங்கமே, நீ மிருகராஜன், நான் கவிராஜன். உனது வீரம் எனக்குத் தேவை. நாம் இருவரும் நேசர்' என்று சொல்லி அதைத் தடவிக்கொடுத்தார். அபாரமான துணிச்சலும் கொஞ்சம் 'அப்நார்மாலிடி'யும் கலந்திருந்திருந்தது பாரதி என்ற சிங்கத்திடம்.

வறுமை

கையிலே காசு கிடைத்தால் உடனே எதிரில் வரும் ஏழைக்குக் கொடுத்துவிடுவார். பெண்டாட்டி பிள்ளைகளின் வயிற்றைப் பசி கிள்ளுமே என்ற நினைப்பே அவருக்கு இருக்காது (ஐயர் 53). வீட்டுக்கார செட்டி வாடகை கேட்டு வருவார். ஆனால் கொடுக்க பாரதியிடம் எப்போதுமே பணமிருந்ததில்லை. 'தாயே, என்னக் கடன்காரன் ஓயாமல் வேதனைப் படுத்திக்கொண்டிருந்தால், நான் அரிசிக்கும் உப்புக்கும் யோசனை செய்துகொண்டிருந்தால்,

பாரதி கண்ணம்மா

உன்னை எப்படிப் பாடுவேன்' என்று கேட்கமட்டுமே அவரால் முடிந்தது (ஐயர் 55).

ஆனால் பணம் வந்தபோதும் அவர் அதைக் குடும்பத்துக்காகப் பயன்படுத்தியதில்லை.

ஒருமுறை பாரதிக்கு சென்னையில் ஐநூறு ரூபாய் கொடுத்தார் எட்டயபுரம் மன்னர். அந்தக் காலத்தில் அது மிகப்பெரிய தொகை. வீட்டுக்குத் திரும்பியபோது பெரிய மூட்டையுடன் சென்றார் பாரதி. புடவையும் பாத்திரமுமாக இருக்கும் என்று செல்லம்மா நினைத்தார் பாவம். ஆனால் மூட்டைக்குள் அரிய தமிழ் ஆங்கில நூல்கள் இருந்தன! 'இவையே அழியாச் செல்வம்' என்று மனைவிக்கு அறிவுரை வேறு! திருமணமானபோது பாரதிக்கு பதினான்கு வயது. செல்லம்மாவுக்கு ஏழு! அறிவு முதிர்ச்சியுற்றிருந்த வயதில் திருமணம் செய்யக் கேட்டிருந்தால் ஒருவேளை பாரதி மறுத்திருக்கலாமோ என்னவோ.

காந்தியும் பாரதியும்

காந்தி சென்னை வந்தபோது ராஜாஜியின் வீட்டில் தங்கியிருந்தார். அவரைப் பார்க்க விரும்பிய பாரதி விறுவிறுவென காவலை மீறி அவர்பாட்டுக்கு உள்ளே சென்றுவிட்டார். அது மட்டுமா? உள்ளே சென்று காந்தி அமர்ந்திருந்த பஞ்சு மெத்தையில்போய் அவரும் அமர்ந்துகொண்டு, 'மிஸ்டர் காந்தி, இன்று மாலை கடற்கரையில் கூட்டம். நான் பேசப்போகிறேன். அதற்குத் தலைமை வகிப்பீரா?' என்று கேட்டார்! அருகே இருந்தவர்களுக்கு ஆச்சரியம். மறுநாள் வைத்தால் வருவதாக காந்தி சொன்னார். ஆனால் பாரதி, 'நாளையா, அது முடியாது' என்று சொல்லிவிட்டு எழுந்து போய்விட்டார்! (ஐயர் 72). வந்தவர் யார் என்று காந்தி கேட்டபோது 'தமிழ்நாட்டின் தேசியகவி' என்று பாரதியை அறிமுகப்படுத்தினார் ராஜாஜி. அஹிம்சை மகாத்மாவும் ரௌத்ர மகாத்மாவும் சந்தித்தால் அப்படித்தான் இருக்கும்போல!

துணிச்சல்

பாரதி ஆசிரியராய் இருந்து வெளிவந்த 'இந்தியா' பத்திரிகை மீது அதிகார அம்பு பாய இருந்தது. அவரைத் தேடி போலீஸ் பத்திரிக்கை அலுவலகத்துக்கே வந்துவிட்டனர். அவர் முதல் மாடியில் இருந்தார். ஆனால் அதிகாரிகள் மாடிக்குப்போக அஞ்சினர். அந்தக்காலத்தில் புரட்சிக்காரர்கள் துப்பாக்கிவைத்திருந்தனர். பாரதியும் அப்படி ஏதாவது ஆயுதம் வைத்திருப்பாரோ

வரலாறு படைத்த வரலாறு | நாகூர் ரூமி

என்று சந்தேகம். கீழே போலீஸ் வந்திருப்பதை பாரதி தெரிந்து கொண்டார். கொஞ்சம்கூடக் கவலைப் படாமல் அன்று பத்திரிகைக்கு எழுத வேண்டியதை யெல்லாம் எழுதி முடித்தார். பின்பு உடைமாற்றிக் கொண்டு கீழேவந்தார். பாரதியாரை அவர்கள் நேரில் பார்த்ததில்லை. யாருக்காகக் காத்திருக்கிறீர்கள் என்று அவர்களைக் கேட்டார். 'ஓ, பாரதியாரா, அவர்மேலே எழுதிக்கொண்டிருக்கிறார். கொஞ்ச நேரத்தில் வந்துவிடுவார்' என்று சொல்லிவிட்டு சைதாப் பேட்டையில் ரயிலேறி ஃப்ரெஞ்சுக் காரர்களின் ஆதிக்கத்திலிருந்த புதுச்சேரிக்குச் சென்று அங்கே பத்தாண்டுகள் இருந்தார்.

கார்ட்டூனிஸ்ட்

புதுச்சேரியில் நண்பர்கள் உதவியுடன் 'இந்தியா' பத்திரிகை மீண்டும் வெளிவந்தது. சுந்திரப் போராட்ட கால அரசியலில் பிரிட்டி ஷாரோடு ஒத்துப்போய் பின்பு சுதந்திரம் பெறலாம் என்று நினைத்த மிதவாதிகளைக் கிண்டல் செய்து ஓவியம் வெளியிட்டார். அவ்வோ வியத்தில் ஆந்தைகள் பொந்தில் ஒளிந்துகொண்டிருந்தன. அப்போது சூரியன் உதயமாகி ஒளிவீசிக் கொண்டிருந்தது. அதன் தலைப்பு: 'சுதேசிய ஒளிக்கு அஞ்சும் ஆந்தைகள்'!

மறைவு

ஒருநாள் வழக்கம்போல பார்த்தசாரதி கோயில் யானைக்கு வாழைப்பழம் கொடுத்தார் பாரதி. மதம் பிடித்திருந்த அந்த யானை அவரைத் தும்பிக்கையால் தூக்கி தன் காலின் கீழே போட்டுவிட்டது. அது மிதிப்பதற்குள் நண்பர் குவளை கண்ணன் பாய்ந்துவந்து பாரதியைத் தூக்கிக் காப்பாற்றினார். ஆனாலும் பயனில்லாமல் போய்விட்டது. 1921, செப்டம்பர் 11 பாரதி மறைந்தார். தமிழுக்கு மீசை சிரைக்கப்பட்டதுபோல் ஆனது. அவர் மறைந்தபோது 39 வயதுகூட நிரம்பியிருக்கவில்லை. ஆனால் அவர் புகழுக்கும் தாக்கத்துக்கும் மறைவென்பதே கிடையாது.

பாரதி சில தகவல்கள்

- பாரதிக்கு கணிதம் பிடிக்காது (கவிஞர்களுக்கும் கணிதத்துக்கும் ஏன் இப்படி ஏழாம் பொருத்தம் என்று யாராவது கணிதவியலாளர்கள் ஆராய்ச்சி செய்யலாம்)!
- பாரதி ஆங்கிலம் படித்துக் கொள்ள வேண்டும் என்பதுதான் அப்பா சின்னச்சாமியின் அவா. தமிழின்மீது ஆர்வம் காட்டியபோதெல்லாம் திட்டுவார்!
- பாரதி ஆங்கில இலக்கியத்தை விரும்பிப் படித்தார். ஷெல்லி, கீட்ஸ், பைரன் ஆகியோரை ஆழமாகப் படித்தார். ஷெல்லிதாசன் என்ற பெயரில்கூட பாரதி எழுதியிருக்கிறார்!
- மதுரை சேதிபதி உயர்நிலைப் பள்ளியில் தமிழாசிரியராகக் மூன்று மாதம் வேலை.
- சைவபிராமண குடும்பத்தில் பிறந்தாலும் குடுமியையும் பூணூலையும் பாரதி தரிக்கவில்லை. ஆனால் கனகலிங்கம் போன்ற தலித்துகளுக்கு பூணூல் அணிவித்து மகிழ்ந்தார்!
- ரஷ்யப் புரட்சியை ஆதரித்த இந்தியர்களில் பாரதியும் ஒருவர்
- ‘கேலிக் அமெரிக்கா’ என்ற அமெரிக்க புரட்சிப் பத்திரிகைக்கு சந்தா கட்டிய 13 இந்தியர்களில் பாரதியும் ஒருவர்.
- ‘செந்தமிழ் நாடெனும் போதினிலே’ என்ற அவரது பாட்டுக்கு ஒரு கவிதைப் போட்டியில் மூன்றாம் பரிசுதான் கிடைத்தது!
- செஸ், சீட்டாட்டம் இரண்டிலும் பாரதிக்கு அதிக விருப்பம். ஆனால் சரியாக விளையாடத் தெரியாது!
- காங்கிரஸ் கூட்டங்கள் துவங்குவதற்குமுன் பாரதியார் பாடல்கள் பாடப்படும்.

‘கவிதை எழுதுபவன் கவிஞனல்ல. கவிதையாக வாழ்பவனே கவிஞன்’ என்று பாரதி சொன்னார். நான் கவிதை எழுதுவதை விட்டுவிட்டதற்கு இதுதான் காரணமோ!

கல்விக் கண் திறந்தவர்

'இந்தியா ஓர் அழகிய மணப்பெண்.
அவளுடைய ஒரு கண் ஹிந்து.
இன்னொரு கண் முஸ்லிம்'
என்று சொன்ன அவர் யார்?
கண்ணுடைய ரென்பவர் கற்றோர் முகத்திரண்டு
புண்ணுடையர் கல்லா தவர்
என்பது ஆயிரக்கணக்கான ஆண்டுகளுக்கு முந்திய
வள்ளுவன் வாக்கு.

▶ சர் சையத்
அஹ்மத்
கான்

கல்வி இல்லாவிட்டால் கண்கள்கூட புண்கள்தான் என்பது அவரது தீர்க்க தரிசனம். வெளியே உள்ள கண்களால் உலகைப் பார்க்கலாம். கல்விக் கண்களால் மட்டுமே உள்ளத்தை, உணர்வை, உண்மையைப் புரிந்து கொள்ள முடியும். ஆனால் இப்போதுகூட பெண் பிள்ளைகளுக்கு எதற்கு படிப்பு என்று கேட்கும் 'படித்த' பெற்றோர் இருக்கத்தான் செய்கிறார்கள்!

ஆனால் பத்தொன்பதாம் நூற்றாண்டில் வாழ்ந்த, (உருவத்திலும்) பெரியவரான நம் கட்டுரை நாயகர் வள்ளுவன் சொன்ன உண்மையை உணர்ந்தார். ஆங்கிலேயர்களிடமிருந்து விடுதலை பெறவேண்டுமானால் அவர்களது மொழியைக் கசடறக் கற்றுக்கொள்ளவேண்டியது அவசியம் என்பது அவருக்கு விளங்கிவிட்டது. Paying somebody back in their own coin என்பார்களே, அதுபோல.

குறிப்பாக ஏழை முஸ்லிம்களும், ஏழை ஹிந்துக்களும், எல்லா ஏழைமக்களும் உயர்கல்வி பெறவேண்டிய அவசியத்தை உணர்ந்தார். விஞ்ஞானம், தொழில்நுட்பம் ஆகியவற்றில் அறிவினால்தான் நமது பிரச்சனைகளைத் தீர்க்கமுடியும் என்று புரிந்துகொண்டார். என்னசெய்யலாம் என்று யோசித்தார். ஒரு முடிவுக்கு வந்தார். அந்த முடிவுக்காகத் தன் வாழ்க்கையையே அர்ப்பணித்தார்.

> தன் தலையில் இருந்த
> துருக்கித் தொப்பியைக் கையில் ஏந்தி
> **அலிகர் பல்கலைக் கழகம்**
> **உருவாவதற்காக**
> **சையத் பிச்சை கேட்ட**
> தருணங்களும் உண்டு

அவர் ஒரு அறிஞர். ஒரு சமூக சீர்திருத்தவாதி, புரட்சிக்காரர், எழுத்தாளர், பேச்சாளர், நவீன இந்தியாவை உருவாக்கியவர்களில் ஒருவர் என்றெல்லாம் சொல்லலாம். எப்படி விவரித்தாலும் அது அவருக்குப் பொருத்தமாகவே இருக்கும். விஞ்ஞானப்பூர்வமான, மேற்கத்தியக் கல்வியை ஆங்கிலம் மூலமாக அனைவரும் கற்றுக் கொள்ளவேண்டும் என்ற கனவோடு செயல்பட்டு, ஆக்ஸ்ஃபோர்டு, காம்ப்ரிட்ஜ் பல்கலைக்கழகங்களுக்கு இணையான ஒரு உயர்கல்வி நிறுவனம் இந்தியாவில் நிறுவப்பட வேண்டும் என்று முயன்று அந்த முயற்சியில் இமாலய வெற்றிகண்டவர். அந்த ஒரு முயற்சிக்காகவே நினைவுகூறப் படவேண்டியவர்.

முகலாயக் குடும்பத்தில் டெல்லியில் பிறந்தவர். அவருடைய முன்னோர்கள் அரேபியாவிலிருந்து ஆப்கனிஸ்தானுக்குச் சென்று பின்பு அங்கிருந்து முகலாயர்களின் ஆட்சிக்காலத்தின்போது இந்தியாவுக்கு வந்தவர்கள். அவருடைய அம்மாவழித் தாத்தா ஒரு 'வஸீர்' ஆக (மந்திரி) இருந்தார். அப்பாவழித் தாத்தா 'மன்ஸப்' ஆக (தளபதி) இருந்தார். அவரது அப்பாவும் இரண்டாம் அக்பர் சக்கரவர்த்திக்கு ஆலோசகராக இருந்தார். ராஜபரம்பரை ரத்தம். குடும்பத்தினர் பலரும் அரசாங்க நிர்வாகப் பொறுப்பில் இருந்தவர்கள். இது அவரது பின்னணி.

கிழக்கிந்தியக் கம்பனிக் கல்லூரியில் சட்டம் படித்து இளங் கலைப் பட்டம் பெற்றார். அக்கம்பனிக்கு சட்ட ஆலோசகர் அந்தஸ்திலும் துணை நீதிபதியாகவும் பணிபுரிந்தவர்.

அதனால்தானோ என்னவோ அவர் பிரிட்டிஷாருக்கு ஆதரவாகவே இருந்தார். முஸ்லிம்களுக்குத் தனிநாடு வேண்டுமென்ற கொள்கையை ஆதரித்தார். காங்கிரஸை எதிர்த்தார். முஸ்லிம்லீகை ஆதரித்து வளர்த்தார். பிரிட்டிஷ் பேரரசுக்கு முஸ்லிம்கள் உண்மையாக நடந்துகொள்ளவேண்டும் என்று அவர் கூறினார். உர்து மொழிதான் இந்தியாவிலிருந்த அனைத்து முஸ்லிம்களின் பொதுமொழியாக இருக்கவேண்டும் என்று கூறினார்.

இப்படியெல்லாம் அவர் சொன்னதால், செல்வாக்கு மிகுந்த ஹிந்து, முஸ்லிம் அரசியல் தலைவர்களெல்லாம் அவரை சந்தேகத்துடனேயே பார்த்தனர். இதெல்லாம் அவருடைய இன்னொரு முகம். ஆனால் கல்வியின் மகத்துவத்தை, அதிலும் ஆங்கிலம் மூலமாகக் கிடைக்கின்ற கல்வியின் மகத்துவத்தை, இந்திய இளைஞர்களுக்கு உணர்த்தியவர் அவர். இளைஞர்களுக்கென்று இங்கே நான் சொல்வதில் ஒரு நோக்கம் உள்ளது. ஏனெனில் 'பெரிசுகள்' யாரும் அவரது கொள்கையை ஏற்றுக்கொள்ளவில்லை.

பயங்கரமாக எதிர்த்தார்கள். 'தங்களின் அரசாங்கத்தை ஆங்கிலேயர்களிடம் பறிகொடுத்து அநாதைகளாய் நின்ற இந்திய முஸ்லிம்கள் ஆங்கிலேயரைத் தங்கள் பரமவிரோதியென்றும், இந்தியாவை 'தாருல் ஹராம்' என்றும் எண்ணிக்கொண்டிருக்கும் பொழுது ஆங்கிலம் கற்றுக்கொள்ளுங்கள் என்று அவர்

சொன்னபோது அவருக்கு எதிர்ப்பு எழுந்ததில் ஆச்சரியமில்லை' என்கிறார் அப்துற்றஹீம் (பக்கம் 89). சரி, எந்த அளவுக்கு எதிர்ப்பு இருந்தது? ஒரு 'சாம்பிள்' பார்க்கலாம்.

ஆங்கிலக் கல்வியின் முக்கியத்துவம் பற்றி ஒருநாள் அவர் உரையாற்றிக்கொண்டிருந்தார். அப்போது அவரை நோக்கி ஒரு செருப்பு பறந்து வந்தது. ஜார்ஜ் புஷ் மாதிரி குனிந்து அவர் தப்பிக்கவில்லை. அதைத் தன் கையில் எடுத்துக்கொண்டு அவர் சொன்னார்:

'பெருங்குல மக்களே! இந்த செருப்பை வீசிய நண்பர் உண்மையிலேயே பெரிய சமூக அபிமானி. தன்னிடம் பணமில்லாத காரணத்தால் உணர்ச்சியைக் கட்டுப்படுத்த முடியாமல் தன் காலிலே கிடந்த செருப்பொன்றை தானம் செய்திருக்கிறார். என்ன தாராளம், என்ன பெருந்தன்மை! இவரைப் போன்ற உணர்ச்சி மிகுந்த முஸ்லிம்களல்லவா தேவை! கொதிக்கும் வெப்பத்தையும் பாராது தன் செருப்பையும் கல்விக்காக தானம் செய்த பெருமையே பெருமை! நான் இந்த ஒரு செருப்பை மட்டும் வைத்துக்கொண்டு ஒன்றும் செய்யமுடியாது. இன்னொரு செருப்பையும் அந்த நண்பர் தந்துவிட்டால், இரண்டையும் விற்று கிடைக்கும் பணத்தைக்

கல்வி நிலையத்துக்காகச் சேர்த்துக்கொள்வேன். எனவே மற்றொரு செருப்பையும் தருமாறு அந்த நண்பரைக் கேட்டுக்கொள்கிறேன்' என்றார்!

ஆனால் செருப்பை வீசியவர் இந்த பேச்சுக்கெல்லாம் மசிய வில்லை. அடுத்த செருப்பும் வீசப்பட்டது! இரண்டையும் கையில் எடுத்துக்கொண்டு அந்த அறிஞர் மீண்டும் பேசினார்.

'வீரமக்களே! நண்பரது அடுத்த செருப்பும் வந்துவிட்டது. இதோ, இவைகளை ஏலம் விடப்போகிறேன். செருப்பைத் தந்த நண்பர் பெரிய செல்வந்தர். இந்தப் பணக்காரருடைய செருப்பை ஒரு ஏழை ஏலத்துக்கு எடுத்துவிட்டால் அது அவருடையகௌரவத் துக்கு இழுக்கு. எனவே நான் கூறப்போகும் ஏலத்தில் அந்தப் பணக்காரரே வெற்றிபெறுவார் என்று எண்ணுகிறேன்' என்று சொல்லி நிறுத்தினார்.

அந்த விடாக்கண்டன் கொடாக்கண்டன் போராட்டத்தில் விடாக் கண்டனே வென்றார்! செருப்பை வீசிய அந்த செல்வந்தரே தன் செருப்புக்களை ஒரு பெரிய தொகைக்கு ஏலம் எடுத்துச் சென்றார்!

அந்த விடாக்கண்டன் யார்? அவர்தான் (1817-1898). ஆங்கிலேயர் 'சர்' பட்டம் கொடுத்து அவரைக் கௌரவித்தனர். அன்றிலிருந்து அவர் 'சர் சையத்' என்றே அறியப்படுகிறார்.

அலிகர் பல்கலைக் கழகம்

மிகக்கடுமையான முயற்சிகளுக்குப் பிறகு அவர் 1875ம் ஆண்டு அவர் நிறுவிய கல்லூரியின் பெயர் ஆங்கிலோ மொஹம்மடன் ஓரியண்டல் காலேஜ். இன்று அது அலிகர் முஸ்லிம் பல்கலைக் கழகம் என்ற புகழ்ப்பெயருடன் விளங்குகிறது!

விடுதலைப்போராட்ட வீரரும், பத்திரிக்கையாளரும் எழுத்தாளருமான ராஜா மஹேந்த்ர பிராதாப் சிங்தான் அலிகர் முஸ்லில் பல்கலைக்கழகத்திலிருந்து பட்டம் பெற்ற முதல் பட்டதாரி! பின்னர் டாக்டர் ஜாகிர் ஹுசேன் போன்றவர்கள் பட்டம் பெற்றனர்.

கடுமையான எதிர்ப்பில் தொடங்கினாலும் போகப்போக சர் சையதுக்கு ஆதரவு கிடைக்க ஆரம்பித்தது. செருப்பிலும் வெறுப்பிலும் தொடங்கியது சிவப்புக்கம்பள விரிப்பிலும், விருந்திலும் முடிந்தது. ஒருமுறை கல்லூரிக்காக அவர் ஹைதராபாத் சென்றபோது பெரிய விருந்தொன்றை அளிக்க

வரலாறு படைத்த வரலாறு | நாகூர் ரூமி

புரவலர்கள் விரும்பினர். ஆனால் அவரோ, 'விருந்து வேடிக்கையெல்லாம் வேண்டாம். விருந்திற்காகக் செலவிடும் பணத்தை கல்லூரி நிதிக்குக் கொடுங்கள். அதுவே எனக்கு மிகுந்த மகிழ்ச்சியைக் கொடுக்கும்' என்று கேட்டு முப்பதாயிரம் ரூபாய்களைப் பெற்றுக்கொண்டார்!

அமிர்தசரஸ் ரயில் நிலையத்தில் வைத்து ராம் சந்தர் என்பவர், தன்னுடைய கிராமத்துப் படித்த இளைஞர்களிடம் தலைக்கு இரண்டனா என்று வசூலித்துக் கிடைத்த எட்டு ரூபாய் தொண்ணூறு காசுகளை சர் சையதுக்கு வழங்கினார்! அதை நன்றியோடு பெற்றுக்கொண்ட சையத், 'பணக்காரர்கள் தந்த ஆயிரக்கணக்கான ரூபாய்களைவிட இது மிகவும் மதிப்பு வாய்ந்தது' என்று சொன்னார்.

அமிர்தசரஸில் இறங்கியவுடன் அவரை வண்டியில் வைத்து கோலாகலமாக இழுத்துச் செல்ல விரும்புவதாக மாணவர்கள் கூறினர். ஆனால் அப்படியெல்லாம் செய்யவேண்டாம் என்று சையத் மறுத்துவிட்டார்.

தன் தலையில் இருந்த துருக்கித் தொப்பியைக் கையில் ஏந்தி அலிகர் பல்கலைக் கழகம் உருவாவதற்காக சையத் பிச்சை கேட்ட தருணங்களும் உண்டு என்கிறார் வரலாற்று ஆசிரியர் அப்துற்றஹீம் (96).

நகைச்சுவை உணர்வு

சர் சையத் நல்ல நகைச்சுவை உணர்வு கொண்டவர். ஒருமுறை சையத் ரயிலில் ஏறினார். பெட்டியில் இரண்டு ஆங்கிலேயர்கள் அமர்ந்திருந்தனர். மற்ற இடமெல்லாம் அவர்களுடைய சாமான்களால் நிரம்பியிருந்தன. அவர்களிருவருக்கும் இடையிலிருந்த கொஞ்சம் இடத்தில்போய் சையத் அமர்ந்துகொண்டார். அந்த ஆங்கிலேயர்கள் வெகுண்டனர். சையதுக்கு ஆங்கிலம் தெரியாது என்று நினைத்து, 'இவன் ஒரு கழுதை' என்றார் ஒருவர். 'இவன் ஒரு குரங்கு' என்றார் இன்னொருவர். 'ஒரு கழுதைக்கும் குரங்குக்கும் மத்தியில் நான் உட்கார்ந்திருக்கிறேன்' என்று சையத் சாவதானமாக ஆங்கிலத்தில் சொன்னதும் அந்த ஆங்கிலேயர்களுக்கு முகத்தில் ஈயாடவில்லை!

இன்னொருமுறை ரயில் பயணத்தின்போது நீங்கள் யார் என்று ஒரு ஆங்கிலேயரைப் பார்த்து சையத் கேட்டார். அவர்

பந்தாவாக, 'நான் ஒரு பாரிஸ்டர்' என்று கூறினார். அப்படியா என்று கேட்டுவிட்டு சையத் மௌனமானார். அவர் 'பாரிஸ்ட'ரை சாதாரணமாக எடுத்துக்கொண்டது அந்த வெள்ளைக்கார பாரிஸ்டரின் ஈகோவைக் காயப்படுத்திவிட்டது. 'பாரிஸ்டரா?' என்று ஆச்சரியத்துடன் கேட்பார் என்று எதிர்பார்த்த அவர் ஏமாந்துபோனார். பதிலுக்கு ஏதாவது செய்யவேண்டும் என்ற எண்ணத்தில், 'நீங்கள் யார்?' என்று சையதைக் கேட்டார்.

'நான் பாரிஸ்டரின் அப்பன்' என்று சொன்னார் சையத்! பதிலைக் கேட்ட ஆங்கிலேயருக்கு ஒன்றும் புரியவில்லை. என்ன சொல்கிறீர்கள் என்று திரும்பவும் கேட்டார். கொஞ்ச தூரத்தில் அமர்ந்திருந்த தன் மகனைக் காட்டிய சையத், 'அவர் என் மகன். அவர் ஒரு பாரிஸ்டர்' என்று கூறினார்!

சிப்பாய்க் கலகத்தின்போது நடத்தப்பட்ட வன்முறையில் அப்பாவி இந்தியர்கள் கொடுமையாக உயிரிழந்ததை நேரில் பார்க்கும் அனுபவம் அவருக்கு ஏற்பட்டது. அவருடைய தாயார் தன் குதிரையோட்டியின் வீட்டில் தஞ்சம் புகுந்திருந்தார். ஐந்து நாட்களாக குதிரைக்கு வைக்கும் கொள் மட்டுமே அவருடைய உணவாக இருந்தது. தண்ணீரே கிடைக்கவில்லை. நிலமையறிந்து ஓடிச்சென்று சையத் ஒரு கூஜாவில் தண்ணீர் கொண்டுவந்தார். ஆனாலும் அவரது தாயார் பிழைக்கவில்லை. ஒரு மாதத்திற்குள் அவரது உயிர் பிரிந்தது.

இந்த அனுபவங்களினால் பாதிக்கப்பட்ட சையத் ‘அஸ்பாப்-எ-பகாவத்-எ-ஹிந்த்’ என்ற ஒரு நூலை எழுதினார். The Causes of Indian Mutiny என்று ஆங்கிலத்தில் மொழிபெயர்க்கப்பட்ட அந்த நூலில் பிரிட்டிஷாரின் கொள்கைகளையும்,கோட்பாடுகளையும் கடுமையாக விமர்சித்தார். அவர்களின் முட்டாள்தனமான, பிடிவாதமான கொள்கைகளே கலகத்துக்குக் காரணம் என்று சொன்னார். அதனால் பல பிரச்சனைகளை அவர் எதிர்கொள்ள வேண்டியிருந்தது. ஆனாலும் துணிச்சலாக அந்நூலின் பிரதிகளை இங்கிலாந்துக்கும் இந்திய அரசுக்கும் அனுப்பி வைத்தார்!

சர் சையத் அஹ்மத் கான், சில தகவல்கள்:

- சர் சையத் 6000 பக்கங்களுக்கு மேல் எழுதியுள்ளார்
- அதிகமாக உர்து நூல்களையே எழுதினார்
- 23வது வயதில் எழுத ஆரம்பித்தார்
- காலை நான்கு மணிக்கு எழுந்து புத்தகங்களும், பத்திரிகைகளுக்கான கட்டுரைகளும் எழுத ஆரம்பிப்பார்!
- 800 ஆண்டுகால முகலாயர்கள் ஆட்சியில் கட்டப்பட்ட வரலாற்று நினைவிடங்களைப் பற்றி ‘அஸ்ராருஸ் ஸனதீத்’ என்ற விரிவானதொரு நூலை எழுதினார். அது ஒரு தொல் பொருளாராய்ச்சி தொடர்பான ‘மாஸ்டர்பீஸ்’ என்று கருதப்படுகிறது.
- புனித பைபிளுக்கு முதன்முதலாக விளக்கவுரை எழுதிய முஸ்லிம் அறிஞர் அவர்தான்.
- வில்லியம் முய்ர் Life of Mahomed என்ற தனது நூலில் நபிகள் நாயகத்தைப் பற்றித் தவறாகக் கூறிய கருத்துகளுக்கெல்லாம் தனது ‘குதாஃபதே அஹ்மதிய்யா’ என்ற நூலில் விரிவாக பதிலடி கொடுத்தார்.
- 1864ல் அலிகர் விஞ்ஞானக் கழகம் (The Scientific Society of Aligarh) தொடங்கினார். இந்தியாவில் தொடங்கப்பட்ட முதல் விஞ்ஞானக் கழகம் அதுதான் என்று கூறப்படுகிறது.
- இஸ்லாம் தொடர்பாக அவர் கொண்டிருந்த பல கருத்துகளை அக்கால இஸ்லாமிய அறிஞர்கள் பலர் ஏற்றுக் கொள்ளவில்லை. அவரை ஒரு புதுமைவாதியாகவே பார்த்தனர். அவர் முஸ்லிமே அல்ல என்று ‘ஃபத்வா’ எனும்

மார்க்கத் தீர்ப்புகூட ஒருமுறை மக்காவிலிருந்து அவருக்கு அனுப்பப்பட்டது! பின்னே, ஒரு கையில் குர்'ஆனும் இன்னொரு கையில் விஞ்ஞானமும் இருக்கவேண்டும் என்று சொன்னால் பழமைவாதிகளுக்குக் கோபம் வராதா என்ன!

1898ம் ஆண்டு மறைந்த சர் சையதின் உடல் அவர் நிறுவிய அலிகர் பல்கலையின் மசூதி வளாகத்திலேயே அடக்கம் செய்யப்பட்டது.

'எல்லா மனிதர்களும் நம் சகோதர சகோதரிகளாவார்கள். அவர்களின் நன்மைக்காகப் பாடுபடுவது ஒவ்வொரு முஸ்லிமின் கடமையாகும்' என்று சர் சையத் கூறினார். நாம் ஒவ்வொருவரும் இப்படி நினைப்போமானால் எந்தப் பிரச்சனையைத்தான் வெல்ல முடியாது?!

17

உயிரை வாங்கிய ஒரு கையெழுத்து

போரில் பிடிபட்ட கைதிகளைப் பார்க்க
தன் உதவியாளரோடுசென்றிருந்தார் அவர்.
பார்த்து நலம் விசாரித்தார்!
'சாப்பிட்டீர்களா?
உங்களுக்கான வசதிகள் எல்லாம் கொடுக்கப்படுகிறதா?'
என்றெல்லாம் கேட்டுத் தெரிந்துகொண்டார்.
ஏதாவது குறை சொல்லப்பட்டால்,
உடனே அதனை நிவர்த்தி செய்யவும் உத்தரவிட்டார்!
அந்த வித்தியாசமான விஜயத்தினால் கடுப்பாகிப்போன
அவரது பெண் காரியதரிசி, 'Sir this is not the way to deal with your enemies' என்று பவ்யமாகக் கூறினார்.

▶ லிங்கன்

அதைக் கேட்ட அவர் புன்னகைத்துக்கொண்டே, 'Yes, I know. But have I not made them friends now?' என்று கேட்டார்! பகைவனை அழிப்பதற்குரிய சிறந்த வழி அவனை நண்பனாக்கிவிடுவதுதான் என்று சொன்னவரல்லவா!

யாரந்த உயர்ந்த மனிதர்? அவர் ஒரு நாட்டின் ஜனாதிபதி! தனக்குப் பிடிக்காத நாடுகளின்மீதெல்லாம் வான்வழி குண்டுகள் போட்டு அனைவரையும், அனைத்தையும் காலி செய்து கொண்டிருக்கும் கொல்லரசான, ஸாரி, வல்லரசான அமெரிக்காவின் ஜனாதிபதி! தெரிந்தே தன் வசமிருக்கும் ஆயிரக்கணக்கான அலோபதி மருந்துக் கம்பனிகளின் வழியாக கோடிக்கணக்கான உலக மக்களுக்கு லட்சோபலட்பம் மருந்துகள், மாத்திரைகள், ஊசிகள் என்று கொடுத்துக் கொஞ்சம் கொஞ்சமாக மனிதர்களை குழிக்கு அனுப்பிக்கொண்டிருக்கும் அமெரிக்காவின் ஜனாதிபதி!

ஆனால் அவரது காலம் பத்தொன்பதாம் நூற்றாண்டு! ஆமாம். அமெரிக்காவின் பதினாறாவது ஜனாதிபதியாக இருந்த மாமனிதர் ஆப்ரஹாம்லிங்கன்தான் (1809-65) அந்த ஜனாதிபதி.

முன்மாதிரி மனிதர்கள் என்று சிலரைத் தேர்ந்தெடுத்தால் அதில் லிங்கனின் பெயர் நிச்சயம் இருக்கும். கறுப்பின அடிமைகளின் விடுதலைக்கான பிரகடனத்தில் கையெழுத்துப்போட்டதனால் உயிரை இழந்தவர் அவர். அடிமைகளின் விடுதலையைத் தன்

> எல்லாருமே தவறு என்று சொன்னாலும்,
> **தன்னுடைய கருத்துக்களில்**
> நம்பிக்கை வைக்கும்படி
> அவனுக்கு
> **சொல்லிக்கொடுங்கள்**

ஒபாமா அமெரிக்க ஜனாதிபதியாக இருப்பதற்குக் காரணமாக அமைந்தவர் அவர்தான் என்றால் மிகையாகாது.

மூன்று நிமிடங்கள், 272 சொற்களில் 'ஜனநாயக அரசு' என்பதற்கு அழகான, உலகப்புகழ் பெற்ற, எளிமையான வரையறையைச் சொன்னார். 'The Government of the people, by the people and for the people' என்று கெட்டிஸ்பர்க் யுத்தகளத்தில் அவர் பேசியதுதான் இன்றுவரை அமெரிக்க வரலாற்றில் மட்டுமல்ல, உலகெங்கிலும் அடிக்கடி மேற்கோள் காட்டப்பட்டு வருகிறது. அதைவிடச் சுருக்கமான, எளிமையான, தெளிவானதொரு வரையறையை யாரும் சொல்லிவிடமுடியாது என்றே தோன்றுகிறது.

ஆரம்பகால வாழ்க்கை

அவருடைய வாழ்க்கைதான் எவ்வளவு விசித்திரமானது! அவர் பிறந்தபோது குடும்பம் இருந்த வீடு மரத்துண்டுகளால் மட்டுமே ஆனது. ஒரு கதவு, ஒரு ஜன்னல், ஒரு அடுப்பு அல்லது தீமூட்டிக் குளிர்காயுமிடம். அவ்வளவுதான். ஹால், படுக்கையறைகள், கழிவறைகள், பால்கனி, கொல்லை என எந்த வசதியும் கிடையாது! வீடு இருந்ததும் ஊருக்குள் அல்ல. மனித சந்தடியில்லாத தூரத்தில், எங்கோ காட்டுக்குள். அப்பா தாமஸ்லிங்கன் விவசாயி, தச்சர். எழுதப்படிக்கத் தெரியாதவர். அம்மா நான்ஸிக்கு எழுதப்படிக்கத் தெரியும். லிங்கனை உருவாக்கியதில் அம்மாவின் பங்கு அதிகம். உண்மை சொல்லவேண்டும், நன்மை செய்யவேண்டும்,

நேர்மையாக இருக்கவேண்டும் என்றெல்லாம் அவர் இதயத்தில் ஆழமாகப் பதித்தது அம்மாதான். வியாபாரம் செய்தபோது ஒரு கிழவி விட்டுவிட்டுப்போன 65 பைசாவை பல மைல்கள் நடந்துசென்று அவளுக்குத் திருப்பிக் கொடுத்துவிட்டு வந்த நேர்மைக்குக் காரணம் அம்மாவின் தாக்கம் என்று சொல்லலாம். அவருக்கு ஒன்பது வயதிருந்தபோது அம்மா இறந்துபோனது ஈடுசெய்யமுடியாத இழப்பு. தன் வாழ்வில் தனக்குக் கிடைத்த தேவதை என்று அம்மாவை அவர் நினைவு கூர்ந்தார்.

புத்தகங்களின், சட்டத்தின் காதலன்

அந்தக் காலத்தில் பள்ளிக்கூடங்களில் பிள்ளைகளை பிரம்பாலும் சாட்டையாலும் அடித்தார்கள். ஆனால் லிங்கன் ஒருமுறைகூட அடிவாங்கியதில்லை. படிப்பில் அவ்வளவு சுட்டி! வீட்டில் இருந்த ஒரே புத்தகமான பைபிளை பலமுறை படித்து அவருக்கு அதில் பெருமளவு மனப்பாடமாக ஆகியிருந்தது.

ஒருமுறை ஆங்கில இலக்கணம் பற்றிய ஒரு நூலை வாங்கிப் படிப்பதற்காக கிர்காம் என்ற ஊருக்கு இருபது மைல்கள் நடந்தே சென்று வாங்கி வந்தார்! புத்தகங்களின்மீது அவருக்கு அவ்வளவு கிறுக்காம்!

சட்டத்தின் மீதிருந்த அதீத ஆசையால், வழக்கு நடப்பதை கவனிக்க அவருடைய வீட்டிலிருந்து பதினேழு மைல்

தொலைவிலிருந்த உள்ளூர் நீதிமன்றம்வரை நடந்தே சென்று வழக்குகளை உன்னிப்பாக கவனித்தார்! ஒருமுறை பூன்வில் என்ற இடத்தில் ஜான்பெக்கன்ரிட்ஜ் என்ற கிரிமினல் வழக்கறிஞரின் வாதத்தை நேரில் சென்று பார்க்க முப்பத்துநான்கு மைல்கள் நடந்து சென்றார்! அவராகவே படித்து 1836ல் வழக்கறிஞரானார்! தன் வழக்கு தொடர்பான 'பேப்பர்'களையெல்லாம் தன் நீண்ட கருப்புத் தொப்பிக்குள் போட்டு வைத்திருந்தார்!

அடிமை ரட்சகன்

ஜேம்ஸ்ஜெண்ட்ரி என்பவருக்காக சின்னச்சின்ன பொருள்களை விற்று நியூ ஆர்லியன்ஸ் என்ற ஊரில் வியாபாரம் செய்து கொண்டிருந்தபோதுதான் அடிமைகள் விற்கப்பட்டதையும், முதுகில் ரத்தம் வரும்வரை அவர்கள் அடிக்கப்பட்டதையும் நேரில் கண்டார். அந்தக் காட்சி அவர் மனதைப் பிழிந்தது. அவர்களுக்காக ஏதாவது செய்யவேண்டும் என்று அவர் துடித்துக்கொண்டிருந்தார். வழக்கறிஞரானதும் அந்த வாய்ப்பும் அவருக்கு வந்தது.

நான்ஸ் என்ற ஒரு கறுப்பின அடிமைப் பெண்ணுக்காக இல்லினாய்ஸ் பகுதியில் நடந்த வழக்கில், மனிதர்களை

லிங்கன், நான்ஸ்

விற்பதும் வாங்குவதும் சட்டத்திற்குப் புறம்பானது என்று வாதாடி வென்றார். அடிமைகளுக்காக அவர் செய்த முதல் சேவை அதுதான் என்று சொல்லலாம்.

மல்யுத்த வீரர்

அபி உடல் உறுதியும் மன உறுதியும் ஒருங்கே அமையப் பெற்றவர். ஒருமுறை ஜாக்ஆம்ஸ்ட்ராங் என்ற மல்யுத்த வீரனை அவன் சவால் விட்டதன் பேரில் அவனோடு சண்டைபோட்டு வென்றார்!

வரலாறு படைத்த வரலாறு | நாகூர் ரூமி

சின்னப்பெண்ணுக்கு சேவை

ஒருமுறை நீதிமன்றத்திலிருந்து அவர் வெளியே வந்தபோது ஒரு சின்னப்பெண் தன் பெட்டியுடன் ரொம்ப சோகமாக நின்று கொண்டிருந்ததைப் பார்த்தார். என்ன விஷயம் என்று விசாரித்தார். தன் ஊருக்கான வண்டியை விட்டுவிட்டதாக அவள் சொன்னாள். அவளுக்கு ஆறுதல் சொன்ன அவர், உடனே அவளது பெட்டியைத் தூக்கிக்கொண்டு, அவளையும் அழைத்துக் கொண்டு அருகிலிருந்த ரயில்வேஸ்டேஷன் சென்று அவள் செல்ல வேண்டிய ஊருக்கு டிக்கட் எடுத்துக்கொடுத்து அவளை ரயிலேற்றி அனுப்பிவைத்தார்!

சிறுமியின் கடிதத்துக்கு மரியாதை

1860ல் ஜனாதிபதி பதவிக்காக முதன்முறையாக லிங்கன் போட்டியிட்ட நேரம். க்ரேஸ் பெடல் என்ற ஒரு சின்னப் பெண்ணிடமிருந்து அவருக்கு ஒரு கடிதம் வந்தது. அதில் அவர் கன்னங்கள் 'டொக்கு' விழுந்திருப்பதாகவும், தாடி வைத்துக் கொண்டால் அது அவருக்கு அழகாக இருக்கும் என்றும், அப்படிச் செய்தால் தன் அண்ணன்களை அவருக்கு வாக்களிக்கச் சொல்வேன் என்றும் க்ரேஸ் கூறியிருந்தாள்! சின்னப்பெண் எழுதிய கடிதம்தானே என்று நினைக்காமல் அவளை மதித்து அவர் பின்னாளில் தாடி வைத்துக்கொண்டார். அதுமட்டுமல்ல. ஜனாதிபதியானபிறகு அந்தச் சிறுமியைச் சந்தித்து நீ சொன்ன மாதிரியே செய்துவிட்டேன் என்றுசொல்லி பலர் முன்னிலையில் அவளை கௌரவப்படுத்தினார்!

நகைச்சுவை நாயகன்

நேரத்துக்கு ஏற்றவாறு சட்டென்று பதில்கொடுப்பதில் லிங்கன் நிபுணர். ஒருமுறை தன் 14-சைஸ் ஷூவுக்குப் பாலீஷ் போட்டுக்கொண்டிருந்தார்! அப்போது அவர் அமெரிக்க ஜனாதிபதி! அதைப் பார்த்த ஒரு விஐபி, 'உங்க ஷூவுக்கு நீங்களேவா பாலீஷ் போடுகிறீர்கள்?' என்று கேட்டார். உடனே லிங்கன், 'நீங்கள் யாருடைய ஷூவுக்குப் பாலீஷ் போடுவீர்கள்?' என்று திருப்பிக் கேட்டார்!

லிங்கன் எல்லா வகையிலும் ரொம்ப உயர்ந்த மனிதர். ஆமாம். ஆறடி நாலங்குலம்! குறிப்பாக அவருக்கு மிக நீண்ட கால்கள்.

லிங்கன்

அதுபற்றி ஒருமுறை கிண்டலாக அவரிடம் 'ஒரு மனிதருடைய கால்கள் எவ்வளவு நீளம் இருக்கலாம்?' என்று கேட்கப்பட்டது. அதற்கு உடனே அவர், 'தரையைத் தொடுமளவுக்கு நீளமாக இருந்தால் போதும்' என்று சொன்னார்!

அவரைப்போலவே அவருடைய மகனும் இருந்தான். ஒரு முறை அவருடைய மகன் வளர்த்த வான்கோழி வாக்களிக்கும் 'பூத்'களுக்கு மத்தியில் சுற்றிக் கொண்டிருந்தது. 'என்னப்பா, உன் வான்கோழியும் வாக்களிக்கப் போகிறதா?' என்று மகனைக் கிண்டலாகக் கேட்டார் ஜனாதிபதி லிங்கன்! அதற்கு மகன், 'இல்லை அப்பா, அதற்கு இன்னும் வாக்களிக்கும் வயது வரவில்லை' என்று 'சீரிய'ஸாகச் சொன்னான்!

ஆசிரியருக்கு எழுதிய கடிதம்

தன் மகனுக்கு என்னென்ன சொல்லிக்கொடுக்கவேண்டும் என்று லிங்கன் ஆசிரியர் ஒருவருக்கு எழுதிய கடிதம் உலகப்புகழ் பெற்றது. அதிலிருந்து ஒரு சில வரிகள்:

'புத்தகங்கள் என்ற அதிசயத்தை அவனுக்குப் புரிய வையுங்கள்! வானத்துப் பறவைகள், சூரியனுக்கு கீழே தேனீக்கள், பச்சை

வரலாறு படைத்த வரலாறு | நாகூர் ரூமி

வயல்வெளிகளில் இருக்கும் பூக்கள் இவை பற்றிய ரகசியங்களை அவன் அறிந்து கொள்ள நேரம் கொடுங்கள்...

எல்லாருமே தவறு என்று சொன்னாலும், தன்னுடைய கருத்துகளில் நம்பிக்கை வைக்கும்படி அவனுக்கு சொல்லிக் கொடுங்கள்...

மிருதுவானவர்களிடம் மிருதுவாகவும், அடாவடியானவர்களிடம் அடாவடியாகவும் நடந்துகொள்ள கற்றுக்கொடுங்கள்...

கும்பலைப் பின்பற்றக் கூடாது என்று என் மகனுக்குக் கற்றுக் கொடுங்கள்!

சோகமாக இருக்கும்போது எப்படி சிரிப்பது என்றும், அழுவதில் எந்த அவமானமும் இல்லை என்றும் அவனுக்கு சொல்லிக்கொடுங்கள்!

அவனுடைய மூளையை மிக அதிக விலைக்கு விற்கவும், அதே சமயம் அவனுடைய இதயத்துக்கு ஆன்மாவுக்கும் எந்த விலையும் வைத்துவிடாமல் இருக்கவும் கற்றுக்கொடுங்கள்!

அவனிடம் மிருதுவாக நடந்துகொள்ளுங்கள், ஆனால் அதற்காக அவனைக் கொஞ்சிக் கொண்டிருக்காதீர்கள். ஏனெனில், நெருப்பி லிடும்போதுதான் ஸ்டீல் உறுதி பெறுகிறது!

இது பெரிய உத்தரவுதான். உங்களால் என்னவெல்லாம் முடியும் என்று பாருங்கள். அவன் அழகான சின்னப் பையன், என் மகன்!

ஆப்ரஹாம் லிங்கன்

விடுதலைப் பிரகடனம்

1862ம் ஆண்டு செப்டம்பர் 22ம் தேதி 'இமான்சிபேஷன் ப்ரொக்லமேஷன்' என்று அறியப்படும் விடுதலைப் பிரகடனத்தில் கையெழுத்திட்டார் லிங்கன். அது 1863ம் ஆண்டு ஜனவரி 1ம் தேதியிலிருந்து அமுலுக்கு வந்தது. அன்றிலிருந்து அமெரிக்காவில் அடிமைகள் யாரும் கிடையாது. அவர்கள் நிரந்தரமாக விடுதலை பெறுகிறார்கள் என்று அந்தப் பிரகடனம் கூறியது. தன் வாழ்க்கையில் செய்த மிகச்சரியான காரியம் அதுதான் என்று எனக்கு நிச்சயமாகத் தோன்றியது என்று அதில் கையெடுத்திட்டதைப் பற்றி லிங்கன் கூறினார்.

அவர் ஜனாதிபதியாக ஆனபோதுகூட வடக்கு, மேற்கு மாகாணங்களின் ஆதரவுடன்தான் அதிக வாக்கு எண்ணிக்கையில் வெற்றிபெற்றார். கிட்டத்தட்ட ஆயிரம் தெற்கு மாகாணங்கள் இருந்தன. அவை அடிமைத்தளையை ஆதரித்தன. அவற்றில் இரண்டில் மட்டுமே அவர் வெற்றி பெற்றிருந்தார்! தெற்கு மாகாணங்களெல்லாம் ஒன்று சேர்ந்து கான்ஃபெடரேட்ஸ் (Confederates) என்ற பெயரில் தனி அரசமைத்தன. லிங்கனின் கட்டுப்பாட்டிலிருந்த யூனியன் பிரதேசத்துக்கும் கான்ஃபெடரேட்ஸுக்கும் உள்நாட்டு யுத்தம் ஏற்பட்டது. 1861ல் தொடங்கிய அந்த யுத்தம் ஆயிரக்கணக்கானவர்களின் ரத்தத்தைக் குடித்த பிறகு 1865ல் முடிவுற்றது. லிங்கனுக்கு இறுதியில் வெற்றி கிடைத்தது. ஆனால் அடிமைத்தளையை ஒழித்த அந்த பிரகடனமும் அந்த யுத்தமும் அவரின் உயிருக்கே உலை வைத்தது. ஏனெனில் அடிமைத்தளையை விரும்பிய பல மனிதர்களின் மனங்களில் லிங்கனுக்கு எதிரான வெறுப்பு பற்றி எரிந்துகொண்டிருந்தது.

விடுதலையின் விலை

லிங்கனுக்கு எதிராக வெறுப்பின் நெருப்பை மனதில் எரியவிட்டுக்கொண்டிருந்தவர்களில் ஒருவன் பெயர் ஜான் வில்கின்ஸ் பூத். அவன் ஒரு நாடகநடிகன். தென்மாகாணங்களின் தோல்விக்கு லிங்கனேகாரணம் என்றும் அவன் கடுப்பாகியிருந்தான். அவரைக் கொல்ல தருணம் பார்த்துக்கொண்டிருந்தான். அவன் எதிர்பார்த்த நேரமும் வந்தது.

1865, ஏப்ரல் பதினான்காம் தேதி லிங்கன் தன் மனைவியோடு 'Our American Cousins' என்ற நாடகம் பார்க்க ஃபோர்டு

தியேட்டருக்குச் சென்றார். நாடகம் நடந்துகொண்டிருந்தபோது திடீரென்று ஜனாதிபதி இருந்த பெட்டி அறைக்குள் நுழைந்த அவன் துப்பாக்கியை எடுத்து அவர் பிடரியில் சுட்டான். காலை ஒடித்துக் கொண்டாலும் அவன் குதித்து ஓடித் தப்பித்தான். ஆடியன்ஸில் இருந்த ஒரு மருத்துவர் முயன்றும் பயனின்றி லிங்கன் உயிர் பிரிந்தது.

முன்னறிவிப்புக் கனவு

லிங்கன் இறந்து போவதற்கு மூன்று நாட்களுக்கு முன் ஒரு கனவு கண்டார். அதில் பாராளுமன்ற வளாகத்தில் நிறையபேர் கூக்குரலிட்டு அழுதனர். ஏனிவ்வளவு சப்தம்? என்ன நடக்கிறது வெள்ளை மாளிகையில்? என்று லிங்கன் கேட்கிறார். 'ஜனாதிபதி இறந்துவிட்டார்' என்று பாதுகாப்பு அதிகாரி அதற்கு பதில் கூறுகிறார்! இக்கனவை அவர் தன் மனைவியிடமும் தன் பாதுகாப்பு அலுவலர் லமான் என்பவரிடமும் கூறுகிறார். Recollections of Abraham Lincoln என்ற நூலில் லமான் இந்நிகழ்ச்சியைப் பதிவு செய்கிறார்! கனவுதானே என்று நாம் அலட்சியப்படுத்திவிடுகிறோம். ஆனால் இறைவன் நமக்கான செய்திகளை கனவுகள் மூலமாகவும் அனுப்பலாம்!

தோல்விகண்டு துவளாதவர்

- ஒன்பது வயதில் அம்மாவை இழந்தார்.
- 22வயதில் வேலைபோனது
- 23வயதில் கடன்தொல்லை அதிகமானது
- 29வயதில் ஸ்பீக்கர் எலக்ஷனில் தோல்வி
- 35வயதில் காங்கிரஸ் வேட்பாளராக இரண்டுமுறை தோல்வி
- 39வயதில் மறுதேர்வில் தோல்வி
- 41வயதில் மகன் இறப்பு
- 45வயதில் செனட் தேர்தலில் தோல்வி
- 47வயதில் துணை ஜனாதிபதி தேர்வில் தோல்வி
- 49வயதில் செனட்டில் மீண்டும் தோல்வி
- 51வது வயதில் அமெரிக்காவின் 16வது ஜனாதிபதியாகத் தேர்வு!

'ஒரு மரத்தை வெட்டித்தள்ளுவதற்கு எனக்கு ஆறு மணிநேரம் கொடுத்தீர்களென்றால் நான்கு மணிநேரத்துக்கு நான் கோடரியை தீட்டிக் கூர்மையாக்கிக்கொண்டிருப்பேன்' என்று லிங்கன் கூறினார்.

அற்புதமான வார்த்தைகள்! எதைச் செய்வதென்றாலும் அதற்கு நம்மைச் சரியாகத் தயார்படுத்திக் கொள்ள வேண்டியதன் அவசியத்தை உணர்த்தும் வரிகள். லிங்கனின் வாழ்க்கை நமக்கு இரண்டு பாடங்களைச் சொல்கிறது:

ஒன்று, வாழ்க்கை முழுவதும் உன்னைத் தயார்படுத்திக் கொண்டே இரு.

இரண்டு, லட்சியமா உயிரா என்றால் லட்சியம்தான் முக்கியம்.

மனிதர்கள் அனைவரும் ஒருநாள் போய்த்தானாகவேண்டும். இன்று கொலை செய்பவனும் நாளை உதிர்ந்த இலையாகிவிடுவான். ஆனால் சக மனிதர்களுக்கு சேவை செய்யும் மனிதன் மட்டும் சாவதே இல்லை. ஆபிரஹாம்லிங்கனின் வாழ்க்கை நமக்குச் சொல்லும் செய்தி அதுதான்.

18

நம்பிக்கையாளர்களின்
தளபதி

குறைவாக உண்பது ஆரோக்கியம். குறைவாகப் பேசுவது ஞானம். குறைவாகத் தூங்குவது வணக்கம் – என்று வெகுஅழகாகச் சொன்ன அவர் யார்?

ஆடு மேய்த்தவர், மல்யுத்த வீரர், முன்கோபி, கடுமையானவர், மென்மையானார், நீதிமான், பரம எதிரி, உற்ற நண்பர், உறவினர். இறுதித்தூதர் முஹம்மது நபியின் உயிரை எடுப்பேன் என்று கிளம்பியவர், முஹம்மதுவுக்காக உயிரைக் கொடுப்பேன் என்று மாறியவர்.

எல்லாவற்றுக்கும் மேலாக அவர் உலகம் புகழும் உன்னத ஆட்சியாளர். ராணுவமேதை. ஈராக், பாரசீகம், ஜெருசலேம், அலெக்சாண்ட்ரியா, எகிப்து, சிரியா என அவருடைய காலத்தில்தான் இஸ்லாம் அரேபியாவைத் தாண்டி உலகளாவப் பரவத் தொடங்கியது. ரோமானிய பைசாந்திய, பாரசீகச் சக்கரவர்த்திகளை எல்லாம் அவர் வென்றார்.

அவரது வீரத்தைப் போற்ற ஒரு நூலே எழுதலாம். ஆனால் அவர் எப்படிப்பட்ட உயர்ந்த முன்மாதிரி மனிதர் என்றுசொல்ல பலநூல்கள் எழுதவேண்டும். அவரது குணாம்சங்கள், நீதி, நேர்மை, எளிமை, அறிவாற்றல் எல்லாம் அப்படிப்பட்டவை. அவை பற்றி ஊறுகாய் மாதிரி கொஞ்சம் தொட்டுக்கொண்டு சுவைக்க இக்கட்டுரை.

அந்த மேதையின் பெயர் உமர். முழுப்பெயர் உமர் இப்னு ஹத்தாப் (577-644). இஸ்லாமியப் பேரரசின் இரண்டாம் கலீஃபா (ஆட்சியாளர்). மதினாவைத் தலைநகராகக்கொண்டு பத்தாண்டுகளும் ஆறு மாதங்களும் ஆட்சி புரிந்தார்.

நாட்டின் குடிமக்கள் நாட்டை ஆள்வோரின்
அடிமைகள் அல்ல.
தாயின் கர்ப்பப்பையிலிருந்து வெளிப்பட்ட
குழந்தையைப்போல ஒவ்வொருவரும்
சுயேச்சையும், சுதந்திரமும்
கொண்ட
கண்ணியவான்களாகும்

ஜெருசலத்தில் நடந்தது என்ன?

கிபி 637/638ல் கிழக்கத்திய ரோமானியர்களின்(பைஸாந்தியர்களின்) கையிலிருந்த ஜெருசலேம், யூதர்கள், கிறிஸ்தவர்கள் மற்றும் முஸ்லிம்களுக்கு புனிதநகரமாக இருந்த ஜெருசலம், உமரின் காலடியில் வீழ்ந்தது. உமரின் தளபதி அம்ரிப்னில்ஆஸ் என்பவரின் வீரத்தாலும் விவேகத்தாலும் நகரம் கைப்பற்றப்பட்டது. ஆனால் நகரத்தை ஒப்படைத்து சரணடைய நகரப் பொறுப்பாளராகவும் பாதிரியாராகவும் இருந்த சொஃப்ரானியஸ் ஒரு நிபந்தனை விதித்தார். மதினாவிலிருந்து கலீஃபாஉமர் நேரில் வந்தால்தான் நகரத்தின் சாவியை ஒப்படைப்போம் என்றார்.

ஒத்துக்கொண்டு கலீஃபாவும் மதினாவிலிருந்து ஜெருசலம் நோக்கிக் கிளம்பினார். மதினாவுக்கும் ஜெருசலத்துக்குமிடையே 9753 கிமீ தூரம் என்கிறது கூகுள்! கிட்டத்தட்ட பத்தாயிரம் கிலோமீட்டர்கள் பாலைவன வெயிலில் ஒட்டகப் பயணம்! ஆனால் வந்திறங்கிய கலீஃபாஉமரைப் பார்த்த சொஃப்ரானியூஸ் அசந்துபோய் நின்றுவிட்டார். ஒட்டுப்போட்ட ஆடையும், தோலறுந்த காலணியுமாக ஒரு சக்கரவர்த்தி!

எளிமையாக இருக்கவேண்டும் என்பதற்காக கலீஃபா உமர் போட்ட வேஷமல்ல அது. இயற்கையிலேயே அவர் அப்படித்தான்! உள்ளத்தை நெகிழவைத்த சின்ன வரலாற்று நிகழ்ச்சியை இங்கே சொல்ல விரும்புகிறேன். கலீஃபாஉமர் எப்படிப்பட்டவர்

▲ உயிர்த்தெழுதலின் தேவாலயம்

என்பதை அது தெளிவாக அடையாளம் காட்டும். ஜெருசலம் நிகழ்ச்சியோடும், உமரின் அடிப்படை குணாம்சத்தோடும் தொடர்பு கொண்டது அது.

கலீஃபாவின் கடிதத்துக்கு என்ன பதில்?

தன்னுடைய மாதச்சம்பளம் போதவில்லை, நூறு தீனார்கள் கடனாகக் கொடுத்தால் அடுத்த மாதம் திருப்பித் தருவேன் என்று கலீஃபாஉமர் தன் கருவூலக் காப்பாளருக்கு கடிதம் அனுப்பினார்! (வருமானத்துக்குமேல் சொத்துசேர்க்கும் ஆட்சியாளர்கள், அபராதத் தொகையாக மட்டுமே பலகோடி கட்டுபவர்கள் மட்டுமல்ல, அப்படிப்பட்டவர்களுக்கு வாக்களிப்பவர்களாகிய நாமும் அவசியம் தெரிந்துகொள்ளவேண்டிய விஷயம் அது).

கலீஃபாவின் கடிதத்துக்கு காப்பாளர் எழுதிய பதில் மனிதர்களால் மறக்கமுடியாதது: 'நிச்சயமாக நான் உங்களுக்கு நூறு தீனார்கள் பொதுக்கருவூலத்திலிருந்து கடனாகத் தருகிறேன். ஆனால் அடுத்த மாதம்வரை நீங்கள் உயிரோடு இருப்பீர்கள் என்று எனக்கு உத்தரவாதம் கொடுக்க முடியுமானால் தருகிறேன்'!

அந்தக் பதிலைக்கண்ட கலீஃபாஉமர் அழுதார். கடன் வாங்கவில்லை! அப்படிப்பட்ட உமர் அவ்வளவு எளிமையாக வந்ததில் எந்த ஆச்சரியமும் இல்லை. அவர் ஜெருசலத்தில் செய்த காரியத்திலும் நமக்கானதொரு செய்தியுள்ளது.

உயிர்த்தெழுதல் தேவாலயத்தில் நடந்தது என்ன?

கலீஃபாஉமரை ஜெருசலம் நகரத்தின் முக்கியமான இடங் களுக்கு அழைத்துச் சென்று சுற்றிக் காட்டினர் பாதிரியார். 'உயிர்த்தெழுதல் தேவாலய'த்தில் (Church of Resurrection) அவர்கள்

இருந்தபோது'அசர்' (பிற்பகல்) தொழுகைக்கான நேரம் வந்தது. 'நீங்கள் விரும்பினால் இந்த தேவாலயத்திலேயே தொழுகையை நிறைவேற்றிக்கொள்ளுங்கள்' என்று சொஃப்ராயினியூஸ் கூறினார்.

ஆனால் அதை மறுத்த கலீஃபா, "முஸ்லிம்கள் எங்கு வேண்டுமானாலும் தொழலாம். பூவுலம் முழுவதும் வணக்கஸ்தலமாக எங்களுக்கு ஆக்கப்பட்டுவிட்டது. ஆனாலும் எனது செயல் ஒரு முன்மாதிரியாகி, பிற்காலத்தில் உங்கள் சமுதாயத்தாருக்கு அதனால் இன்னல் வந்துவிடக்கூடாது என்று அஞ்சுகிறேன்' என்று கூறினார்! புதிதாக மஸ்ஜிதுகள் கட்டப்பட்டன. ஆனால் எந்த தேவாலயமும் இடிக்கப்படவில்லை. உமரின் உத்தரவு அப்படி!

கிறிஸ்தவர்களோடு அவர் செய்துகொண்ட உடன்படிக்கையின் படி அவர்கள் தங்கள் மதநம்பிக்கையின்படி நடக்கவும், வாழவும் சுதந்திரம் அளிக்கப்பட்டனர். அவர்களது உயிருக்கும், உடமைக்கும், சிலுவைகளுக்கும், தேவாலயங்களுக்கும் பாதுகாப்பு அளிக்கப்பட்டது. அதேபோல எழுபது யூதக்குடும்பங்கள் மீண்டும் பாலஸ்தீனப் பகுதியில் குடியேறுவதற்கு அனுமதியும் வழங்கப்பட்டது.

கவர்னர்களை நியமித்ததும் நீக்கியதும் எப்படி?

வெற்றிகொள்ளப்பட்ட பல நாடுகளுக்கு தன் பிரதிநிதியாக கவர்னர்களை நியமித்தார் கலீஃபாஉமர். சில கவர்னர்களை பதவி நீக்கமும் செய்தார். அதிலும் நமக்கான செய்தி உள்ளது. இரண்டு உதாரணங்களைப் பார்க்கலாம்.

ஒருமுறை ஒருவரை கவர்னராக நியமனம்செய்ய கலீஃபா உத்தரவுபிறப்பித்தார். நியமனம்செய்யப்பட இருந்தவர்உத்தரவைப் பெற்றுக்கொள்ள கலீஃபாவிடம் வந்தார். அப்போது கலீஃபாவின் இளையமகன் ஓடிவந்து அவர் மடியில் அமர்ந்துகொண்டான். கலீஃபா அவனைக் கொஞ்சினார். அதைக்கண்ட அந்த மனிதர், 'கலீஃபா அவர்களே, உங்கள் மகன் பயமில்லாமல் உங்கள் மடியில் வந்து அமர்கிறாரே! என் மகன் என் அருகில் வர பயப்படுகிறான்' என்றார். அதுகேட்ட கலீஃபாஉமர் நியமன உத்தரவை உடனே ரத்துசெய்யும்படிக் கூறினார். அதற்கான காரணத்தையும் அவரே சொல்கிறார், கேளுங்கள்:

'உங்கள் குழந்தைகளே உங்களைப் பார்த்து பயப்படுகிறார்கள் என்றால் பொதுமக்கள் இன்னும் அதிகமாக அல்லவா அச்சப்

படுவார்கள்? அடக்குமுறைக்கு ஆளாக்கப்பட்டவர்கள் உங்களைப் போன்றவர்முன் தங்களது புகார்களைக் கொண்டுவர அச்சப்படுவார்கள். எனவே கவர்னராகும் தகுதி உமக்கில்லை' என்று கூறிவிட்டார்!

காலித் இப்னு வலீத். உலக வரலாற்றை தலைகீழாகப் புரட்டிய சில போர்ப்படைத் தளபதிகளின் பெயர்களில் இதுவும் ஒன்று. 'இறைவனின் வாள்' என்று காலிதுக்கு இன்னொரு பெயருண்டு. ஏழாம் நூற்றாண்டில் அவரது பெயரைக் கேட்டு நடுங்காத அரசுகள் இல்லையென்றே சொல்லலாம்.

பல இஸ்லாமியப் போர்களில் முஸ்லிம்களுக்கு வெற்றியைத் தேடித்தந்தவர். கலீஃபாஉமருடைய காலத்தில் அவர் சிரியாவின் கவர்னராக இருந்தார். அவர் பதவிநீக்கம் செய்யப்படுவதாகவும், அவருக்கு பதிலாக உபைதா என்பவர் தளபதியாக நியமிக்கப் படுவதாகவும், காலித் உடனே மதினா திரும்பவேண்டும் என்றும் முகாமிலிருந்த காலிதுக்கு கலீஃபாவின் கடிதமொன்று வந்தது! காரணம் எதுவும் சொல்லப்படவில்லை! உடன்பட மறுத்து அவர் எதிர்த்திருந்தால் இஸ்லாமிய வரலாறு வேறுமாதிரி திரும்பி யிருக்கலாம். ஆனால் காலித் அப்படி எதுவும் செய்யவில்லை. கடிதம் சொன்னபடியே செய்துவிட்டு மதினா திரும்பினார்.

மதினா வந்த காலித் கலீஃபாவைச் சந்தித்தார். இருவரும் கட்டித் தழுவிக்கொண்டனர். நீண்டநாள் நண்பர்கள் அல்லவா! கடைசியாக, தான் ஏன் விலக்கப்பட்டேன் என்று காலித்

வினவினார். அதற்கு கலீஃபா உமர், 'உங்களது வீரமும் வெற்றியும் பொதுமக்களின் கண்ணை மறைப்பதைக் கண்டேன். இறைவனைப் புகழவேண்டிய மக்களின் நாவுகள் உங்களைப் புகழ்வதைக் கேட்டேன். என்னைப்போன்ற சாதாரண மனிதனால் பதவி நீக்கிவிடக்கூடிய சாதாரண மனிதர்தான் காலித் என்பதை பொதுமக்களுக்கு உடனடியாக உணர்த்தாவிட்டால், நிலைமை விபரீதமாகிவிடுமென அஞ்சினேன். எனவே உங்களை பதவியிலிருந்து நீக்கினேன். பொதுமக்களையும், உங்களையும், என்னையும்கூட புகழ் என்ற போதையிலிருந்து காப்பாற்றிவிட்டதாகக் கருதுகிறேன்' என்றார்!

அதிகாரிகளுக்கான உத்தரவுகள்

ஒவ்வொருமுறை ஒரு அதிகாரியை நியமிக்கும்போதும் கலீஃபா உமர் கீழ்க்கண்ட உறுதிமொழிகளை அவரிடம் வாங்கிக்கொள்வார்:

- உயர்தரமான துருக்கிக் குதிரைகளின்மீது பயணிக்கக் கூடாது
- அழகிய, மிருதுவான ஆடைகளை அணியக்கூடாது
- மிருதுவான மாவைக்கொண்டு தயாரிக்கப்பட்ட உணவை உண்ணக்கூடாது
- யாரையும் வாயில் காப்போனாக நிறுத்தி வைக்கக்கூடாது
- பொதுமக்கள் எளிதில் அணுகும் வண்ணம் வீட்டு வாசல் கதவு எப்போதும் திறந்திருக்கவேண்டும்
- அளவுக்கு அதிகமாக சொத்து அதிகாரியால் சேர்க்கப் பட்டிருந்தால், அது பறிமுதல் செய்யப்பட்டு அரசாங்க கஜானாவில் சேர்க்கப்படும்!

கலீஃபாவுக்கு இளைஞரின் கேள்வி

வெள்ளிக்கிழமை கூட்டுத்தொழுகைக்காக மக்கள் கூடியிருந்தனர். கலீஃபா உமர்தான் தொழுகைக்கு முன்னர் சொற்பொழிவாற்றுவார். அவர் சொற்பொழிவாற்றத் துவங்கிய உடனேயே ஒரு இளைஞர் எழுந்தார். 'கலீஃபா அவர்களே! நீங்கள் என் கேள்விக்கு உரிய விளக்கம் கொடுக்கும்வரை உங்கள் சொற்பொழிவை நாங்கள் கேட்கமாட்டோம்' என்றார்.

கொஞ்சநேரம் அமைதி நிலவியது. இந்தியப் பிரதம மந்திரி பேசுமுன் ஒரு பிரஜை எழுந்து இப்படிக் கேட்டால் எப்படி இருக்கும்? அமெரிக்க ஜனாதிபதி பேசுமுன் ஒரு குடிமகன் எழுந்து

இப்படிக் கேட்டால் எப்படி இருக்கும்? (அப்படியெல்லாம் கேட்க முடியாது என்று நீங்கள் சொல்வது என் காதில் விழுகிறது).

கலீஃபா அமைதியாக உங்கள் கேள்வி என்ன என்று வினவினார். அந்த இளைஞர் சொன்னார்: 'சில நாட்களுக்கு முன்பு பொதுநிதியிலிருந்து நாங்கள் ஒவ்வொருவரும் ஒரு துணி பெற்றோம். ஆனால் இன்று நீங்கள் மட்டும் இரண்டு துணிகளை அணிந்துள்ளீர்கள். இது எப்படி? சாதாரண முஸ்லிமைவிட இரண்டு மடங்கு பெறுவதற்கு கலீஃபாவுக்கு என்ன உரிமை இருக்கிறது?'

கலீஃபாஉமர் விளக்கமளிக்க வாயெடுத்தார். அதற்குள் அவரது மகன் அப்துல்லாஹ் முந்திக்கொண்டு, 'சகோதரரே, உங்களைப் போல நானும் என் தந்தையும் பொதுநிதியிலிருந்து ஒவ்வொரு துணிதான் பெற்றுக்கொண்டோம். என் தந்தையின் உயரத்துக்கு அந்தத் துணி போதவில்லை. அதனால் நான்தான் என் துணியையும் அவருக்குக் கொடுத்தேன்' என்றார்!

நீதிபதிக்கு கண்டிப்பு

ஒருமுறை கலீஃபா உமருக்கும் உபை இப்னு க'அப் என்பவருக்கும் ஒரு வழக்கு நடந்தது. வழக்குக்காக இருவரும் நீதி மன்றம் சென்றனர். கலீஃபாவைப் பார்த்த நீதிபதி முகமன்கூறி அவரை வரவேற்றார். கோபம் வந்துவிட்டது கலீஃபாவுக்கு.

'வழக்கு மன்றத்தில் விசாரணைக்காக வரும் ஒரு பிரதிவாதிக்கு தனிமரியாதை செய்யும் நீங்கள் உண்மையான நீதிபதியாக முடியாது. உங்களிடமிருந்து எப்படி எதிர்த்தரப்பினர் நீதியை எதிர்பார்க்க முடியும்?' என்று கண்டித்துவிட்டு வாதி க'அபோடு சேர்ந்து சாதாரண இடமொன்றில் போய் உட்கார்ந்துகொண்டார்.

வரலாறு படைத்த வரலாறு | நாகூர் ரூமி

கவர்னரின் மகனுக்கு சாட்டையடி

எகிப்தின் கவர்னராக இருந்த அம்ரிப்னில்ஆஸ் என்பவரின் மகன் ஒருநாள், கவர்னரின் மகன் என்ற திமிரில், ஒரு எகிப்தியரை சாட்டையால் அடித்துவிட்டார். மதினா வந்த அந்த எகிப்தியர் கலீஃபாஉமரிடம் அதுபற்றி முறையிட்டார். கவர்னரின் மகனும் சாட்சிகளும் எகிப்திலிருந்து வரவழைக்கப்பட்டனர். விஷயம் உண்மைதான் என்பது நிரூபணமானதும் எகிப்தியரிடம் சாட்டையைக் கொடுத்து, 'உன்னை அவர் எத்தனை அடி அடித்தாரோ, அதை இவருக்குத் திருப்பிக்கொடு' என்று உத்தர விட்டார் உமர்! உத்தரவு நிறைவேற்றப்பட்டதும் கலீஃபா சபையோரை நோக்கி, 'நாட்டின் குடிமக்கள் நாட்டை ஆள்வோரின் அடிமைகள் அல்ல. தாயின் கர்ப்பப் பையிலிருந்து வெளிப்பட்ட குழந்தையைப்போல ஒவ்வொருவரும் சுயேச்சை யும், சுதந்திரமும் கொண்ட கண்ணியவான்களாகும்' என்றார்!

இரவு நகர்வலம்

இரவில் ஊரை வலம் வந்து மக்கள் குறைகளை அவர்க ளறியாமலே தெரிந்துகொண்டு அதைத் தீர்க்கும் சேவையை கலீஃபா உமர் தொடர்ந்து செய்துவந்தார். ஒருநாள் அப்படி வந்தபோது ஒரு கிழவியும் ஓரிளம்பெண்ணும் பேசிக் கொண்டி ருந்தனர். பாலில் தண்ணீர் கலந்து விற்கலாம் என்று கிழவி சொன்னாள்.

அது கலீஃபாவின் உத்தரவுக்கு எதிரானது, தவறு என்று இளம்பெண் சொன்னாள். கலீஃபாவுக்குத் தெரியவா போகிறது என்று கிழவி கேட்டாள். கலீஃபாவை ஏமாற்றலாம், ஆனால் மறுமையில் இறைவனுக்கு பதில் சொல்லவேண்டும் என்று சொல்லி அந்த இளம்பெண் மறுத்துவிட்டாள். மறுநாள் அவளை வரவழைத்த உமர்தன்மகன்ஆஸிமுக்குஅவளைமணமுடித்துத்தன் மருமகளாக்கிக் கொண்டார்!

இன்னொரு முறை நள்ளிரவில் சந்தித்த ஏழை வெளியூர்க் காரனுக்காக, கூடாரத்துக்குள் பிரசவ வேதனையால் துடித்துக் கொண்டிருந்த அவன் மனைவிக்காக, தன் மனைவியை அழைத்து வந்து பிரசவம் பார்க்க வைத்தார். 'கலீஃபா அவர்களே, உங்கள் நண்பருக்கு வாழ்த்துக் கூறுங்கள். அவருக்கு ஆண் குழந்தை பிறந்துள்ளது' என்று உமரின் மனைவி சொன்னபிறகுதான் அவர் கலீஃபா என்றே அவனுக்குத் தெரியவந்தது!

உமர் சில தகவல்கள்

- சிறுவயதில் ஒட்டகம் மேய்க்க தந்தையால் அனுப்பப் பட்டார். அசதியாக ஓய்வெடுத்தால் தந்தையார் சாட்டை யால் அடித்து விரட்டுவார்.
- மக்காவில் எழுதப்படிக்கத் தெரிந்த பதினேழு பேரில் உமரும் ஒருவர்.
- மல்யுத்த வீரர். ஆண்டுதோறும் கூடும் உக்காஸ் என்ற சந்தையில் மல்யுத்தம் செய்வார்.
- அடிமைத் தொழிலை அடிப்படை வருமானமாகக் கொண்ட அரேபியாவில், கலீஃபா ஆனவுடன், அரேபியாவில் யாரும் அடிமை கிடையாது என்று 'இமான்சிபேஷன் ப்ரொக்ல மேஷன் டிக்லார்' செய்து ஆபிரஹாம்லிங்கனுக்கு அடித்தள மிட்டவர் கலீஃபாஉமர்தான் என்றால் மிகையாகாது!
- முஸ்லிம்களின் தொழுகைக்கான அழைப்பொலி, ஹிஜ்ரி காலண்டர் முறை, குர்'ஆன் நூல்வடிவில் தொகுக்கப்பட்டது – எல்லாம் உமருடைய முயற்சியின் நல்விளைவுகளாகும்.
- இறக்கும் தருவாயில் கலீஃபாஉமருக்கு 86,000 திர்ஹம்கள் கடனிருந்தது. தன் சொத்தை விற்று அதைத் தீர்த்துவிடும்படி அவர் கூறினார்.
- அதிகாலத் தொழுகையில் உமர் இருந்தபோது ஒரு கயவன் கத்தியால் குத்தி அதனால் கொஞ்சநாட்களில் உமர் மறைந்தார். முஹம்மது நபி (ஸல்)அவர்களின் அடக்கஸ் தலத்துக்குப் பக்கத்தில் அடக்கம் செய்யப்பட்டார்.

'அல்ஃபுராத் நதிக்கரையோரம் ஒரு நாய் பட்டினியால் செத்துப் போனால்கூட என் கடமையிலிருந்து நான் தவறியவனாவேன்' என்றார் உண்மையான நீதியரசர் கலீஃபா உமர்(ரலி). உமரைப் போன்ற ஒருவர் வசம் இந்தியா ஒப்படைக்கப்படுமானால் எல்லாப் பிரச்சனைகளையும் தீர்த்து நாடு வளம்பெறச் செய்துவிடுவார் என்று மகாத்மா நம்பிக்கை தெரிவித்தார். 'அமீருல் மூமினீன்' என்று உமர் அறியப்படுகிறார். 'நம்பிக்கையாளர்களின் தளபதி' என்று அதற்குப் பொருள். சரிதானே?

19

‘கார்’ காலம்

ஆன்மிகத்தில் ஒரு கதை சொல்வார்கள்.
ஒருவர் புது ஃபோர்டு காரொன்றை ஓட்டிக்கொண்டு சென்றார். திடீரென்று கார் நின்றுவிட்டது. என்ன செய்தும் கார் நகரவில்லை. என்ன செய்வதெனத் தெரியாமல் நடுத்தெருவில் தனியாக நிற்கிறார். அப்போது அவருக்கெதிரில் இன்னொரு புதிய ஃபோர்டு கார் வந்து நிற்கிறது. அதிலிருந்து கோட்டுப்போட்ட ஒருவர் இறங்கி என்ன பிரச்சனை என்று விசாரித்துவிட்டு, நான் முயன்று பார்க்கவா என்று கேட்டு, ஓடாத காரில் ஏறி ஏதேதோ செய்கிறார். சற்றுநேரத்தில் கார் சரியாகி ஓடத் தயாராக உறுமுகிறது.

நீங்கள் யார் என்று தெரிந்துகொள்ளலாமா என்று நன்றியுடன் கேட்கிறார் நின்ற காரின் சொந்தக்காரர். அதற்கந்த ஆபத்பாந்தவர், 'நான்தான் ஹென்றிஃபோர்டு' என்று சொல்லி கைகுலுக்கிவிட்டுச் செல்கிறார்! காரைச் செய்தவன் அவன். காரில் என்ன பிரச்சனை வரும், அதை எப்படிச் சரிசெய்வது என்றெல்லாம் அவனுக்குத்தான் தெரியும். அதைப்போல, உனக்கொரு பிரச்சனை வந்தால், உன்னைச்செய்த இறைவனிடம் ஒப்படைத்துவிடு என்பதற்காக இந்தக்கதை!

அழகான இந்தக் கதைசொல்வதுதான் எவ்வளவு உண்மை! ஒரு பெரிய கம்பனியைத் தொடங்கி, மக்களுக்கு மகத்தான சேவைசெய்து, அதன் விளைவாக கோடிகோடியாகச் சம்பாதிக்க நினைப்பவர்களுக்கு ஹென்றிஃபோர்டின் வாழ்க்கை வரலாறு கொடும் பசியில் இருப்பவனுக்கு மட்டனுடன் பிரியாணி போட்டமாதிரி! வாருங்கள் கொஞ்சம் பிரியாணி சுவைக்கலாம்!

1863 ஜூலை 30ல் அமெரிக்காவின் மிச்சிகன் என்ற ஊரில் ஒரு பண்ணையில் பிறந்தார் ஹென்றிஃபோர்டு. ஸ்பேனர், சிசர்ஸ், சுத்தியல் என அவரது விளையாட்டுப் பொருள்களெல்லாம் மெகானிக் வைத்திருக்கும் கருவிகளாகவே இருந்தன. ஆனால் அக்கருவிகள் ஒவ்வொன்றையும் பொக்கிஷமாகக் கருதினார் அவர்.

மகன் பண்ணை விவசாயியாக வேண்டும் என்பதே தந்தையின் விருப்பம். ஆனால் யந்திரங்களே மகனின் மந்திரங்களாக

> சந்தையில் எந்தப்
> **புதுகார் வந்தாலும்**
> அதிலொன்றை ஃபோர்டு வாங்கிவிடுவார். எதற்கு?
> அதை ஓட்டிப்பார்த்து,
> **தன் காரில் இல்லாதது**
> அதிலிருக்கிறதா என்றுபார்த்து, இருக்குமானால்
> அதையும் சேர்த்துக்கொள்ளத்தான்!

இருந்தன. அதற்கும் காரணம் ஒருவகையில் அப்பாதான். ஒரு 'பாக்கட் வாட்ச்'சை முதன்முதலில் மகனுக்குப் பரிசளித்தவர் அவர்தான். அதிலிருந்துதான் ஃபோர்டின் மனம் யந்திரங்களை விரும்ப ஆரம்பித்தது.

பன்னிரண்டு வயதிருந்தபோது கதிரடிக்கும் இயந்திரங்களைச் செலுத்த உதவிய ஒரு இயந்திரத்தைப் பார்த்தார். அதில் வைக்கப்பட்டிருந்த 'கியர்' மூலம் இயந்திரத்தை நிறுத்தமுடிந்தது. அதைப்போல சாலைகளில் மனிதர்களை ஏற்றிக்கொண்டு ஓடக்கூடிய ஒரு யந்திரத்தைச் செய்யவேண்டும் என்ற ஆசையை அது தூண்டியது. பதிமூன்று வயதில் முதன்முறையாக ஓடாத வாட்ச்சை ஓடவைத்தார். பதினைந்து வயதானபோது வாட்ச்களை 'ரிப்பேர்' செய்வதில் 'எக்ஸ்பர்ட்' ஆனார்.

வாட்ச்களில் அவர் செய்யமுடியாத காரியமே இல்லை என்றானது. அவரது இரவுகள் வாட்ச் ரிப்பேரிலேயே கழிந்தன. ஒரு கட்டத்தில் ரிப்பேர் செய்யவேண்டிய வாட்ச்சுகள் அவனிடம் 300 இருந்தன! ரயில்வே நேரத்தையும் சாதாரண நேரத்தையும் காட்டவல்ல இரண்டு டயல்கள் கொண்ட வாட்ச்சை அவர் வடிவமைத்தார்! அவரது பகுதியில் அது அவரை பிரபலப்படுத்தியது. வாட்ச் தயாரிக்கும் கம்பனி தொடங்கலாமாஎன்றுகூட நினைத்தார். ஆனால் வாட்ச் என்பது ஒட்டுமொத்த மனித குலத்துக்கும் அவசியமான பொருளல்ல என்று அவருக்குப் பட்டது. சின்னவயதிலேயே பிஸினஸ் மூளை!

அதன்பின் ரோடு என்ஜின்களை ரிப்பேர் செய்யும் வேலை செய்தார். பின் குதிரைகளுக்கும் ட்ராக்டர்களுக்கும் பதிலாக சாலையில் ஓடக்கூடிய எடைகுறைந்த நீராவிக்காரை செய்தார். அதிலிருந்த சில அபாயங்களை பற்றி இரண்டாண்டுகள் யோசித்து விட்டு, அது சரியாக வராது என்று அந்த 'ஐடியா'வைக் கைவிட்டார்.

தாமஸ் ஆல்வா எடிசனின் டெட்ராய்ட் எலக்ட்ரிக் கம்பனியில் மாதம் 45 டாலர் சம்பளத்துக்கு வேலை பார்க்கும்போது ஒவ்வொரு நாள் இரவும், ஞாயிறுகளில் முழுநாளும், பெட்ரோலால் ஓடக் கூடிய கார் பற்றியே யோசித்துக்கொண்டிருந்தார்.

1892ல் நான்கு குதிரையாற்றல் கொண்ட, இரண்டுபேர் அமர்ந்து போகக்கூடிய முதல் காரை வடிவமைத்தார். மணிக்கு பத்து மைல், இருபது மைல் என இரண்டுவிதமான வேகங்களில். ஆனால் அவற்றி ரிவர்ஸ் கியர் இல்லை. பின்னால் போகமுடியாது. மொத்த காருமே 500 பவுண்டு (கிட்டத்தட்ட 227 கிலோ) எடை தான். ரொம்ப குண்டான ஒரு ஆளின் எடை என்று வைத்துக் கொள்ளலாம்!

1893லிருந்து 1921 வரை, இருபத்தெட்டு ஆண்டுகளில் ஃபோர்டு கம்பனி 50 லட்சம் கார்களைச்செய்து விற்றிருந்தது! இறுதியாக

ஒருகோடியே ஐம்பதுலட்சத்து ஏழாயிரத்து முப்பத்துநான்கு கார்கள் விற்றன! அடுத்த 50 ஆண்டுகளில் வேறு எந்தக் கார் கம்பனியாலும் அந்த சாதனையை முறியடிக்க முடியவில்லை. கையில் கட்டும் ஒன்றை சரிசெய்ய ஆரம்பித்த ஹென்றிஃபோர்டு கையால் கட்டுப்படுத்தப்படும் நான்கு சக்கர வாகனத்தை உரு வாக்கிய மேதையாக உயர்ந்தார்.

கோடு போட்டால் ரோடுபோடுவேன் என்று நாம் நகைச்சுவை யாகச் சொல்கிறோம். இன்று உலகில் ரோடுகள் இருப்பதற்கு முக்கியக் காரணமே ஹென்றி ஃபோர்டுதான் என்று சொன்னால் அது மிகையாகாது! அவருக்கு எல்லாக்காலமும் 'கார்' காலம்தான்!

காரை உலகுக்கு அறிமுகப்படுத்தியவரல்ல அவர். அவருக்கு முன்னர் கார்கள் இருக்கத்தான் செய்தன. ஆனால் உறுதியான, அதேசமயம் எடைகுறைந்த மிகமலிவான கார்களை பெரிய அளவில் அறிமுகப்படுத்தி புரட்சி செய்தவர் ஃபோர்டு.

ஆரம்பகாலப் பிரச்சனைகள்

டெட்ராய்ட் நகரில் ஓடிய ஒரே கார் ஃபோர்டின் 'மாடல்-டி' கார்தான். ஆனால் அது ஊர் மக்களுக்கு ஒரு பிரச்சனையாகிப் போனது! ஏன்? காரிலிருந்து அவ்வளவு சப்தம்! குதிரைகளை அது பயமுறுத்தியது. போக்குவரத்தை நிறுத்தியது! எங்காவது காரை ஒரு நிமிடம் வைத்துவிட்டுப் போனாலும் ஆர்வக்கோளாறினால் யாராவது அதை 'ஓட்ட' முயற்சித்துவிடுவார்கள்! அதனால் அதை எங்கு நிறுத்தினாலும் கோயில் வாசலில் செருப்புக்குச் செயின் போட்டுக் கட்டுவதுபோல, காரையும் கட்டி வைத்துவிட்டுப் போக வேண்டியிருந்தது! ஓராண்டுக்கு அந்தக் காரை ஓட்டியபிறகு சார்லஸ் ஐன்ஸ்லீ என்பவருக்கு இருநூறு டாலருக்கு அந்தக் காரை ஃபோர்டு விற்றார். அதுதான் அவரது முதல் விற்பனை!

அந்தக் காரை அவர் பரிசோதனைக்காகத்தான் தயாரித்திருந்தார். இன்னொரு கார் தயாரிக்க விரும்பியதாலும், முன்னதை வாங்க சார்லஸ் விருப்பம் தெரிவித்ததாலும் அது விற்கப்பட்டது.

ரேஸ் கார்கள் இரண்டு

999 மற்றும் Arrow என்று இரண்டு ரேஸ் கார்களை முதலில் செய்தார். ஏனெனில் அப்போதெல்லாம் ரேஸ் கார்களுக்குத்தான் சந்தை. முதல் காரை ரேஸில் பரிசோதித்துப் பார்த்தார். ஆனால் காரை அவர் ஓட்டவில்லை! அந்தக் காரின் நாலு சிலிண்டர்களின் சப்தமே ஒரு மனிதனைப் பாதி கொல்லப்

பார்னி
ஓல்டு
ஃபீல்டு

போதுமானதாக இருந்ததாம்! மணிக்கு 80கிமீ வேகத்தில் செல்லக்கூடிய கார் அதுவரை தயாரிக்கப்படவில்லை. அதை பயமறியாத பார்னி ஓல்டுஃபீல்டு என்பவர் ஓட்டி சாதனை செய்தார். அந்தக் காரில் ஸ்டியரிங்வீல் கிடையாது, இரண்டு கைப்பிடிகள் மட்டும்தான்! அந்த வெற்றிக்குப் பிறகுதான் ஃபோர்டு கார் கம்பனி உருவாக்கப்பட்டது. அதன் வைஸ் பிரசிடன்ட், டிசைனர், மாஸ்டர் மெகானிக், சூப்பிரண்ட், ஜெனரல் மேனேஜர் எல்லாமே ஹென்றி ஃபோர்டுதான்! முதல் ஆண்டு 1708 கார்கள் தயாரிக்கப்பட்டு விற்கப்பட்டன.

ஃபோர் ட்வெண்ட்டி

தன் கார்களைப் பற்றி ஃபோர்டு ஒரு விஷயத்தைப் பெருமையாகச் சொல்கிறார். என்ன நடந்தாலும் அவை ஓடிக் கொண்டே இருக்கும். 420 என்ற அவரது தயாரிப்பு ஒன்று பல கைகள்மாறி, எங்கெங்கோ மோதி, எதெல்லாமோ கழன்று, கடைசிவரை ஓடிக் கொண்டிருந்தது. அதுபற்றிக் குறிப்பிடும்போது ‘போர்டு காரை பாகம்பாகமாக வெட்டிப் பார்க்கலாம். ஆனால் கொல்ல முடியாது’ என்று கூறுகிறார் ஹென்றிஃபோர்டு! 420 என்று பெயர் வைக்கப்பட்டாலும் ஃபோர்டு கார் ஏமாற்றுவதில்லை!

மிகக்குறைந்த விலை 600 டாலர்கள், மிக அதிகவிலை 750 டாலர்கள். அந்த ஆண்டு முந்திய ஆண்டைவிட ஐந்து மடங்கு அதிகமாக, 8423 கார்கள் விற்றன! ஒரு நாளைக்கு நூறு கார்களை அவர்களால் விற்பனை செய்யமுடிந்தது! பணம் பெற்றுக்கொண்ட பிறகு கார்கள் நேரடியாக கஸ்டமரிடமே ஒப்படைக்கப்பட்டன.

செல்டன் உரிம வழக்குப் பிரச்சனை

திடீரென்று செல்டன் என்ற கம்பனி நாங்கள்தான் கார் செய்ய உரிமம் பெற்றிருக்கிறோம். வேறு யாரும் கார் தயாரித்து விற்பனை செய்யக்கூடாது என்று வழக்குத் தொடர்ந்தது. அதில் முதல்கட்டமாக அவர்கள் வெற்றியும் பெற்றனர். ஃபோர்டு கார் வைத்திருப்பவர்களெல்லாம் ஜெயிலுக்குப் போகவேண்டி வரலாம் என்ற அச்சத்தை உருவாக்க முயன்றனர். ஆனால் பாதுகாப்பு அளிப்பதாகவும், பத்திரம் கொடுப்பதாகவும் ஹென்றிஃபோர்டு விளம்பரம் செய்தார். அதன் விளைவாக அந்த ஆண்டு முந்தைய ஆண்டைவிட 18000 கார்கள் அதிகமாக விற்றன! ஃபோர்டு காருக்கு மிகப்பெரிய விளம்பரமாக ஆகிப்போனது அந்த வழக்கு! வழக்கிலும் வியாபாரத்திலும் ஃபோர்டுதான் வெற்றி பெற்றார்.

வனாடியம்

'லக்சுரி காரில்' உள்ள எதுவுமே ஃபோர்டு காரில் இருக்காது. என்றாலும் ஒரு நாளைக்கு நூறு கார்கள் வீதம் தயாரிக்கப்பட்டு விற்கப்பட்டன. ஆனால் ஒரு நாளைக்கு ஆயிரம் கார்கள் தயாரிப்பதே தன் நோக்கம் என்று சொல்லி அனைவரையும் அசத்தினார் ஃபோர்டு நிறையவருமானம் வந்துவிட்டது, அவர் இனி ஒதுங்கிஒய்வெடுக்கலாம் என்று எல்லாரும் நினைத்தபோது, இனிமேல்தான் உண்மையான, இன்னும் சிறப்பான சேவை செய்யவேண்டும் என்று ஃபோர்டு ஆசைப்பட்டார். அதற்காகத் திட்டமிடவும் செயல்படவும் ஆரம்பித்தார். அவருடைய ஆசை யெல்லாம் கார் உறுதியாக இருக்கவேண்டும் ஆனால் எடை மிகவும் குறைவாக இருக்கவேண்டும் என்பதுதான். அப்படிப்பட்ட ஒரு பொருளை அவர் தேடிக்கொண்டிருந்தார்.

1905ல் அவருடைய கனவு நிறைவேறுவதற்கான வாய்ப்பு வந்தது. ஒரு ரேஸில் ஒரு ஃப்ரெஞ்சுக்கார் மோதி நசுங்கி யது. அதிலிருந்து உடைந்து விழுந்துகிடந்த சின்ன வால்வு ஒன்றை ஃபோர்டு எடுத்துப் பார்த்தார். அது மிகக்குறைந்த எடை கொண்ட... ...ம் மிக உறுதியானதாகவும் இருந்தது. அந்த மாதிரிப் பொருள்தான் தன் கார்களைச் செய்யத் தேவை என்று உணர்ந்துகொண்டார். அதுபற்றி விசாரித்தார். யாருக்குமே ஒன்றும் தெரியவில்லை. தன் உதவியாளரிடம் அதைக் கொடுத்து அது பற்றிய முழுத்

▲ செசப்டன்

தகவல்களையும் திரட்டச் சொன்னார். அது ஒரு ஃப்ரெஞ்சு ஸ்டீல் என்றும் அதனுள் வனாடியம் என்ற உலோகம் இருந்தது என்றும் தெரியவந்தது.

அதிலிருந்து ஃபோர்டு கார்கள் வனாடியம் உலோகத்தில் செய்யப்பட்டன. அதுவரை உருவாக்கப்பட்ட கார்களின் பயன்படுத்தப்பட்ட உலோகத்தின் உறுதி 70,000 பவுண்டு டென்சில்கள் வரைதான் இருந்தது. ஆனால் வனாடியத்தின் உறுதியோ 1,70,000 பவுண்டு ஸ்டென்சில்கள்வரை சென்றது! ஃபோர்டு காரில் பயன்படுத்தப்பட்ட இருபது வகையான ஸ்டீல்களில் பத்து வகை வனாடியமாக இருந்தது. எங்கெல்லாம் உறுதியும் எடை குறைவும் தேவைப்பட்டதோ அங்கெல்லாம் வனாடியம் பயன்படுத்தப்பட்டது.

மாடல்-ட்டி

மாடல் மாடலாக வெளியிட்டுக்கொண்டிருக்காமல் ஒரே மாடல், அது 'யுனிவர்சல் மாட'லாக இருக்கவேண்டும். மேலும் மாற்ற வேண்டிய அல்லது சிறப்பாக்க வேண்டிய அவசியமில்லாததாக இருக்கவேண்டும் என்ற உறுதியான எண்ணத்தில், பன்னிரண்டு ஆண்டுகள் ஆராய்ச்சிக்குப்பின் இறுதியாக உருவானதுதான் மாடல்-டி. அதற்கு முன்னர் எட்டு மாடல்களை உருவாக்கியிருந்தார் ஃபோர்டு. 1911ல் அவரிடம் நாலாயிரத்துக்கும் மேற்பட்ட ஊழியர்கள் பணிபுரிந்தனர், பதினான்குகிளைத்தொழிற்சாலைகள் இருந்தன. இனிமேல் மாடல்-டி கார்மட்டும்தான் தயாரிக்கப்படும், அதுவும் கறுப்புக்கலர் மட்டுமே என்று 1901ல் ஃபோர்டு அறிவித்தார்!

போர்டு தொழிலாளர்கள் எப்படிப்பட்டவர்கள்?

தன் தொழில்பற்றி ஃபோர்டு எவ்வளவு யோசிப்பார் என்று ஒரு சாம்பிள் பார்க்கலாமா? அவருடைய கார் தொழிற்சாலையில் ஒரு காரைச் செய்வதில் ஏறத்தாழ 7882 வகையான வேலைகள் இருந்தன.

- அவற்றில் 949 கடினமான வேலைகள்
- 3338 அவ்வளவு கடினமல்ல
- 3595 வேலைகளுக்கு உடலுழைப்பே தேவையில்லை பெண்களும் குழந்தைகளும்கூட அவ்வேலைகளைத் திறம்படச் செய்யலாம்
- அதிலும் 670 வகை வேலைகளை காலில்லாதவர்களால் செய்யமுடியும்
- 2637 வகை வேலைகளை ஒருகால் உள்ளவர்கள் மட்டுமே செய்யமுடியும்
- இரண்டு வகையான வேலைகளை கைகளில்லாதவர்கள் செய்யமுடியும்
- 715 வகை வேலைகளை ஒருகை மட்டும் உள்ளவர்களால் செய்யமுடியும்
- பத்து வகை வேலைகளைக் கண் பார்வையற்றவர்களாலும் செய்யமுடியும்

– என்று அவர் கூறுகிறார்!

அவருடைய கம்பனியில் பணிபுரிந்தவர்களில்:
- 123 பேர் கைகள் ஊனமானவர்கள்
- நால்வர் பார்வையற்றவர்கள்
- 253 பேர் ஒரு கண்பார்வை இழந்தவர்கள்
- 37 பேர் செவிடு ஊமையானவர்கள்
- 60 பேர் வாதமடித்தவர்கள்
- நான்கு பேர்கள் கால்களற்றவர்கள்
- 234 பேர் ஒருகால் மட்டுமே இருந்தவர்கள்
- மற்றவர்களுக்கு வேறு சில உடல் பிரச்சனைகள் இருந்தன

ஃபோர்டு கார் ஓட்டாத ஃபோர்டு

சந்தையில் எந்தப் புது கார் வந்தாலும் அதிலொன்றை ஃபோர்டு வாங்கிவிடுவார். எதற்கு? அதை ஓட்டிப்பார்த்து, தன் காரில் இல்லாதது அதிலிருக்கிறதா என்றுபார்த்து, இருக்குமானால் அதையும் சேர்த்துக்கொள்ளத்தான்! ஆனால் அவர் அப்படி ஓட்டிய போதெல்லாம் பத்திரிக்கையாளர்கள் படம் பிடித்து, 'ஃபோர்டு கார் ஓட்டாத ஃபோர்டு' என்று தலைப்பு கொடுப்பது வழக்கம்!

1947ல் 83 வயதில் ஃபோர்டு இறந்து போனார். அவரது பெயரில் இருந்த இடுகாட்டிலேயே அவர் அடக்கம் செய்யப்பட்டார். ஒருமணி நேரத்துக்கு 5000 பேர் வீதம் அவரது உடலைப் பார்த்து இறுதிமரியாதை செய்துசென்றதாக விக்கி கூறுகிறது.

ஹென்றி ஃபோர்டு சில தகவல்கள்

- சர்வாதிகாரி ஹிட்லர் ஹென்றிஃபோர்டின் ரசிகன்! அவரது பெரிய ஒளிப்படத்தை தன் மேஜையில் வைத்திருந்தான்!
- ஹென்றிஃபோர்டு ஒரு ஏரோப்ளேன் கம்பனியும் வைத்திருந்தார்
- லேபர் யூனியன், யூதர்கள் மற்றும் உலகமகா யுத்தங்களுக்கு எதிரானவராக இருந்தார்
- 1914ல் அவர் கொடுத்த ஐந்து டாலர் ஒருநாள் சம்பளம் இன்றைய தேதியில் 120 அமெரிக்க டாலர்களுக்குச் சமம்
- ஒவ்வோராண்டும் காரின் தரம் உயரஉயர, விலையைக் குறைத்துக்கொண்டே சென்றார்
- இந்தியா, ஆஸ்திரேலியா, ஐரோப்பா, தென்னாப்பிரிக்கா என உலகம் முழுவதும் அவரது கார் கம்பனிகள் இருந்தன.

'பணத்தின் பின்னால் ஓடுவதற்குப் பெயர் வியாபாரமல்ல! பணத்தின்மீது பேராசை கொள்வதானது பணம் கிடைக்காததற்குரிய நிச்சயமான வழி. சேவைக்காக மட்டுமே சேவைசெய்வது நமது நோக்கமாக இருந்தால் பணம் நம்மைநோக்கி அபரிமிதமாக வர ஆரம்பிக்கும்! சேவையின் இயற்கையான விளைவுதான் பணம்' என்று கூறுகிறார் உலகின் ஆகப்பெரிய பணக்காரர்களில் ஒருவரான ஹென்றிஃபோர்டு. இதுதான் சத்தியம். இதுதான் செல்வ மனநிலை. கார் விற்றாலும் சரி, மோர் விற்றாலும் சரி.

கேள்வியின் நாயகன்

'எனக்குத் தெரிந்ததெல்லாம்
எனக்கு எதுவுமே தெரியாதென்பதுதான்'.
எவ்வளவு அழகான, அற்புதமான உண்மை!
இப்படிச் சொன்னவர் யார்? அவர் ஒரு தத்துவஞானி.
கிரேக்க சமுதாயத்தில் ஏதென்ஸ் நகரத்தில் வாழ்ந்தவர்.
இயேசுகிறிஸ்துவுக்கு முந்தியவர். அவர் காலம் கிமு 470-399!
அவர் நிறையப் பேசினார். நிறைய கேள்விகள் கேட்டார்.
கேள்விகள் கேட்பதில் அவரை யாரும் மிஞ்சமுடியாது.
அவர் கேள்வியின் நாயகன்.

▶ சாக்ரடீஸ்

கேள்விகள் கேட்டுக்கேட்டு ஒரு பிரச்சனைக்கு பதில் / தீர்வு கண்டுபிடிக்கும் முறைக்கே அவருடைய பெயரைத்தான் வைத்திருக்கிறார்கள் என்றால் பார்த்துக்கொள்ளுங்கள். (அது என்ன பெயர் என்று அப்புறம் சொல்கிறேன்).

வினோதம் என்னவென்றா, அவருடைய வாழ்க்கையிலிருந்தும் உரையாடல்களிலிருந்தும் நமக்குக் கிடைத்ததைவிட முக்கியமான செய்திகள் அவருடைய மரணத்திலிருந்து கிடைத்திருப்பதுதான். அய்யோ பாவம் என்று நாம் நினைக்கலாம். ஆனால் அவர் அப்படி நினைக்கவில்லை. 'மனிதகுலத்துக்குக் கிடைத்திருக்கும் அருட்கொடைகளில் மிகச்சிறந்தது இறப்பு தான்' என்று அவர் சொன்னார்!

அந்த அற்புத மனிதரின் பெயரை இந்த உலகம் நன்கறியும். ஆனால் பெயரை மட்டும்தான் அறியும்! கோடு போட்டால் 'ரோடு' போடும் விற்பன்னர்களல்லவா நாம்?! அவர் பெயரை வைத்துக்கொண்டே அவரை மிகவும் தெரிந்தமாதிரி நடந்துகொள்வதில் நமக்கு இணை நாம்தான்! நமக்குத் தெரியாமல் தெரிந்த அவர் வேறு யாருமல்ல, கிரேக்க தத்துவ ஞானி சாக்ரடீஸ்தான்!

சாக்ரடீஸின் வாழ்க்கை பற்றி மிகமுக்கியமான தகவல் ஒன்றை இங்கே சொல்லிவிடுவது உத்தமம். கணவன்மார்களுக்கு உதவியாக இருக்கும். மனைவிமார்களையும் குஷிப்படுத்தி அது தூண்டலாம். அவருடைய மனைவி பெயர் சாந்தியோப்பி. ஆனால் அவர்

வரலாறு படைத்த வரலாறு | நாகூர் ரூமி

சாக்ரடீஸுக்கு எதிரான அந்த வழக்கு மக்கள் மன்றத்தில் சுமார் பத்து மணி நேரம் நடந்தது. **சீட்டுக்குலுக்கிப் போட்டு** வந்த பெயர்களில் இருந்த ஏதன்ஸ் நகர குடிமகன்கள் **500 பேர்கள்** நீதிபதிகளாக செயலாற்றினர்!

பெயரில் மட்டும்தான் 'சாந்தி' இருந்தது. சொல்லிலும் செயலிலும் அவர் ஒரு சண்டமாருதி என்று சொன்னால் மிகையாகாது! ஆமாம்.

ஒருமுறை சாக்ரடீஸ் தன் மாணவர்களுடன் பேசிக் கொண்டிருந்தார். பேசிக்கொண்டிருந்தாரென்றா சொன்னேன்! ம்ஹூம், வழக்கம்போல கேள்விமேல் கேள்விகேட்டு அவர்களைக்குழப்பிக் கொண்டிருந்தார். ஒரு தெளிவை ஏற்படுத்துவதற்காக. உள்ளேயிருந்த அவர் மனைவி சாந்தியோப்பி அவரை உரக்கத் திட்டிக்கொண்டிருந்தாள்.

'இவனோட பெரிய பேஜாராப் போச்சு. ஒன்னுக்கும் ஒதவாத பேச்சையே எப்பப் பாத்தாலும் பேசிட்டிருக்கான். அதக்கேக்க ஒரு முட்டாள் கும்பல் வேறு' என்ற ரீதியில் கத்திக்கொண்டிருந்தாள். ஒருகட்டத்தில் பொறுக்க முடியாமல் சாக்ரடீஸ் தலையில் ஒரு வாளித் தண்ணீரைக் கொண்டுவந்து ஊற்றினாள்! கொஞ்சம் கூட சூடாகாமல் சாக்ரடீஸ் தன் மாணவர்களிடம் சொன்னார்: 'இவ்வளவு நேரம் இடிஇடித்தது. இப்போது மழை பெய்திருக்கிறது'! அவர் ஒரு உண்மையான தத்துவஞானி என்று இதிலிருந்தே தெரியவில்லையா?!

'திருமணமா? தாராளமாகச் செய்துகொள்ளுங்கள். உங்கள் மனைவி நல்லவளாக அமையும்பட்சம் நீங்கள் சந்தோஷமாக இருப்பீர்கள். உங்கள் மனைவி மோசமானவளாக அமைந்தால் நீங்கள் தத்துவவாதியாக மாறிவிடுவீர்கள்' என்று அவர் ஏன் சொன்னார் என்று இப்போது புரிந்திருக்கும்!

ஆரக்கிள்

ஆரக்கிள்

கிரேக்க கலாச்சாரத்தில் ஒரு பழக்கம் இருந்தது. கோயிலில் பூசாரிப்பெண் இருப்பாள். அவள்தான் ஆரக்கிள். அவளிடம் மக்கள் கேள்விகேட்பார்கள். எப்போது மழைபெய்யும் என்பது போன்ற வருங்காலம் பற்றிய கேள்விகளாகவே அவை பெரும்பாலும் இருக்கும். (ஆரக்கிள் என்ற கணிணி மொழிக்கும் இதற்கும் தொடர்பில்லை. ஆனால் 'வருங்கால மொழி' என்ற பொருளில் அக்கணிணி மொழிக்கு அப்பெயர் இடப்பட்டிருக்கலாம்). புரியாத பாஷையில் அவள் ஏதேதோ பதில் சொல்லுவாள். அதைப் புரிந்துகொண்டு எளிமையான மொழியில் விளக்கும் விற்பன்னர்களும் இருப்பார்கள்.

ஒருமுறை சாக்ரடீஸின் நண்பர் சாரஃபோன் என்பவர் ஆரக்கிளிடம் சென்று ஏதென்ஸிலேயே அறிவாளி யார் என்று கேட்டபோது சாக்ரடீஸைவிட அறிவாளி யாருமில்லை என ஆரக்கிள் சொன்னது. அதற்கு பதிலாக சாக்ரடீஸ் சொன்னதுதான் இக்கட்டுரையின் தொடக்கமாக உள்ளது!

வரலாறு படைத்த வரலாறு | நாகூர் ரூமி

மனிதர்கள் நான்கு வகைப்பட்டவர்கள் என்று சொல்லப் படுகிறது:

1. தனக்குத் தெரியாது என்பது தெரியாதவர்கள் – இவர்கள் முட்டாள்கள். இவர்களை விட்டுவிடுங்கள்.
2. தனக்குத் தெரியாது என்பது தெரிந்தவர்கள் – இவர்கள் எளிமையானவர்கள். சொல்லிக்கொடுங்கள்.
3. தனக்குத் தெரியும் என்பது தெரியாதவர்கள் – இவர்கள் தூங்கிக்கொண்டிருக்கிறார்கள். எழுப்புங்கள்.
4. தனக்குத் தெரியும் என்பது தெரிந்தவர்கள் – இவர்களே ஞானிகள். பின்பற்றுங்கள்.

இதில் சாக்ரடீஸ் சொல்வது இரண்டாவதில் வருகிறது. ஆனாலும் அவர் தன் பணிவின் மற்றும் எளிமையின் பொருட்டே அப்படிச் சொன்னார் என்பதையும் அவர் நான்காவது வகை மனிதன் என்பதையும் அவரது வரலாற்றிலிருந்து புரிந்துகொள்ளலாம்.

மூன்று பெண்கள்

சாக்ரடீஸின் அப்பா சொஃப்ரானிகஸ் ஒரு சிற்பி என்றும் கல்லுடைப்பவர் என்றும் சொல்லப்படுகிறது. கல்லுடைப்பதும் சிற்பம் வடிப்பதும் ஒரேவிதமான வேலைதான் ஆனால் இரண்டுக்கும் பாரதூரமான, நுட்பமான வித்தியாசம் உள்ளது. முன்னது இருப்பதை இல்லாமலாக்குவது. பின்னது மறைவானதை வெளிக் கொண்டுவருவது. முன்னது அழிப்பு. பின்னது ஆக்கம். முன்னதில் உடலுழைப்பு மட்டுமே உள்ளது. பின்னதில் புத்தியும் கலைத் திறனும் வேலை செய்கிறது. முன்னது வேண்டாம் என்று ஒதுக்குகிறது. பின்னது வேண்டும் என்று செதுக்குகிறது.

சாக்ரடீஸின் ஞானத்தைப் பார்க்கும்போது அவர் அப்பா ஒரு சிற்பியாகத்தான் இருந்திருக்கவேண்டும். சாக்ரடீஸின் அம்மா பேறுகாலப் பணிமகளாக இருந்தவர். சாக்ரடீஸின் வாழ்க்கையில் மிகுந்த தாக்கம் ஏற்படுத்திய மூன்று பெண்களில் முதலாமவர் அவர் அம்மா. டயோட்டிமா, அஸ்பேசியா ஆகிய பெண்கள் மற்ற இருவர். ஆனால் அவர்கள் யார், எதனால், எப்படி சாக்ரடீஸை அவர்கள் பாதித்தார்கள் என்று தெரியவில்லை. ஒரு ஆணின் வெற்றிக்குப் பின்னால் ஒரு பெண் இருப்பாள் என்று சொல்வோம். ஒரு தத்துவ ஞானியின் வெற்றிக்குப்பின்னால் மூன்று பெண்கள் இருந்துள்ளனர்!

▲ ப்ளேட்டோ, சாக்ரடீஸ், அரிஸ்டாட்டில்

குருவுக்கு மிஞ்சிய சிஷ்யர்கள்

சாக்ரடீஸ் என்ன பேசினார், என்னவெல்லாம் செய்தார், என்னவெல்லாம் எழுதினார் என்று எதுவுமே தெரியவில்லை! அப்படியானால் அவரைப் பற்றி எப்படித் தெரிந்துகொண்டோம்? அவருடைய மாணாக்கர்கள் மூலமாக! அவர்கள் சாதாரண மாணாக்கர்கள் அல்ல. குருவுக்கு மிஞ்சிய சிஷ்யர்கள். தத்துவ ஞானி ப்ளேட்டோவும் செனஃபோனும் (Plato and Xenophone) சாக்ரடீஸின் மாணவர்கள்!

ஒரு பேராசிரியர் வகுப்புக்குப் போனார். மாணவர்களெல்லாம் வகுப்பைக் காலி செய்துவிட்டு – 'கட்' அடித்துவிட்டு – போயிருந்தார்கள். ஒரே ஒரு மாணவர் மட்டும் உள்ளே இருந்தார். அப்போது அந்தப் பேராசிரியர், 'நீ மட்டும்தானப்பா குருவுக்கு 'மிஞ்சிய' சிஷ்யன்' என்று சொன்னார்! ப்ளேட்டோவும் செனஃ போனும் அப்படி மிஞ்சியவர்களல்ல! அவர்கள் குருவை மிஞ்சியவர்கள் என்று சொல்லலாம். ஆம். கிரேக்கம் என்று சொன்னாலே மூன்று 'பெரிசுகள்' பெயர்கள்தான் உடனே ஞாபகம் வரும். சாக்ரடீஸ், ப்ளேட்டோ, அரிஸ்டாட்டில். ப்ளேட்டோவுக்கு சாக்ரடீஸும், அரிஸ்டாட்டிலுக்கு ப்ளேட்டோ வும் ஆசிரியர்கள்.

அறிவும் வறுமையும்

சேர்ந்தே இருப்பது புலமையும் வறுமையும் என்று சொல்லி நாம் சிரிப்போம். ஆனால் கிரேக்க சமுதாயத்தில் சாக்ரடீஸ் வறுமை வாழ்க்கையையே தேர்ந்தெடுத்தார். அதேசமயம் தன் கருத்துகளை எடுத்துச் சொல்வதில் மிகவும் துணிச்சலும்

உறுதியும் கொண்டவராக இருந்தார். 'அடுத்த வேளை சாப்பாட்டுக்கு ஒன்றுமில்லாவிட்டாலும் எல்லாவற்றையும் பற்றி யோசித்துக்கொண்டே இருப்பார்' என்று சாக்ரடீஸ் பற்றிக் கூறினார் இன்பியல் கவிஞர் யுபோலிஸ். இயேசு, முஹம்மது நபி, புத்தர், பரமஹம்சர், ரமணர், ஷிர்டி சாய்பா என எல்லா ஞானிகளுமே எளிமையையும் வறுமையையும் விரும்பித் தேர்ந்தெடுத்துக் கொண்டவர்களாகவே இருந்துள்ளனர்.

சாக்ரடீஸ் யோசித்துக்கொண்டு மட்டும் இருப்பதில்லை. ஜனநாயகம், கடவுள்கள் பற்றிய தன் கருத்துகளையெல்லாம் யாருக்கும் அஞ்சாமல் கூறுவார். அவர் பேச்சைக் கேட்கும் கிரேக்கர்களில் பலர் கடுப்பாகி அவரைத் தாக்கவும் செய்வர். அவர் தலைமுடியைப் பிடித்து இழுப்பார்கள். ஆனால் எதையுமே சாக்ரடீஸ் பொருட்படுத்துவதில்லை.பொறுமையுடன் எல்லாவற்றையும் சகித்துக்கொள்வார் பொறுமையாளர்களோடு நிச்சயமாக நான் இருக்கிறேன் என்று அல்லாஹ் சொல்வதாக வரும் திருமறையின் வசனம் எனக்கு நினைவில் வருகிறது. ஏனெனில் சாக்ரடீஸின் சகிப்பின் பின்னால் ஒரு ஞானமிருந்தது. இல்லை யெனில் ஏன் சகித்துக்கொள்ளவேண்டும் என்ற கேள்வி வந்து எல்லாவற்றையும் கெடுத்துவிடும்.

சாக்ரடீஸின் இளமைக்காலம் கிரேக்கத்தின் பொற்காலமாக இருந்தது. பெரிகிள்ஸின் ஆட்சி நடந்துகொண்டிருந்தது.

► சாக்ரடீஸ் தன் மாணவர்களுடன்

அக்ரோபோலிஸ் என்ற மக்கள் வாழும் கோட்டை, பார்த்தீனான் போன்ற புகழ்பெற்ற கோயில் ஆகியவை பெரிகிள்ஸின் ஆட்சியில் கட்டப்பட்டவையாகும்.

ஆனால் காலம் செல்லச்செல்ல சாக்ரடீஸின் கருத்துகள் அன்று நிலவிய ஜனநாயகத்துக்கு எதிரானதாகவும், ஏதன்ஸ் நகர மக்கள் வணங்கிய கடவுளரை மதிக்காததாகவும் பார்க்கப்பட்டது. வாய் இருப்பதனாலேயே அதைத்திறந்து கருத்து சொல்லும் சுந்திரம் அனைவருக்கும் இல்லை என்று சாக்ரடீஸ் அடித்துக் கூறினார். இப்படியெல்லாம் பேசியதாலேயே அவர் உயிருக்கு உலை வைத்ததுபோல் ஆனது.

முக்கியமாக ஸ்பார்ட்டாவுக்கு கிரேக்கத்துக்கும் யுத்தம் வந்த போது சாக்ரடீஸ் ஸ்பார்ட்டாவையும் ஸ்பார்ட்டன்களையும் ஆதரித்துப் பேசினார்.

கிமு 411லிருந்து 403 வரையிலான காலகட்டத்தில் ஜனநாயகத்துக்கு எதிரான கலகம் எழுந்தது. அதற்கு மூலகாரணமாக இருந்தவர்கள் இரண்டு பேர்: அல்சிபியாடிஸ் மற்றும் க்ரிட்டியாஸ். இருவருமே சாக்ரடீஸின் மாணாக்கர்கள்! ஏதன்ஸில் இருந்த பணக்காரர்களின் சொத்துக்கள் பறிக்கப்பட்டன. பெண்கள், குழந்தைகள், அடிமைகள் என 5000 பேருக்கு மேல் நாடு கடத்தப்பட்டனர். 1500க்கும் மேற்பட்ட ஜனநாயகவாதிகள் கொல்லப்பட்டனர். அதன் மோசமான விளைவுகளுக்கு சாக்ரடீஸ் தான் காரணம் என்று அதீனியர்கள் நினைத்தனர். ஏனெனில் அந்த வன்முறையைப் பற்றி அவர் மூச்சுவிடவில்லை. அதற்கு எதிராக எதுவும் சொல்லவும் இல்லை, செய்யவும் இல்லை.

சாக்ரடீஸ் 'ஒரு மாதிரியான ஆளு' என்றெண்ணி முதலில் உதாசீனப்படுத்தியவர்களெல்லாம் இப்போது அவரை ஒரு பயங்கரவாதிபோலப் பார்த்தனர். ஆனால் அதுபற்றியெல்லாம் கவலைப்படாமல் வழக்கம்போல சாக்ரடீஸ் தன் கருத்துக்களைக் கூறிக் கொண்டிருந்தார். பலர் அவரது கருத்துகளால் கவரப்பட்டுக் கொண்டும் இருந்தனர்.

வழக்கும் வாதமும்

கலவரங்களெல்லாம் ஒழிந்த பிறகு, ஆர்க்கான் என்ற மன்னனின் ஆட்சிக்காலத்தில், சாக்ரடீஸ்மீது வழக்கு தொடரப் பட்டது.இரண்டு விதமான குற்றங்களை அவர் புரிந்திருக்கிறார் என்று சொல்லப்பட்டது. ஒன்று அரசியல் ரீதியானது. இன்னொன்று மதரீதியானது. இளைஞர்களின் மனங்களை சாக்ரடீஸ்

தவறான முறையில் மாற்றுகிறார், அவர்களை வழிகெடுக்கிறார், அதீனியக் கடவுளர்களின்மீது பக்தியற்றவராக இருக்கிறார், புதிய கடவுள்களை அறிமுகப்படுத்துகிறார் என்றெல்லாம் குற்றம் சுமத்தி மெலீடஸ் என்ற கவிஞன் மன்றத்துக்கு வந்து பதில் சொல்லுமாறு சாக்ரடீஸை அழைத்தான். பின்னர் அந்த குற்றப் பத்திரிக்கை முறையாக வாசிக்கப்பட்டது.

சாக்ரடீஸுக்கு எதிரான அந்த வழக்கு மக்கள் மன்றத்தில் சுமார் பத்து மணி நேரம் நடந்தது. வாதி, பிரதிவாதி இருவருக்குமே கேள்விகள் கேட்கவும், பதில் சொல்லவும் வாய்ப்பு அளிக்கப்பட்டது. சீட்டுக்குலுக்கிப் போட்டு வந்த பெயர்களில் இருந்த ஏதன்ஸ் நகர குடிமகன்கள் 500 பேர்கள் நீதிபதிகளாக செயலாற்றினர்! ஒருவர் தீர்ப்பு சொன்னாலே

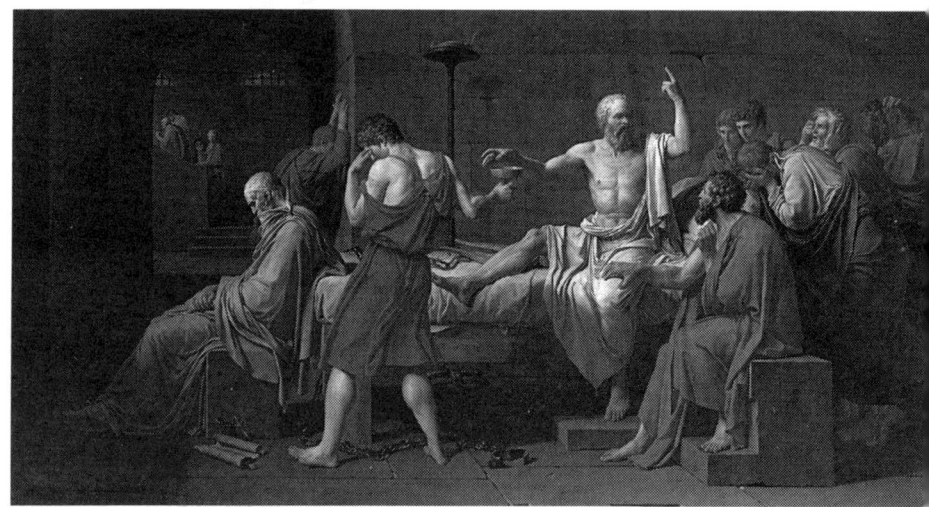

பிரச்சனைவர வாய்ப்புண்டு. ஐநூறு பேர்! ஐநூறு மனங்கள்! அவர்களனைவருமே நாற்பது வயதுக்குக் கீழிருந்தவர்கள். சாக்ரடீஸின் வயது அப்போது எழுபதுக்கும் மேல். 'நீதிபதிகள்' ஒரு மரமேஜையின்மீது அமர்ந்திருந்தனர். பார்வையாளர்கள் மத்தியில் சாக்ரடீஸின் மாணவரான ப்ளேட்டோவும் இருந்தார்.

அரசியல் ரீதியான காரணங்களுக்காகவே சாக்ரடீஸ் குற்றம் சாட்டப்பட்டார். மதரீதியான காரணங்களுக்காக அல்ல என்கின்றனர் பின்னால் வந்த விமர்சகர்கள். அதற்கு அவர்கள் ஒரு உதாரணம் சொல்கின்றனர். சாக்ரடீஸ் காலத்து நாடகாசிரியரான அரிஸ்டொஃபேனஸின் 'மேகங்கள்' என்ற நாடகத்தில் பெரிய கடவுளான ஜீயுஸ் சிறுநீர்தான் மழையாக பூமியில் விழுகிறது என்று சொல்லப்பட்டுள்ளது. மதச்சடங்குகளையும் கடவுளரையும் அரிஸ்டோஃபேனஸ் மதிக்கவில்லை, அவருக்கு பக்தியே இல்லை என்று யாரும் சொல்லவுமில்லை. அவரைவிட மோசமாக சாக்ரடீஸ் எங்கேயும் பேசவோ எழுதவோ இல்லை என்கின்றனர் அவர்கள்!

இறுதியில் சாக்ரடீஸ் குற்றவாளியென தீர்ப்பளிக்கப்பட்டது. மரண தண்டனை!

கடைசிச் செய்தி

ஹெம்லக் என்று ஒரு மூலிகை விஷம். அதை சாக்ரடீஸ் குடித்து உயிர் துறக்கவேண்டும். அதுதான் அவருக்குக் கொடுக்கப்பட்ட

தண்டனை. சாக்ரடீஸ் அதை மனதார ஏற்றுக்கொண்டார். சிறையில் நடந்த சில சம்பவங்கள், சம்பாஷணைகள்தான் இக்கட்டுரை எழுதவே காரணம் என்று சொல்லலாம். அவைகள் ஒரு ஞானியை அடையாளம் காட்டின.

சிறைக்காவலர்களுக்கு 'அன்பளிப்பு' கொடுத்து சிறையிலிருந்து அவரைத் தப்பிக்கவைக்க சாக்ரடீஸின் மாணவர்கள் சிலர் ஏற்பாடு செய்தனர். ஆனால் வேண்டாம், இறப்பு பற்றிய பயம் எனக் கில்லை என்றும், சட்டத்தை மதிக்கவேண்டுமென்றும் சாக்ரடீஸ் சொன்னார்! கிறிஸ்துவுக்கு முந்தியது லஞ்சம் என்பது இதிலிருந்து தெளிவாகிறது! லஞ்சத்தைவிட நஞ்சே மேல் என்று சாக்ரடீஸ் முடிவுசெய்தார்!

கோப்பையிலிருந்த ஹெம்லக் என்ற கொடிய விஷத்தை விருப்பத்துடனேயே சாக்ரடீஸ் குடித்தார். உயிர்குடிக்கும் கசப்பை இனிப்பாக ஏற்றுக்கொண்டார்! கால்கள் மரத்துப்போகும்வரை

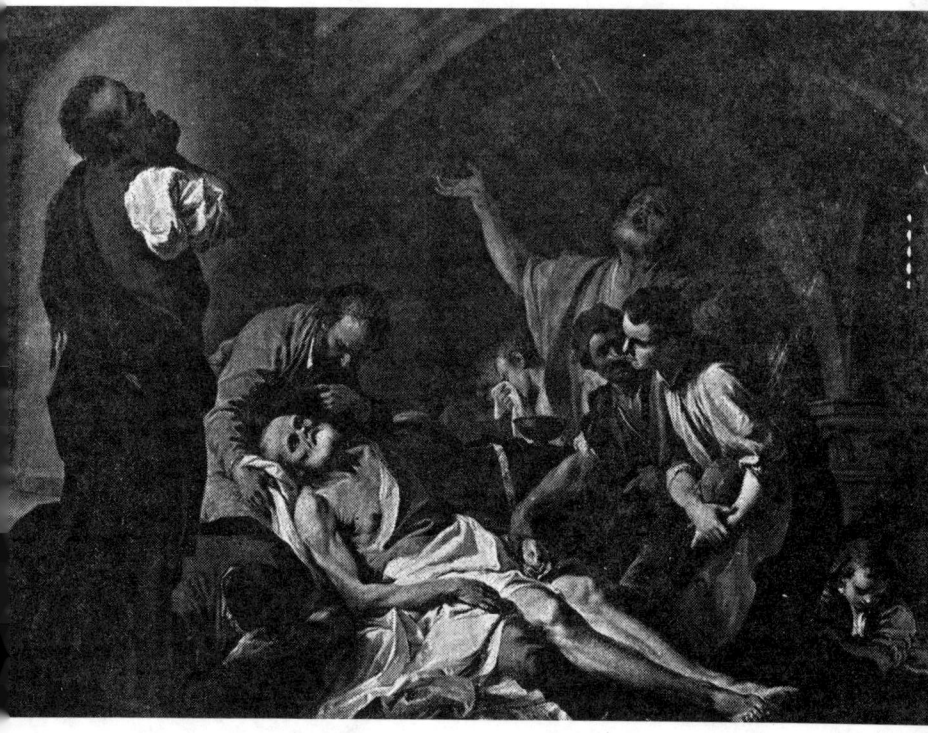

அவரை நடந்துகொண்டிருக்கச் சொன்னார்கள். அவரும் அப்படியே செய்தார். கொஞ்சம் கொஞ்சமாக உடல் மரத்துக் கொண்டே வந்தது. பாதம் தொடங்கி நெஞ்சுவரை விஷம் ஏறி மரக்கட்டையாகிவிட்டது. கால்கள் முழுமையாக மரத்துப் போனவுடன் உட்கார வைக்கப்பட்டார். அப்போது அருகிலிருந்த மாணாக்கர்கள் சிலர், இறந்த பிறகு உங்கள் உடலை என்ன செய்யவேண்டும் என்று கேட்டனர். அதற்கு சாக்ரடீஸ் சொன்ன பதில் அற்புதமானது. அவர் ஒரு ஞானி என்பதற்கு அதுவே சான்று. அவர் சொன்னார்:

'நான் இறந்த பிறகு என் உடலை எதுவேண்டுமானாலும் செய்து கொள்ளுங்கள். ஆனால் அதுதான் நான் என்று எண்ணிவிடாதீர்கள்'!

இறுதிக்கணத்தில் மாணவர் க்ரிட்டோவைப் பார்த்து சாக்ரடீஸ், 'க்ரிட்டோ, குணப்படுத்தும் கடவுளான அஸ்க்ளீபியஸுக்கு ஒரு சேவல் பலிகொடுக்கவேண்டிய கடன் பாக்கியிருக்கிறது. அதை எனக்காக நீ செய்துவிடு' என்று வேண்டிக்கொண்டார்! கடைசிக் கணத்திலும் கடனை நினைவு கூர்ந்திருக்கிறார். அது மனிதர் களுக்குக் கொடுக்கவேண்டிய கடனல்ல, கடவுளுக்குக் கொடுக்க வேண்டிய அழகிய கடன்தான் என்றாலும்!

சாக்ரடீஸ் அதீனிய நீதிமன்றத்தின் முன்வைத்த தற்காப்பு வாதங்களையெல்லாம் ப்ளேட்டோதன் 'அபாலஜி' என்ற படைப்பி லும், அவருடைய இறப்புபற்றி விரிவாக தனது 'ஃபீடோ' என்ற படைப்பிலும் எழுதியுள்ளார்.

'வாழ்வது பெரிய விஷயமல்ல. தர்மத்துடன் வாழ்வதுதான் கடினம். எல்லா மனிதர்களின் ஆத்மாக்களும் அழிவற்றவைதான். ஆனால் தர்மத்தின்படி நடப்பவர்களின் ஆன்மாக்கள் அழியாதவை மட்டுமல்ல, தெய்வீகமானவையும்கூட' என்றுசாக்ரடீஸ்சொன்னது அவருக்கே பொருந்துமல்லவா?!

21

உலக நாயகன்

மே *28, 1633.*
முகலாயர்களின் தலைநகரான ஆக்ராவில்
ஒரு சண்டை நடந்தது. மனிதர்களுக்கு மத்தியில் அல்ல.
மிருகங்களுக்கு மத்தியில்.
நாம் காடைச் சண்டை, சேவல் சண்டை விடுவோமல்லவா?
அதைப்போல. ஆனால் கலந்துகொண்டவை
காடைகளோ கோழிகளோ அல்ல, யானைகள்.

பின்னே, சாதாரண மக்கள் ஏற்பாடு செய்து பார்த்துக்களிக்கும் சண்டையா அது? பேரரசர் பார்த்து மகிழ ஏற்பாடு செய்த சண்டையல்லவா? பாபரில் தொடங்கி இரண்டாம் பகதூர்ஷாவரை முன்னூறு ஆண்டுக ளுக்கும் மேலாக ஒட்டு மொத்த இந்தியாவையும் கட்டி ஆண்ட பேரரசர்கள் அல்லவா? தாஜ்மஹால், மயிலாசனம், செங்கோட்டை, ஃபதேபூர் சிக்ரி, புலந்த் தர்வாஸா போன்ற வியத்தகு அழகுகளையும் ஆச்சரியங்களையும் கொடுத்தவர்கள் அல்லவா? அவர்களது பொழுதுபோக்கு நம்முடையதுபோலவா இருக்கும்! நமக்குக் கோழி என்றால் அவர்களுக்கு யானை!

உப்பரிகையில் இருந்து சண்டையை வேடிக்கை பார்க்க அமர்ந்தார் சக்கரவர்த்தி. கீழே குதிரைகளின்மீது அமர்ந்து வேடிக்கை பார்க்கக் காத்துக்கொண்டிருந்தனர் அவரது நான்கு அருமை மைந்தர்கள். நான்கு இளவரசர்கள். மோதலுக்காக இரண்டு யானைகள் நிறுத்தப்பட்டிருந்தன. ஷாலிமார் தோட்டத்தில் அந்த சண்டைகள் நடத்தப்பட்டன என்றும், நாற்பது யானைகளை பேரரசருக்கு வங்காள கவர்னர் பரிசாக அனுப்பியிருந்தார் என்றும் சொல்லப்படுகிறது. தந்தம் கொண்ட யானையின் பெயர் சுதாகர் என்றும் தந்தமில்லா யானையின் பெயர் சூரத்சுந்தர் என்றும்'பாதுஷாநாமா' நூல் கூறுகிறது. சண்டை தொடங்க உத்தரவுகள் பிறப்பிக்கப்பட்டன. ஆனால் சூரத்சுந்தர் தப்பித்து ஓட யத்தனித்தது. கொம்பனைத் துரத்திக்கொண்டு சென்ற கும்கி

வரலாறு படைத்த வரலாறு | நாகூர் ரூமி

யுத்தகளத்தில் அவர் தன்னை மறந்து
தொழுவதைப்பார்த்த
அப்துல்அஜீஸ்கான்
இப்படிப்பட்ட மனிதனோடு போரிடுவது நமக்குத்தான்
அழிவைத்தரும் என்று உரத்துச் சொல்லியவராக
யுத்தத்தை தற்காலிகமாக
நிறுத்த உத்தரவிட்டார்!

கொம்பனை விட்டுவிட்டு மேலே அமர்ந்து வேடிக்கை பார்த்துக் கொண்டிருந்த இளவரசன் ஒருவனின் குதிரையை நோக்கிக் கோபமாக வந்தது.

அவ்வளவுதான், மற்ற மூன்று இளவரசர்களும் குதிரையோட்டம் பிடித்தனர். மாட்டிக்கொண்டதோ ஆகக்கடைசி இளவரசன். ஆனால் அவன் அஞ்சியோடவில்லை. குதிரையையும் ஓடவிடாமல் நிறுத்தினான். ஈட்டியை எடுத்து கும்கியின் நெற்றியைக் குறிபார்த்து எறிந்ததில் யானையின் கோபம் அதிகமானது. வேகமாகவந்த அது இளவரசன் அமர்ந்திருந்த குதிரையைத் தன் தும்பிக்கையால் அல்லது தந்தத்தால் தாக்கியது. குதிரை தூரப்போய் விழுந்தது.

ஆனால் அதற்குள் சுதாரித்துக்கொண்டு குதிரையிலிருந்து குதித்து தரையின் மீது பாதுகாப்பாக இறங்கி நின்ற இளவரசன் மீண்டும் ஈட்டியால் யானையின் நெற்றியைக் குறிபார்த்து எறிந்தான். உப்பரிகையில் நின்றுகொண்டிருந்த சக்கரவர்த்திக்குக் கையும் ஓடவில்லை காலும் ஓடவில்லை. யானையை நிறுத்தும்படி பதட்டத்துடன் உத்தரவிட்ட அவர் வேகமாகக்கீழே அச்சத்துடன் இறங்கிவந்தார்.

அதற்குள் யானை எப்படியோ நிறுத்தப்பட்டு, திசை மாற்றப் பட்டு, கட்டுப்படுத்தப்பட்டு கொண்டுசெல்லப்பட்டது. ஆனால் வேடிக்கை பார்க்க வந்திருந்த அனைவரும் அந்தக் குட்டி இளவரசனின் துணிச்சலையும் வீரத்தையும் கண்டு மூக்கில் விரல் வைத்தனர். இவ்வளவு சின்ன வயதில் இவ்வளவு மன உறுதியா!

மகனைத் தழுவிக் கொண்ட சக்கரவர்த்தி அவனுக்கு 'பகதூர்' (துணிச்சலானவன்) என்ற கௌரவப் பெயரை அளித்து அவனது எடைக்கு எடை தங்கம் தானமாகக் கொடுத்தார்!

ஆனால் விஷயம் அத்தோடு முடிந்துவிடவில்லை. அவர் சொன்னார்: 'ஆண்டவன் காப்பாற்றினான். ஏதாவது ஏசகுபிசகாக நடந்திருந்தால் நமக்கு அவமானமாக அல்லவா போயிருக்கும்' என்றார்! யானை தாக்கி மகன் இறந்துபோனாலும் வருத்தமில்லை, ஆனால் ராஜ குலத்துக்கு அது அவமானமாகப் போயிருக்கும் என்பதுதான் அவரது கவலையாக இருந்தது! ஆஹா, கடைசி மகன்மீது அவருக்குத்தான் எவ்வளவு பாசம்!

ஆனால் மகன் அப்பாவுக்குச் சொன்ன பதில் வரலாற்று முக்கியத்துவம் வாய்ந்தது. அவன் சொன்னான்:

'யானையை எதிர்த்துச் சண்டையிட்டு இறந்துபோவதில் என்ன அவமானம் இருக்கிறது தந்தையே? எல்லோரும் ஒருநாள் போய்த்தானே ஆகவேண்டும்? ஆனால் என்னைக் காப்பாற்ற நினைக்காமல் என் அண்ணன்கள் தாராவும், ஷுஜாவும் தம்பி முராதும் உயிருக்கு பயந்து தப்பித்து ஓடினார்களே, அதுதான் முகலாய சக்கரவர்த்தியின் வீரபரம்பரைக்கு அவமானமான செயலாகும்'!

ஆஹா, சொற்களால் செருப்படி என்பது அதுதான்! அப்படி ஒரு பதிலைக்கொடுத்த அந்த வீரமகன் யார்? அவன் பெயர் முஹ்யுத்தீன் முஹம்மது ஔரங்கசீப். அப்பா சக்கரவர்த்தி ஷாஜஹான்! இந்த நிகழ்ச்சி நடந்தபோது ஔரங்கசீபின் வயது பதினான்கு!

ஷாஜஹானுக்கு பத்து மனைவிகள். அதில் மும்தாஜ்க்குப் பிறந்த மூன்றாவது மகன் ஔரங்கசீப் என்கிறார் வரலாற்றாசிரியர்

முகில். ஷாஜஹானுக்கு இருபது மனைவிகள் என்கிறது விக்கி. நான் விக்கி சொல்வதையே எடுத்துக்கொள்கிறேன்! அதுதான் ஔரங்கசீபின்மீதான ஷாஜஹானின் வெறுப்புக்கு நியாயம் செய்கிறது. ஷாஜஹான்மீதான என் பொறாமையையும் அதிகப் படுத்துகிறது!

கடிதமும் பதிலும்

ஔரங்கசீப் எல்லோரிடமும் அன்பாகவும் மரியாதையாகவும் பணிவாகவும் நடந்துகொண்டார். ஷாஜஹானால் நியமிக்கப்பட்ட அதிகாரிகள் அவரது நன்னடத்தையால் கவரப்பட்டு அவரை மிகவும் நேசித்தார்கள். ஆனால் மூத்தவரான தாராஷிகோவின் நடத்தை நேர்மாறாக இருந்தது. அவர் யாரையும் மதிப்பதில்லை. எல்லோரிடமும் திமிராக நடந்துகொண்டார். ஆனால் தனக்குப் பிறகு தாராதான் சக்கரவர்த்தியாகவேண்டும் என்பது ஷாஜஹானின் ஆசை. ஔரங்கசீபை அவர் எப்போதுமே விரும்பியதில்லை. செலவுக்குப்பணம் கொடுக்கும்போதுகூட தாராவுக்குக் கொடுக்கும் பணத்தில் பாதிதான் ஔரங்கசீபுக்குக் கொடுப்பார்! ஔரங்கசீபின் நன்னடத்தையால் அவருக்கு ஆதரவு பெருகிவிடுமோ என்று ஷாஜஹான் கவலைப்பட்டார்! அதனால் அவர் ஔரங்கசீபுக்கு இப்படி ஒரு கடிதம் எழுதினார்.

'அன்பு மகனே! நம்மைப் போன்ற சக்கரவர்த்திகளும், சக்கரவர்த்தியின் பிள்ளைகளும் மற்றவர்களைவிட மிகுந்த உயர் வானதொரு நிலையில் இருக்கிறோம். அந்த நிலையை எடுத்துக் காட்டும் விதமாகத்தான் நாம் யாரிடமும் பழகவேண்டும். ஆனால் எல்லோரிடமும் நீ பணிவாகவும் மரியாதையாகவும் நடந்து கொள்கிறாய். இது ராஜபரம்பரைக்கு உகந்ததல்ல. இம்மாதிரி நடந்துகொள்வதால் எதிர்காலத்தில் அது உனக்கு உதவாது. நீ நிந்தனைக்கு ஆளாவாய். மாற்றிக்கொள்! கடித அரசியல் என்பது இதுதான்! ஆனால் அவர் கடிதத்துக்கு தக்க பதிலைக் கொடுத்தார் ஔரங்கசீப்.

'அன்புத்தந்தையே! தனக்குப் பிரியமானவர்களை மட்டுமே கண்ணியப்படுத்துவதாக அல்லாஹ் குர்ஆனில் கூறுகிறான். எனவே எனக்கு கண்ணியம் கிடைக்கவேண்டும் என்பதற்காக நான் தனியாக எதையும் செய்யவேண்டியதில்லை. 'யார் ஒருவர் பணிவுடன் நடந்துகொள்கிறாரோ அவருக்கு அல்லாஹ் கண்ணியம் கொடுக்கிறான்' என்று நபித்தோழர் அனஸ் இப்னு மாலிக் அவர்கள்

சொன்ன நபிமொழிக்கு ஏற்பவே நான் நடந்துகொள்கிறேன். அடுத்தவர் மனதைப் புண்படுத்துவதைவிட மோசமான பாவம் எதுவுமில்லை என்று நான் நினைக்கிறேன்' என்று பதில் கொடுத்தார் ஷாஜஹானின் மூன்றாவது மகனான ஔரங்கசீப்!

யுத்தகளத்தில் தொழுகை

ஔரங்கசீப் சிறு வயதிலிருந்தே ஒரு முஸ்லிமுக்குரிய கடமைகளை ஆர்வத்துடனும் உறுதியான நம்பிக்கையுடனும் நிறைவேற்றக்கூடியவராக இருந்தார். முஸ்லிம்கள் ஐவேளையும் தொழுவார்கள் என்பதை இந்த உலகம் அறியும். ரயில் பயணத்தின் போதுகூட தொழுபவர்களை நாம் பார்த்திருக்கலாம். ஆனாலும் அவையாவும் அமைதிக்காலத் தொழுகைகள். யுத்த களத்தில், உள்ளேயும் வெளியேயும் கொதித்துக்கொண்டிருக்கும்போது, செய் அல்லது செத்துமடி என்ற சூழ்நிலையில் ஒருவர் தொழமுடியுமா? முடியும் என்பதை நபிகள் நாயகத்தின் வரலாற்றிலிருந்தும் அவர்களைப் பின்பற்றிய தோழர்களின் வரலாற்றிலிருந்தும் நாம் அறிந்துகொள்ள முடியும். ஆனாலும் அப்படிப்பட்ட சூழ்நிலைகள் வெகு அரிதானவையே. அப்படி ஒரு சூழ்நிலையை ஔரங்கசீப்பின் வாழ்விலும் காணமுடிந்தது.

தன் மூதாதையரான தைமூரின் ராஜ்ஜியம் இருந்த உஸ்பெக்கிஸ்தானின் தலைநகரான சாமர்கண்டை தன் ஆட்சியின்கீழ் கொண்டு வரவேண்டும் என்பது ஷாஜஹானின் நெடுநாள் ஆசையாக இருந்தது. கிபி 1645ல் தளபதி அலீமர்தான்கானும் இளவரசர் ஷுஜாவும் இணைந்து ஆப்கனிஸ்தானின் வடக்குப்பகுதியின் புகழ் பெற்ற பல்க் நகரைக் கைப்பற்றினர். கைப்பற்றுவது எளிது ஆனால் அதைக் காப்பாற்றுவதும் பாதுகாப்பதும் கடினம் என்பதை ஷாஜஹான் விரைவிலேயே உணர்ந்துகொண்டார். இப்படி ஏதாவது பிரதேசங்களின் நிர்வாகம் பிரச்சனைக்குரியதாக இருக்குமானால் உடனே அதை ஔரங்கசீபின் பொறுப்பில் விட்டுவிடுவது அவர் வழக்கம்! எப்படியாவது செத்தால் சரி, தனக்குப் பிறகு தாராஷிகோ சக்கரவர்த்தியாவதில் பிரச்சனை ஏதுமிருக்காது என்றே அவர் எப்போதும் தப்புக்கணக்குப் போட்டார்!

பல்க், பதக்கிஸ்தான் ஆகிய இரு பிரதேசங்களும் ஔரங்கசீபின் ஆளுகையின் கீழ்வந்தன. அவர் பல்க் நோக்கிச் செல்லும் வழியில் உஸ்பெக்கிஸ்தானின் தலைநகரான புகாராவின் மன்னர் அப்துல்அஜீஸ்கானோடு யுத்தம் செய்யவேண்டியிருந்தது. கடுமையான சண்டைக்கு நடுவே 'ளுஹர்' (பகல்நேரத்) தொழுகைக்கான நேரம் வந்தது. உடனே யானையிலிருந்து கீழே குதித்த

வரலாறு படைத்த வரலாறு | நாகூர் ரூமி

ஔரங்கசீப் முறைப்படி தண்ணீரால் தன்னைச் சுத்தம் செய்தபிறகு தொழுகைப் பாயை விரித்து இந்த உலகை மறந்தவராக தொழ ஆரம்பித்துவிட்டார்.

அது ரொம்ப 'ரிஸ்க்', அப்படிச் செய்யவேண்டாம் என்று அவரது அதிகாரிகளின் எச்சரிக்கையை அவர் பொருட்படுத்தவில்லை. அவரது அசைக்கமுடியாத இறைநம்பிக்கை பொய்க்கவில்லை. யுத்தகளத்தில் அவர் தன்னை மறந்து தொழுவதைப்பார்த்த அப்துல்-அஜீஸ்கான் 'இப்படிப்பட்ட மனிதனோடு போரிடுவது நமக்குத்தான் அழிவைத்தரும்' என்று உரத்துச் சொல்லியவராக யுத்தத்தை தற்காலிகமாக நிறுத்த உத்தரவிட்டார்! இஸ்லாமிய உலகில் ஔரங்கசீபின் புகழ் ஷாஜஹானின் விருப்பத்துக்கு எதிராக கொடிகட்டிப் பறக்க ஆரம்பித்தது. ஔரங்கசீபைவிடச் சிறந்த தலைவர் இருக்கமுடியாதென்று முகலாய சாம்ராஜ்ஜிய அதிகாரிகளும் தளபதிகளும் நினைக்க ஆரம்பித்தனர்.

பதவிச் சண்டை

1657 செப்டம்பரில் ஷாஹஜானுக்கு ரொம்ப உடம்புக்கு முடியாமல் போனபோது அதைப்பயன்படுத்தி சாம்ராஜ்ஜியத்தைக் கைப்பற்ற தாரா எடுத்த முயற்சிகள் எதுவும் பலனளிக்கவில்லை. ஷாஜஹானின் உடல்நிலை பற்றி மற்ற சகோதரர்களுக்கு எதுவும் தெரிவிக்காமல் ஷாஜஹானின் கையெழுத்தை தாராவே போட்டு உத்தரவுகளைப் பிறப்பித்தார்! ஆக்ராவிலிருந்து வெளியூருக்கு கடிதங்கள் செல்வது தடுக்கப்பட்டது. ஆக்ராவுக்கு வெளியே செல்லும் எல்லாசாலைகளும் மூடப்பட்டன. அரண்மனையிலிருந்த ஔரங்கசீப், ஷுஜா, முராத் ஆகியோருக்கு ஆதரவான அதிகாரிகள் கைது செய்யப்பட்டனர்.

நானே சக்கரவர்த்திக்கு என்று ஷுஜாவும் முராதும் தங்களை அறிவித்துக்கொண்டனர். தங்கள் பெயர்களின் நாணயங்களையும் வெளியிட்டனர்! ஆனால் ஷுஜாவுக்கு எதிரான போரில் தாரா வென்றார். வங்காள எல்லைக்கு ஓடிய ஷுஜா மெக் பழங்குடி யினரால் கொல்லப்பட்டார்.

இறுதியில் ஆக்ராவுக்கு அருகிலிருந்த சாமுகர் என்ற இடத்தில் தாராவுக்கும் ஔரங்கசீபுக்கும் நடந்த கடுமையான சண்டையில் ஔரங்கசீப் வென்றார். தன்னைக் கொல்ல ஷாஜஹான் மேற் கொண்ட சதியிலிருந்தும் தப்பித்தார்.

இஸ்லாத்துக்கு எதிரான கோட்பாடுகள் கொண்டிருந்ததற்காக தாராவுக்கு மரணதண்டனை விதிக்கப்பட்டது. குடிகாரத் தம்பி முராது பக்ஷ் போதையில் இருந்தபோது கொல்லப்பட்டார். ஔரங்கசீப் அரியணையேறினார்.

மரண வாக்குமூலம்

1707ம் ஆண்டு வெள்ளிக்கிழமை ஃபஜ்ர் (அதிகாலைத்) தொழுகையை நிறைவேற்றிவிட்டு கலிமாவை (இஸ்லாமிய மூல மந்திரம்) உச்சரித்த வண்ணம் ஔரங்கசீபின் உயிர் பிரிந்தது. அவர் உண்மையில் எப்படிப்பட்டவர் என்பதை அவருடைய உயில் காட்டுகிறது:

- நான் என் கையால் செய்து விற்ற தொப்பிகளுக்கான பணம் நான்கு ருபாய்களும் இரண்டு அனாக்களும் ஆய்பேகா வசம்

உள்ளன. அதைக்கொண்டு என் மீது போர்த்தவேண்டிய கஃபன் துணியை வாங்கிக்கொள்ளுங்கள்.

- திருக்குர்'ஆனை என் கையால் பிரதி எடுத்து விற்றதன் மூலம் கிடைத்த முன்னூற்று ஐந்து ரூபாய்கள் என் வச முள்ளன. நான் இறக்கும் அன்று அந்தப் பணத்தை ஏழை களுக்கு தானமாகக் கொடுத்துவிடுங்கள்.
- என் தலையை எதைக்கொண்டும் மூடாமல் திறந்துவைத்து விடுங்கள். இறைவன் எனக்கு கருணை காட்ட அது உதவும்.
- என் உடலை அருகில் உள்ள இடுகாட்டில் ஆடம்பரங்கள் ஏதுமின்றி அடக்கம் செய்யுங்கள்.

ஔரங்கசீப் சில முக்கிய தகவல்கள்

- கையெழுத்து மிகவும் அழகாக இருக்கும்
- தன் கையால் குர்'ஆன் முழுவதையும் எழுதியிருக்கிறார்
- குர்'ஆன் முழுவதையும் மனப்பாடம் செய்திருக்கிறார்
- அவருடைய மகன் காம்பக்ஷ் ஒரு கொலைசெய்த தன் நண்பரைக் காப்பாற்ற முயற்சித்தபோது தன் மகனையும் நண்பரோடு சிறையிலடைத்தார்.
- பஞ்ச காலத்தில் மக்களுக்கு இலவசமாக உணவு கொடுக்கப்பட்டது.
- ஹிந்துக்கள் கங்கையில் குளிப்பதற்கும் அஸ்தி கரைப் பதற்கும் கொடுக்க வேண்டியிருந்த வரிகள், மீன் பிடிப்பதற்கு, பால் கறந்து விற்பதற்கு, வறட்டி பயன் படுத்துவதற்கெல்லாம் விதிக்கப்பட்டிருந்தவரிகள், ஹிந்து விதவைப் பெண்களை மறுமணம்செய்து கொள்ப வர்கள் அரசுக்கு செலுத்தவேண்டிய வரி, சந்தைகள் போடப்படும்போது செலுத்தவேண்டிய வரி –இப்படி பல வரிகள் நீக்கப்பட்டன.
- 'ஏற்கனவே இருந்த கோயில்களை இடிக்கச் சொல்லி அவர் கட்டளையிட்டது கிடையாது. ஹிந்து மக்களின் வழிபாட்டு உரிமை ஔரங்கசீப் காலத்தில் எந்தவிதத்திலும் பாதிக்கப்படவில்லை' (முகில், 66).
- ஔரங்கசீப் காலத்தில்தான் குமரகுருபரர் சைவ சமயத்தைப் பரப்பினார். சைவமடாலயங்கள் அமைப்பதற்கு நிலங்களும் ஔரங்கசீபால் வழங்கப்பட்டன. பல கோயில்களுக்கு

மானியங்கள் வழங்கப்பட்ட குறிப்புகளும் இருக்கின்றன (முகில், 66).

- ஔரங்கசீப் ஆட்சியில் கட்டாய மதமாற்றங்கள் இருந்த தாகக் கூறப்படும் தகவல்களில் உண்மையில்லை. தன்னிடம் சரணடைந்த சிற்றரசர்களை மதம் மாறச் சொல்லி கட்டாயப்படுத்தவும் இல்லை (முகில் 67).
- மது, சூதாட்டம், இசை, கேளிக்கைகள் இவற்றை யெல்லாம் தடைசெய்த ஔரங்கசீப் வீணை வாசிப்பதில் வல்லவர்.
- மூன்று மணி நேரம்தான் உறங்கினார். அரசாங்க வேலை யில்லாத நேரங்களிலெல்லாம் சமய நூல்களைப் படிப்பார். தரையில்தான் படுப்பார்.
- தன் சொந்தச் செலவுகளுக்காக கஜானாவை பயன் படுத்தியதே இல்லை.
- எளிமையான உடைகளையே அணிந்தார். வெள்ளிப் பாத்திரங்களைக்கூட பயன்படுத்தியதில்லை.
- உடன்கட்டையேற்றப்படும் கொடிய வழக்கத்தை தடை செய்து உத்தரவிட்டார்.
- போரில் பிடிபட்ட சத்ரபதி சிவாஜியின் மகன் சாம்பாஜி கொல்லப்பட்ட பிறகு அவரது மூன்று மகன்களுக்கும் உயர்பதவிகள் கொடுத்தார். ஔரங்கசீப் இறந்தபிறகு, மராட்டிய தலைவரான சாம்பாஜியின் மூத்த மகன் சாஹூ செய்த முதல் வேலையே ஔரங்கசீபின் அடக்கஸ்தலம் சென்று வந்ததுதான்.

வீரமும் விவேகமும், எளிமையும், ஆழமான மத நம்பிக்கை யும் கொண்டவர் ஔரங்கசீப் என்பதுவரை நிச்சயம். ஔரங்க சீபுக்கு 'ஆலம்கீர்' ('உலகை வென்றவர்') என்ற பட்டத்தை ஷாஜஹான் கொடுத்தார். அவர் பரிசாக அனுப்பிய வாளில் அது எழுதப்பட்டிருந்தது. கனவுத் தொழிற்சாலையில் கதா நாயகிகளுக்கு முத்தம் கொடுக்கும் உலகநாயகன் அல்ல அவர். ஆப்கனிஸ்தானிலிருந்து கன்னியாகுமரிவரை விரிந்து பரவியிருந்தது ஔரங்கசீபின் சாம்ராஜ்ஜியம். உலகை உண்மை யிலேயே வென்றவர் உலக நாயகன்தானே?

அத்தனை முகங்களும் அழகு

குழந்தாய், எனது பாடலின் இசை
உன்னை அன்பின் கரங்களைப் போலச் சுற்றிக்கொள்ளும்
ஆசி தரும் முத்தம் போல
உன் நெற்றியை அது தொடும்
நீ தனியாக இருக்கும்போது
உன் அருகில் அமர்ந்து செவிகளில் அது கிசுகிசுக்கும்
நீ கூட்டத்தில் இருக்கும்போது
உன்னைச் சுற்றி அது தனிமை வேலி அமைக்கும்
உன் கனவுகளின் இரு சிறகுகளாய் அது இருக்கும்

▶ தாகூர்

உன்னை அது அறியப்படாதவற்றின் எல்லைகளுக்குக்
கொண்டுசெல்லும்
உனது சாலை இருண்டு கிடக்கும்போது
நம்பிக்கை நட்சத்திர ஒளியாக
உன் தலைக்கு மேலே அது மின்னும்
உன் விழிப்பாவைகளில் அது அமர்ந்துகொள்ளும்
எல்லாவற்றின் இதயத்துக்கும்
உன் பார்வையை எடுத்துச் செல்லும்
இறப்பில் என் குரல் அமைதியாகிவிடும்போது
உயிர் வாழும் உன் இதயத்திலிருந்து
என் பாடல் பேசும்

My Song என்ற ஆங்கிலப் பாடலின் தமிழாக்கம் எனது. இக்கவிதையை எழுதியவர் சாதாரணக் கவிஞரல்ல. உலகப் புகழ்பெற்ற கவிஞர். இரண்டு நாடுகளின் தேசிய கீதங்களை எழுதியவர்!

அவரைப்பற்றிய இன்னொரு முக்கியமான விஷயம் அவர் கவிஞர் மட்டுமல்ல. அவர் ஒரு சிறுகதையாசிரியர், உரைநடை ஆசிரியர், நாவலாசிரியர், இசைநாடகாசிரியர், நடிகர், பாடகர், இசையமைப்பாளர், ஓவியர், சீர்திருத்தவாதி, தத்துவவாதி, கல்வித்தந்தை - அப்பாடா மூச்சு முட்டுகிறது! ஆமாம்.

நம்நாட்டு தேசியகீதத்தை
மட்டுமல்ல,
வங்காளத்தின் தேசிய கீதமான
அமர் ஷோனார் பங்க்ளா
என்பதையும் எழுதியவர்
தாகூரே!

இத்தனையும் சேர்த்த மொத்த உருவம் அவர். ஆனால் எல்லாத் துறைகளிலுமே சாதனைகள் படைத்தவர்! அரிதினும் அரிதான ராட்சச ஆளுமை. அவரைப்பற்றிய ஒரு சின்ன நிகழ்ச்சியை விவரித்து விடுகிறேன். அவர் யார் என்பது அப்போது விளங்கி விடும்.

1921. அப்போது அவருக்கு வயது நாற்பது இருக்கும்.இந்தியாவிலிருந்து இங்கிலாந்துக்குக் கப்பலில் சென்று கொண்டிருந்தார். அப்போதெல்லாம் விமானப் பயணம் கிடையாது. கடல் கடக்க வேண்டுமென்றால் கப்பல்தான். எங்களூர்ப் பக்கம் வெளிநாட்டில் வேலை பார்க்கும் மாப்பிள்ளைகளை 'கப்பசபராளி' என்பார்கள். 'கப்ப'லில் 'ஸஃபர்' (பிரயாணம்) செய்பவர் என்று பொருள்.

அப்போது தொடங்கிய அந்த சொல்வழக்கு இன்றும் உயிர் வாழ்கிறது. இன்றும்கூட வெளிநாட்டில் வேலைபார்க்கும் ஆண்கள் அனைவருமே 'கப்பசபராளிகள்'தான்! அது சிங்கப்பூர் ஏர்லைன்சாக இருந்தாலும் சரி, ஜெட் ஏர்வேஸாக இருந்தாலும் சரி!

நம்ம கவிஞரும் கப்பசபராளியாக இங்கிலாந்துக்குச் சென்று கொண்டிருந்தார். அப்போது தன் தாய்மொழியில் எழுதிய ஒரு கவிதையை அவரே ஆங்கிலத்தில் மொழியாக்கம் செய்து கொண்டிருந்தார். நேரம் போகவேண்டுமே! அது அவருடைய கன்னி மொழிபெயர்ப்பு முயற்சி. ஆனால் அந்தக் கன்னிமொழிபெயர்ப்பு அவருக்கு உலகப் புகழை வாங்கித் தரப்போகிறது என்பது அவருக்குத் தெரியாது!

லண்டனில் அவருக்கு வில்லியம் ரோதன்ஸ்டீன் என்ற ஓவியரின் நட்பு கிடைத்தது. அவரை ஏற்கனவே கல்கத்தாவில் – சாரி, கொல்கத்தாவில் – சந்தித்திருக்கிறார். இவரது கவிதைகளை வாசிக்க விருப்பம் தெரிவித்தார் ஓவியர். கவிஞரின் தாய்மொழி அவருக்குத் தெரியாததால் ஆங்கிலத்தில் அவற்றை மொழிபெயர்த்துக் கொடுக்கச் சொல்லி ரோதன்ஸ்டீன் கேட்டுக்கொண்டதன் பேரில் நம் கவிஞரும் மொழிபெயர்த்துக் கொடுத்தார்.

அதைப் படித்த ரோதன்ஸ்டீன் அசந்துபோனார். ஆஹா, இப்படி யெல்லாம்கூட கவிதை எழுத முடியுமா என்று வியந்தார். உடனே அவற்றை தன் நண்பரும் உலகப்புகழ்பெற்ற ஐரிஷ் கவிஞரான டபிள்யூ.பி.ஏட்ஸிடம் காட்டினார். ஏட்ஸ் ஏற்கனவே ஆங்கில இலக்கியத்துக்கான நோபல் பரிசு பெற்றவர்! நம் கவிஞரின் கவிதைகளைப் படித்துவிட்டு ஏட்ஸ் அவர்மீதும் அவர் கவிதைகள் மீதும் 'மெரசலாகி'ப்போனார்! நான் ஒன்றும் மிகையாகச்சொல்ல வில்லை. ஏட்ஸ் சொல்வதை நீங்களே கேளுங்கள்:

'ரயில், ஆம்னிபஸ், உணவுவிடுதி என்று எல்லா இடத்துக்கும் அக்கவிதைகளின் கையெழுத்துப் பிரதிகளைத் தூக்கிக்கொண்டு திரிந்தேன். படித்துக்கொண்டே இருந்தேன். சமயங்களில் யாராவது என்னைப் பார்ப்பதுபோலிருந்தால், அக் கவிதைகளால் நான் எவ்வளவு தாக்கம் பெற்றிருந்தேன் என்று மற்றவர்கள் அறிந்துகொள்ளாமல் இருக்கும் பொருட்டு உடனே மூடிக்கொள்வேன்.

இப்போது சொல்லுங்கள் ஏட்ஸ் நம்ம கவிஞர்மீது மெரசலாகிப் போனாரா இல்லையா?! அவரை மெரசலாக்கிய அக்கவிதையின் பெயர் கீதாஞ்சலி! அதை எழுதியவர் நம் வங்காளக் கவிமேதை ரவீந்த்ரநாத் தாகூர்!

நோபல் பரிசு

இந்திய பாரம்பரியத்தின் பெருமையை தன் படைப்புகளால் இந்தியாவுக்கும், தன் கவிதைகளால் உலகுக்கும் உணர்த்தியவர் தாகூர். இந்தியர்கள் அனைவருமே அறிவார்ந்த தளத்தில்செயல் படுபவர்கள்தான் என்று வைத்துக்கொண்டால் அதில் மூன்று

▲ தாகூர்

மாநிலத்தவருக்கு முதலிடம் இருக்கிறது. வங்காளிகள், மலையாளி கள், தமிழர்கள். இவர்கள் மூவருக்கும் அடுத்துத்தான் மற்றவர்கள் என்பது என் கணிப்பு. ஏன்?

இலக்கியத்துக்கான விருதுகளில் ஆகச்சிறந்தது நோபல் பரிசு (அதிலும் அரசியல் உள்ளது வேறு). கீதாஞ்சலிக்காக தாகூருக்கு 1913ல் நோபல்பரிசு கொடுக்கப்பட்டது. (அதில் ஏட்ஸின் பங்கும் உண்டு). அதன்பிறகு உலகத்தரத்தில் இந்தியாவில் எவருமே எழுதவில்லையா என்றால் அப்படியல்ல. எனக்குத் தெரிந்து தமிழிலும் மலையாளத்திலும் இருக்கத்தான் செய்கிறார்கள். (நான் இங்கே பெயர்களைக் குறிப்பிட விரும்பவில்லை. அது ரொம்ப 'பெர்சன'ாகப் போய்விடும்). ஆனாலும் இதுவரை தாகூரைத் தவிர வேறு யாரும் வாங்கவில்லை என்பதுதானே நிஜம்?

சினிமாவைப் பொறுத்தவரை ஆகச்சிறந்த விருது ஆஸ்கார். அதைப் பெற்ற ஒரே இயக்குனர் வங்காளியான சத்யஜித்ரே ஒருவர் தான். அதுவும் சிறப்பு ஆஸ்கார் விருது. அவர் நோய்வாய்ப்பட்டு மருத்துவமனையில் இருந்தபோது விருதுக் குழுவினர் விருதை எடுத்துக்கொண்டுவந்து கொடுத்துவிட்டுச் சென்றனர்.

நான் ரேயின் சில படங்களைப் பார்த்துள்ளேன். எனக்கு மிகவும் பிடித்தது சாருலதா! கருப்பு வெள்ளையில் அதைவிட அழகானதொரு திரைப்படம் இந்த உலகில் இதுவரை வரவில்லை என்று எண்ணுகிறேன். அழகான மனைவியையும், அவளது திறமைகளையும் கண்டுகொள்ளாமல் வேலை வேலை என்று அலைந்துகொண்டிருக்கும் கணவனால் தனிமைப்படுத்தப்படும் மனைவி, கணவனின் தம்பிமீது கொள்ளும் காதலை வெகு நுட்பமாகவும், வெகுஅழகாகவும், கொஞ்சம்கூட விரசம் மேலிடாமல் எடுக்கப்பட்ட படம் அது. ஒரு நூலைக்கட்டி

சுகபுதீமோ

மலையை இழுப்பது மாதிரியான காரியத்தில் வெற்றிபெற ரே போன்ற ஒருவரால்தான் முடியும் என்று நம்புகிறேன். அது மண்ணின் சிறப்பாகத்தான் இருக்கவேண்டும். 'சாருலதா' பார்த்தால் வங்காள மூளையின் சிறப்பு புரியும். அவரையடுத்து இசைத்துறையில் இரண்டு ஆஸ்கார்களை வென்ற பெருமைக்குரிய தமிழன் ஏ.ஆர்.ரஹ்மான்.

விருதுகளை வைத்து எதையும் அளக்கவேண்டும் என்று சொல்வது தவறு. ஆனால் விருதுகள் உலக அங்கீகாரத்தின் குறியீடுகளாக உள்ளன. அவற்றை நோக்கி நம் தகுதிகளை மேம்படுத்திக் கொள்வதில் தவறில்லை. இங்கே மேற்கொண்டு மலையாளிகள், தமிழர்களைப் பற்றி சொல்லத் தொடங்கினால் அது தனியான கட்டுரையாக அல்லது நூலாக மாறலாம். எனவே இங்கே நிறுத்திக் கொள்கிறேன்.

நான் மாணவனாக இருந்த காலத்திலேயே தாகூரை வியந்துள்ளேன். அவரது ஒரு சிறுகதையில் - பெயர் ஞாபகமில்லை - ஒரு குழந்தை ஆற்றில் விழுந்துவிடும். ஆறு அதை இழுத்துக் கொண்டுபோய்விடும். குழந்தையைத் தேடி ஆற்றின் கரையோரம் சொந்தக்காரர்கள் அலைவார்கள். பயனின்றித் திரும்புவார்கள். கதையை இப்படி முடிப்பார் தாகூர்: 'ஒன்றுமே தெரியாத மாதிரி ஓடிக்கொண்டிருந்தது அந்த ஆறு'!

பீரலி பிராமணர்

தாகூரின் குடும்பம் பிராமணக் குடும்பம். அதிலும் பீரலி பிராமணக் குடும்பம் என்று அறியப்படுகிறது. அதென்ன பீரலி பிராமணக் குடும்பம் என்று வரலாற்றைக் கொஞ்சம் ஊடுருவிப் பார்த்தால் அங்கே எனக்கோர் ஆச்சரியம் காத்திருந்தது. வங்காளத்தில் ஜெஸ்ஸோர் பகுதியில் இருந்த சில பிராமணக் குடும்பங்கள் அரசாங்க அதிகாரிகளாக இருந்தனர். அதில் ஒரு பிராமணர் முஸ்லிமாகி தன் பெயரை பீர்அலி என்று மாற்றிக்

வரலாறு படைத்த வரலாறு | நாகூர் ரூமி

கொண்டார். அவரோடு அவரது குடும்பத்தினரும் இஸ்லாத்தை ஏற்றுக்கொண்டனர். ஆனால் ஹிந்து மதத்திலிருந்து மாறாத அவரது சொந்தக்கார பிராமணக் குடும்பங்களை பாரம்பரிய ஹிந்து பிராமணர்கள் வெறுத்து ஒதுக்கினர். அவர்கள் மதம் மாறவில்லை என்ற போதும். அவர்களை பீரலி பிராமணர்கள் என்று அழைத்தனர். அந்த பீரலி பிராமணக் குடும்பத்தில் பிறந்தவர்தான் தாகூர்!

'ஜீன்இயஸ்'

மேதை என்பதற்கு ஆங்கிலத்தில் 'ஜீனியஸ்' என்ற சொல் பயன்படுத்தப்படுகிறது. 'ஜீன்' என்ற வேர்ச்சொல்லில் இருந்து அது வந்திருக்கவேண்டும். தாகூரின் வாழ்க்கை அப்படித்தான் சொல்கிறது. தாகூரின் குடும்பமே ஒரு கலைக்குடும்பம். தாகூரின் அப்பாவுக்கு பதினான்கு பிள்ளைகள்! தாகூர் எட்டாவது மகன்!

அந்தக் காலத்தில் மனிதர்கள் பெரும்பாலும் இப்படித்தான் வாழ்ந்திருக்கிறார்கள். என் தாத்தாவுக்கு மூன்று மனைவிகள். (ஒருவர் இறந்து ஒருவராக). ஒவ்வொரு மனைவிக்கும் பத்து பிள்ளைகள்! நாமிருவர், நமக்கிருவர் என்றெல்லாம் அவர்கள் யோசித்ததே கிடையாது. அதுதான் சரி என்று தோன்றுகிறது. எவ்வளவு முயன்றாலும் குழந்தை வராத தம்பதிகள் இருக்கத் தானே செய்கிறார்கள்! அப்படியானால் ஒரு உயிரைத் தருவது இறைவன்தானே? அதற்குரிய உணவையும் அவனே ஏற்பாடு செய்து தருவான். (பெற்றோர் சோம்பேறியாகப் படுத்துறங்கலாம் என்ற அர்த்தத்தில் அல்ல. சம்பாதிக்கவேண்டும் என்ற உத்வேகத்தையும் இறைவன் கொடுப்பானல்லவா?) இரண்டுக்கு மேல் வேண்டாம், ஒன்றே போதும் என்றெல்லாம் இந்தக் காலத்தில் நினைப்பதற்குக் காரணம் மக்கள்தொகை பெருகிவிடும் என்பதனால் அல்ல. இத்தனை பேருக்கு எப்படி சம்பாதிக்கப் போகிறோம் என்ற அவநம்பிக்கையும் அச்சமும் தான் காரணம். எனவே இது மனம் சார்ந்த ஒரு பிரச்சனைதான். சரி, தாகூருக்கு வருவோம்.

▲ தாகூர்

229

தாகூரின் அப்பா ஒரு ஆன்மிகவாதி. 'மஹரிஷி' என்று அழைக்கப்பட்டார். பரமஹம்சரின் ஆ பெற்றவர் என்றும் சொல்லப் படுகிறது. ஆனாலும் அவர் துறவியாகவில்லை. நல்ல வியாபாரியாக தன்னை உருவாக்கிக் கொண்டார். பணத்தை மதிக்காத விடுபட்ட மனநிலையோடு நிறைய பணம் சம்பாதித்தவர். பட்டு, நிலக்கரி போன்றவற்றில் வாணிபம் செய்து பெரும் பொருளீட்டினார். அந்தக் காலத்து 'பில்லியனர்' என்று சொல்லவேண்டும். சொந்த மாக லண்டனில் வீடு, வங்காளத்தில் பல எஸ்டேட்டுகள் என்று இருந்தன! அவரது எஸ்டேட்டுகளில் ஒன்றுதான் சாந்திநிகேதன்! அங்குதான் தாகூர் பிற்காலத்தில் உருவாக்கிய விஸ்வபாரதி என்ற கல்லூரி (பின்னாளில் பல்கலைக்கழகம்) இருந்தது!

தாகூருக்கு ஜோதிரிந்திரநாத் என்று ஒரு அண்ணன். அவரும் ஒரு ஜீனியஸ். அவர் கவிஞர், இசையமைப்பாளர், ஓவியர், பாடலாசிரியர், நாடகாசிரியர், நடிகர். 'பாரதி' என்ற பெயரில் பத்திரிக்கையும் நடத்தினார். ஸ்வர்ணகுமாரி என்றொரு சகோதரி இருந்தார். வங்காளப் பெண்களில் முதன் முதலில் புதினம் எழுதி யவர்களில் அவரும் ஒருவர்! தன் முதல் நாவலுக்குப் பிறகு கவிதைகள், நாடகம், கட்டுரைகள் எல்லாம் எழுதினார் அவர்.

இப்போது புரிகிறதா? இலக்கியம், இசை, ஓவியம் எல்லாம் தாகூரின் பரம்பரை ரத்தத்திலேயே, ஜீனிலேயே இருந்திருக்கிறது. அதனால்தான் அவர் 'ஜீன்'இயஸ் என்று சொன்னேன். நூற்றுக்கணக்கான ஓவியங்களை வைத்து பாரிஸிலும் பெர்லினிலும் கண்காட்சி நடத்த ஏற்பாடு செய்ததை தாகூர் ஏற்றுக்கொண்டார்! தாகூரே பாடும் பாடலும் இணையத்தில் உள்ளது கேட்டுப்பாருங்கள்.

ட்ராப் அவ்ட்

தாகூருக்கு ஏனோ பள்ளிப்படிப்பில் ஆர்வமே வரவில்லை. எத்தனைப் பள்ளிகளில் சேர்த்தாலும் கொஞ்சநாள்தான் வந்து விடுவார். ஆனால் பெற்றோர் அதற்காக அவரை அடிக்கவில்லை, திட்டவில்லை. தாங்களே படிப்பு சொல்லிக் கொடுத்தனர்

(பெற்றோர்கள் கவனிக்கவேண்டும்). அதுசரி, பள்ளிப்படிப்பில் அவருக்கு ஏன் நாட்டம் வரவில்லை?

எந்த மேதைக்கும் பள்ளிப்படிப்பில் நாட்டம் வராது. மனப் பாடம் செய்து ஒப்பிக்கும் கல்வி முறை ஒரு மேதையின் மூளை இயங்கும் விதத்துக்கு எதிரானது. பள்ளிக்கூடங்களுக்குச் செல்ல விரும்பாத அமெரிக்க எழுத்தாளர் மார்க் ட்வைன் ஒருமுறை சொன்னார்: 'என் கல்வியை நிர்ணயிக்கும் உரிமையை நான் எந்த பள்ளிக்கூடத்துக்கும் தரமுடியாது'! சொந்தமாக சிந்திக்கத் தெரிந்த யாரும் கிளிப்பிள்ளையாக இருக்க விரும்புவதில்லை. கடைசியாகச் சேர்ந்த தூய சேவியர் பள்ளியிலும் தாகூர் 'ட்ராப்அவ்ட்' தான்! 148 ஆண்டுகள் கழித்து தன்னிடமிருந்து படிப்பை பாதியிலேயே நிறுத்திவிட்டு ஓடிய மேதையின் பிறந்தநாளை அப்பள்ளி 2009ல் கொண்டாடியது! பில்கேட்ஸ்கூட ஹார்வர்டின் ட்ராப் அவ்ட்தான்!

அறிவைத் திணிக்கும் (வன்)முறையை மாற்ற வேண்டித்தான் அவர் விடுதலையை மையமாக வைத்து சாந்திநிகேதனில், நோபல் பரிசின் மூலம் தனக்கு வந்த பணத்தையெல்லாம் போட்டு விஸ்வபாரதி கல்லூரியைத் தொடங்கினார் தாகூர்!

பணமும் படைப்பும்

ஒரு பணக்காரன் அறிவாளியாகவும் சிறந்த படைப்பாளியாகவும் இருக்க முடியுமா? முடியாது என்பது சில படைப்பாளிகளின் கருத்து. ஆனால் இக்கருத்து தவறானது என்பதை நிரூபித்தவர் தாகூர். ஆயிரக்கணக்கான பாடல்கள், 84 சிறுகதைகள், ஆறு கவிதைத் தொகுப்புகள், ஏழு நாடகங்கள், நான்கு நாவல்கள், இரண்டு நினைவுக் குறிப்புகள், மொழிபெயர்ப்புகள் என எழுதிக் குவித்திருக்கிறார். கீதாஞ்சலியில் மட்டுமே 103 பாடல்கள் இருப் பதாகவும் 150க்கும் மேற்பட்ட பாடல்கள் இருப்பதாகவும் கூறப்படுகிறது. அத்தனையும் முத்துக்களாக. ஆகச்சிறந்த நோபல் பரிசையும் வென்றிருக்கிறார். ஒருவர் பணக்காரராக இருப்பதற்கும் படைப்பாளியாக இருப்பதற்கும் எந்தத் தொடர்பும் இல்லை. படைப்பு மனம் இருந்தால் யார் வேண்டுமானால் படைப்பாளியாகலாம் என்பதற்குத் தாகூரே சான்று.

இசை

ஹிந்துஸ்தானி சங்கீதத்தில் தூம்ரி ஸ்டைலில் அல்லது அதோடு இணைந்து செயல்படுமாறு இரண்டாயிரத்துக்கும் மேற்பட்ட பாடல்களை இசையோடு அமைத்திருக்கிறார் தாகூர்! அவை

பாரம்பரிய சங்கீத முறையில் பாடப்பட்டன. இந்த விஷயத்தில் நம்ம பாரதியைப் போன்றவர் தாகூர்.

நம்நாட்டு தேசியகீதத்தை மட்டுமல்ல, வங்காளத்தின் தேசிய கீதமான 'அமர் ஷோனார் பங்க்ளா' என்பதையும் எழுதியவர் தாகூரே!

காந்தி, நேரு, ஐன்ஸ்டீன், ஏட்ஸ், பெர்னார்ட்ஷா, ராபர்ட் ஃப்ராஸ்ட் போன்ற 'பெரிசு'களெல்லாம் தாகூரின் நண்பர்கள்! ஒருமுறை தாகூருக்கு உடல்நலக் குறைவாக இருந்தபோது அவரை நேருவும் இன்னும் சிலரும் சேர்ந்து மாடிக்குத் தூக்கிச் சென்றுள்ளனர். பகல் நேரத்தில் சாப்பாட்டுக்குப் பிறகு ஓய்வெடுக் கக் கூடாதா என்று காந்தி கேட்டபோது, சின்னவயதில் பகல் நேரத்தில் எக்காரணம் கொண்டும் ஓய்வெடுக்காமல் உழைக்க வேண்டுமென்று 67 ஆண்டுகளுக்கு முன்பு நான் எடுத்த உறுதியை மீறமுடியாது என்று தாகூர் கூறினார் தன் எழுபதுகளில்!

நானில்லாதபோது
என் பணியை யார் செய்வீர்கள்?
கேட்டது அஸ்தமிக்கும் சூரியன்
நாங்கள் செய்வோம் தலைவா
என்றன மெழுகுவர்த்திகள்!

என்கின்றது தாகூரின் ஒரு கவிதை. அம்மெழுகுவர்த்தி களாகவாவது நாம் இருக்கவேண்டும்! எண்பது வயதில் மறைந்த மகாகவிக்கு நாம் செய்யும் மரியாதையாக அது இருக்கும்.

23

உண்மையை நேசித்த உன்னதம்

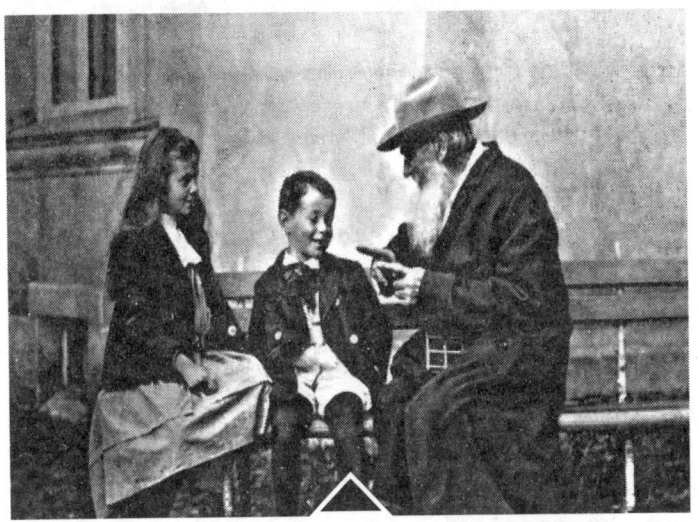

என் தங்கையின் மகன்கூட இப்படித்தான் இருந்தான். பள்ளிக்கூடத்தில் எதிலிருந்தோ குதித்து நெற்றியில் வெட்டுக்காயமேற்பட்டு ரத்தம் ஓடியது. பயந்துபோன ஆசிரியை, 'டேய், எப்படிடா ஆனது?' என்று கேட்டிருக்கிறார்.

▶ லியோ
டால்ஸ்டாய்

உடனே இவன் ஒரு நாற்காலியின் மீது ஏறி, சுவரில் மண்டை மோதுமாறு குதித்து, மறுபடியும் நெற்றியில் அடிவாங்கி, 'இப்படித்தான் டீச்சர்' என்றான்! ஏண்டா இப்படிச் செய்தாய் என்று நான் அவனைக் கேட்டபோது அவனது பதில் ஒரு சிரிப்பு மட்டுமே!

நம்ம கட்டுரை நாயகனும் அப்படிப்பட்டவன்தான். ரொம்பவே வித்தியாசமானவன். தூணில் தலையைமோதிய நிகழ்ச்சியை விட மோசமானது அடுத்து நான் சொல்லவிருப்பது! ஒருநாள் பறவைகள் பறப்பதைப் பார்த்தான் சிறுவன்.

நாமும் ஏன் இப்படிப் பறக்கக்கூடாது என்று 'யோசித்து' இரண்டாவது மாடிக்குச்சென்று கைகளை சிறகுகள்போல விரித்து வீசிப்பறக்க முயன்றான்! கீழே விழுந்து பதினெட்டு மணிநேரம் உணர்வின்றிக் கிடந்தான்! நல்லவேளை உயிர்போகவில்லை. இல்லையென்றால் நமக்கு மேதையும் ஞானியுமான ஒருவர் கிடைத்திருக்கமாட்டார்!

மேதையா? ஞானியா? ஆச்சரியமாக உள்ளதா? ஆமாம். அவர் ஒரு எழுத்தாளர். மேதை. ஞானி. எல்லாமாக இருந்தவர். எல்லா வினோதமான கிறுக்குத்தனங்களும் மேதையின் துவக்கமாக இருந்துள்ளதையே வரலாறு காட்டுகிறது. (என் தங்கையின் மகனும் மேதையாகும் வாய்ப்புள்ளது)!

அந்தக் கிறுக்குச் சிறுவன் வேறுயாருமல்ல உலகப்புகழ்பெற்ற ரஷ்ய எழுத்தாளரும் ஆன்மிகவாதியுமான லியோ டால்ஸ்டாய் தான்!

நான் ஒரு ஆபாசக் குப்பை
என்று தன்னைத்தானே
நொந்துகொண்டவராக, தன் எழுத்தின்மூலம்
பல லட்சங்களைச்
சம்பாதித்தவராக, தன் சொத்தில் தனக்கு
எந்துப்பங்கும் வேண்டாம்
என்று ஒதுங்கியவராக — இப்படி
முரண்பாடுகளின் குவியலாக அவர் இருந்தார்!

குடும்பமும் செல்வமும்

டால்ஸ்டாயின் குடும்பம் ரஷ்யப் பிரபுக்களின் குடும்பமாகும். அவர் பிறந்துவளர்ந்த யாஸ்னாயா பால்யானா கிராமத்து பிரம்மாண்டமான வீட்டில் இருந்த அறைகள் மட்டும் நாற்பத்திரண்டு! அந்த கிராமமே டால்ஸ்டாய் குடும்பத்துக்குச் சொந்தமானது! மூன்று வயதில் தாயையும் ஒன்பது வயதில் தந்தையையும் இழந்தார் டால்ஸ்டாய். அத்தையால் வளர்க்கப் பட்டார். பள்ளிக்கூட வாழ்வின்போது ஃப்ரெஞ்சு, ஜெர்மன், அரபி போன்ற மொழிகளைக் கற்றுக்கொண்டார். அவர் அமர் வதற்கென உயரமான இருக்கை போடப்பட்டிருக்கும். அவர் நடந்துபோகும்போது பின்னால் பறக்கும் அங்கியைப் பிடித்துக் கொண்டு ஒரு ஊழியர் பின்னாலேயே போவார்!

டால்ஸ்டாயின் டயரிகள்

டால்ஸ்டாயின் முக்கிய படைப்புகளில் முதன்மையானதாக அவரது நாட்குறிப்புகளைத்தான் நான் சொல்வேன். அவற்றில்தான் அவர் தன்னைப்பற்றிய உண்மைகளை ஒளிவுமறைவின்றி எழுதி வைத்தார். அப்படி அவர் என்னவெல்லாம் செய்தார்?

என்னவெல்லாம் செய்யவில்லை என்றுதான்கேட்கவேண்டும்! மது, மாது, சூது என்று புகுந்து விளையாடியிருக்கிறார். தனக்கு மனைவியாக வரஇருந்த சோஃபியா என்ற சோன்யாவிடம் தன் நாட்குறிப்பைப் படிக்கக் கொடுத்திருக்கிறார். அவருக்கும் ஒரு

▶ லியோ டால்ஸ்டாய், மனைவி சோஃபியா

வேலைக்காரிக்குமான கள்ள உறவில் மகன் பிறந்ததைக்கூட அதில் குறித்து வைத்திருந்தார்! அவரை மணக்க இருந்த சோன்யா அதைப் படித்துவிட்டு என்ன நினைத்திருப்பார்! ஆனால், அதுதான் டால்ஸ்டாய்! நாட்குறிப்பு எழுதுவதில் ஒரு நேர்மையும் அசாத்திய துணிச்சலும் இருந்தது. அதேசமயம் மனைவியின் டயரியை அவரும் அவரது டயரியை மனைவியும் ரகசியமாகப் படித்துப் பார்க்கும் பழக்கமும் இருந்தது! ஆஹா, என்ன பொருத்தம்! நினைப்பதை யெல்லாம் செய்துவிடுகின்ற துணிச்சல் அவரிடமிருந்தது. ஆனால் செய்ததை நினைத்து பிறகு மிகவும் வருந்துவார். இனி இப்படிச் செய்வதில்லை என்று உறுதி எடுத்துக்கொள்வார். ஆனால் அந்த பிரதிக்ஞைகள் எதுவும் வென்றதில்லை. எல்லாமே பிரசவ வைராக்கியம் மாதிரி கொஞ்ச காலத்துக்குத்தான் இருந்தது!

நடந்ததை எண்ணி வருந்தும் மனிதனே
வருந்துவதை எண்ணி
எப்போது வருந்தப்போகிறாய்

என்று ஒரு கவிதையில் கேட்கிறார் பாரசீகக் கவிஞானி மௌலானா ஜலாலுத்தீன் ரூமி! ஆனால் டால்ஸ்டாயின் வாழ்நாளில் பெரும் பகுதி நடந்ததை எண்ணி வருந்தும்படி இருந்ததுதான் சோகம்! கட்டுப்படுத்தமுடியாத தன் கையாலாகாததனத்தால் அவரும் கஷ்டப்பட்டு, அவரை நம்பியிருந்த மனைவி மக்களையும் கஷ்டப்படுத்தினார்!

முரண்பாடுகளின் மொத்த உருவம்

முரண்பாடுகளாலும் வேறுபாடுகளாலும் ஒரு மனிதனைச் செய்யமுடியுமென்றால் அது டால்ஸ்டாயாகத்தான் இருக்கும்! முரண்பாடுகளின் சங்கமமாக தன்னை டால்ஸ்டாய் ஆக்கிக் கொண்டார் என்றால் மிகையில்லை. அவரது சிறுவயது eccentricity

வாழ்நாள் பூராவும் தொடர்ந்ததோ என்று நினைக்கும்வகையில் மிகவும் விநோதமானவையாக இருந்தன.

பல பெண்கள்மீது டால்ஸ்டாய் காதல் கொண்டார்! தன் ஒன்பதாவது வயதில் பதினோறு வயதுப் பெண்ணொருத்தியைக் ‘காதல்’ செய்து, அந்தக் ‘காதல் வேகத்தில்’ அவளை மாடியிலிருந்து கீழேதள்ளிவிட்டுக் கொஞ்சகாலம் நொண்டியாக அலையவிட்டார்!

‘ஒரு நாளைக்கு ஒரு நன்மையாவது செய்யாவிட்டால் என்னை நானேதுப்பாக்கியால் சுட்டுக்கொள்வேன்’ என்று ஒருமுறை உறுதிமொழி எடுத்தார்! மறுநாள் குதிரைமீது சென்றவர் தான் பார்த்த முதல் ஆளுக்குக் குதிரையை தானமாகக் கொடுத்துவிட்டு நடந்து வீடுதிரும்பினார்!

ஆறுவாரங்கள் பல்வலியால் அவதிப்பட்டபோதும் பல்மருத்துவரிடம் போகவில்லை. அப்படிப் போவது சரியா தவறா என்ற முடிவுக்கு வரமுடியாததால் செல்லவில்லை!

ஒருமுறை அவர் ஸ்விட்சர்லாந்துக்குச் சென்றிருந்தார். அங்கு ஒருவர் பாட்டுப்பாடிப் பிச்சைகேட்டார். சுற்றியிருந்தவர்களெல்லாம் வேடிக்கையாகப் பார்க்க, டால்ஸ்டாய் மட்டும் அவரை அழைத்துவந்து விருந்தளித்தார்! சமயங்களில் கஷ்டம் வரும்போது சீட்டுக்கட்டுகளை வைத்து சகுனம் பார்ப்பார்!

விவசாயம் செய்தார், கால்நடைகளை வளர்த்தார், உயர்தரமான செம்மறியாடுகளையும், ஜப்பான் நாட்டுப் பன்றிகளையும் விரும்பி வளர்த்தார்! வேட்டையாடுவதில் மிகுந்த பிரியம் அவருக்கு. ஒருமுறை ஒரு முயலை வேட்டையாட குதிரையில் வேகமாகத் துரத்திச்சென்று பள்ளத்தில் விழுந்து உணர்வற்றுக் கிடந்தார்!

பதிமூன்று குழந்தைகளுக்குத் தந்தையானபோதும் ஒரு குழந்தையைக்கூட அவர் முத்தமிட்டதோ அணைத்துக்கொண்டதோ கிடையாது! அதற்காக அவர் அன்பற்றவர் என்று சொல்லிவிட முடியாது. அன்பை வெளிப்படுத்த அவருக்கு தெரியவில்லை அல்லது விரும்பவில்லை. தன் மூத்த மகனுக்கு கிரேக்க மொழியில் பாடம் நடத்துவதற்காக ஆறே வாரங்களில் ஹோமரின் காவியத்தை விளக்கும் அளவுக்கு கிரேக்க மொழியில் பாண்டித்தியம் பெற்றார்!

தற்கொலை செய்துகொள்ள பலமுறை தீவிரமாக யோசித்துள்ளார்! உணர்ச்சி வேகத்தில் தற்கொலை செய்துவிடுவோமென்று

லியோ டால்ஸ்டாய், மனைவி சோஃபியா

பயந்து வேட்டைக்குச் செல்லும்போது துப்பாக்கியை எடுத்துச் செல்வதில்லை! கயிற்றைக் கண்டால் தூக்குப் போடும் எண்ணம் தோன்றும் என்று கருதி வீட்டில் இருந்த கயிறுகளையெல்லாம் எரித்துப்போட்டார்! ‘அப்சசிவ் டிஸார்டர்’ ஏற்பட்ட மனநோயாளி போல பல நேரங்களில் நடந்துகொண்டார்.

எளிமையாக இருக்கவேண்டும் என்பதற்காக செருப்புத் தைப்பவனைதன்வீட்டுக்குவரச்செய்துஅவனிடம்அத்தொழிலைக் கற்றுக்கொண்டு தன் செருப்புகளைத் தானே செய்து அணிந்து கொண்டார்! தான் செய்த காலணிகளைத்தான் அணிய வேண்டும் என்று தன் மகள்களையும் வற்புறுத்தினார்! எளிமையான வாழ்வை நோக்கி இவ்வளவும் செய்த அவர் திடீரென்று தனக்காக மாஸ்கோவில் ஒரு வீடு வாங்கிக்கொண்டார்!

பெரும்பணக்காரராக, அதேசமயம் எளிமை வாழ்வை மேற்கொண்டவராக, ஒரு சூஃபியைப் போல முரட்டுத் துணியில் ஆடை தைத்துக்கொண்டவராக, தன் வருமானங்களை தன் கிராமத்துக்கு குடியானவர்களுக்காக அள்ளியள்ளிக் கொடுத்த வராக, குடிகாரராக, சூதாடுபவராக, விபச்சாரம் செய்பவராக, தர்மப்பிரபுவாக, பள்ளி, கல்லூரிகளில் ஒழுங்காகப் படிக்காத வராக, குடியானவர்களின் குழந்தைகளுக்காக பதிமூன்று பள்ளிக் கூடங்களைக் கட்டி நடத்தியவராக, ‘நான் ஒரு ஆபாசக் குப்பை’ என்று தன்னைத்தானே நொந்துகொண்டவராக, குடும்பஸ்தராக, குடும்பத்தைத் துறந்தவராக, போரில் பணியாற்றியவராக, அமைதியையும் அன்பையும் விரும்பியவராக, தன்னை எதிர்ப்ப வர்களை மற்போருக்கு அழைப்பவராக, தன் எழுத்தின்மூலம் பல லட்சங்களைச் சம்பாதித்தவராக, தன் சொத்தில் தனக்கு

எந்தப் பங்கும் வேண்டாம் என்று ஒதுங்கியவராக — இப்படி முரண்பாடுகளின் குவியலாக அவர் இருந்தார்!

'இவ்வாறு டால்ஸ்டாய்க்கு விரோதமாகவே டால்ஸ்டாய் வாழ்ந்தார்' என்று அழகாகச் சொல்கிறார் வரலாற்று ஆசிரிரும் மூத்த எழுத்தாளருமான மறைந்த அப்துற்றஹீம்!

உலகப் புகழ்பெற்ற படைப்புகள்

ஏதேதோ செய்துபார்த்த டால்ஸ்டாய் கடைசியில் தனது ஆன்மா எழுத்தில் இருப்பதைக் கண்டுகொண்டார். முதன்முதலில் 'குழந்தைப் பருவம்' என்ற நாவலை எழுதினார். அதையும் நான்கு முறை திருப்பித்திருப்பி எழுதி சரிசெய்துகொண்டார். ஆனாலும் தன் பெயரைப் போடுவதற்குத் தயங்கி சுருக்கமாக 'எல்.டி' என்று மட்டும் போட்டு அனுப்பினார். ஆனால் நாவல் அருமையாக இருப்பதாகவும் அவர் தன் முழுப்பெயரையும் போடலாம் என்றும் பத்திரிக்கையாளர் கேட்டுக்கொண்டதற்குப் பின்னர்தான் லியோ டால்ஸ்டாய் உலகுக்குத் தெரிய ஆரம்பித்தார்! அவருடைய முதல் படைப்பான 'குழந்தைப்பருவம்' 1852ல் வெளிவந்தது.

மிகச்சிறந்த படைப்புகள்

'போரும் அமைதியும்', 'அன்னா கரினினா' ஆகிய நாவல் களுக்காகவே உலகெங்கும் டால்ஸ்டாய் பேசப்படுகிறார் இரண்டு நாவல்களுமே ஒவ்வொன்றும் ஆயிரம் பக்கங்களுக்கும் மேல்! திருமணமான நான்காண்டுகள்வரை டால்ஸ்டாய் எதுவும் எழுதவில்லை. அதன் பிறகு ஏழாண்டுகள் தொடர்ந்து எழுதினார்

ஒவ்வொரு நாளும் (என்னைப்போலவே) இரவு இரண்டு மணிவரை! உதிப்பு வந்ததும் மகளையோ மனைவியையோ அழைத்து எழுதச் சொல்வார். வாக்கியங்கள் அவர் வாய்வழி பிரவகித்துக்கொண்டிருக்கும்! சமயங்களில் ஒரேவிஷயத்தை நாலைந்து விதமாகத் திருப்பித் திருப்பிக்கூறி அடித்துத் திருத்தி எழுதச்சொல்வார். அவரது மிகச்சிறந்த நாவல்களுக்கு இந்த உலகம் அவருக்கு எவ்வளவு கடன்பட்டிருக்கிறதோ அதேபோல அவரது மனைவி சோன்யாவுக்கும் கடன்பட்டிருக்கிறது. ஆம். சோன்யாவின் உற்சாகமும் உழைப்பும் அற்புதமானவை.

டால்ஸ்டாயின் கையெழுத்து கண்றாவியாக இருக்கும் ஒன்றுமே புரியாது. ஆனால் சோன்யாவுக்கு மட்டும்தான் அது புரியும்.

இரவில் வெகுநேரம்வரை அழகிய கையெழுத்தில் அவள் அவருடைய படைப்புகளை பிரதி எடுத்துக்கொண்டிருப்பாள்.

சமயத்தில் அவளுக்கும் புரியாது. தவிர்க்க முடியாத அந்த சமயங்களில் கணவரிடம் சந்தேகம் கேட்பாள். உனக்கு என்ன புரியவில்லை என்று உறுமுவார் டால்ஸ்டாய். அவரிடம் தாள் கொடுக்கப்படும். அப்புறம்தான் அவருடைய கையெழுத்து தற்கால மனிதர்கள் படிக்க முடியாத கற்கால லிபியில் இருப்பது அவருக்கே புரியும்!

அதோடு விட்டாரா? பிரதியெடுத்துவந்து காட்டியவற்றில் ஆயிரக்கணக்கான திருத்தங்கள் செய்து மீண்டும் பிரதி எடுக்கச்சொல்வார்! அவருடைய 'போரும் அமைதியும்' என்ற மெகா நாவலை ஏழுமுறை பிரதி எடுத்திருக்கிறார் சோன்யா! ஆனால் சோன்யா அவர்மீதுகொண்ட பிரியத்தின் காரணமே அவரது எழுத்துதான். அவருடைய எழுத்தில் ஆங்காங்கே வரும் அருமையான வாக்கியத் தொடர்களையும் வர்ணனைகளையும் கண்டு அவள் கண்ணீர் விடுவாள்! ஆஹா, அதுவல்லாவா நோபல் பரிசு!

ஆனால் டால்ஸ்டாய்க்குத் திருப்தி ஏற்பட்டதே இல்லை. அவர் எந்நேரமும் களங்கமற்ற பரிபூரணத்தை நோக்கிய பயணத்திலேயே இருந்தார். அச்சுக்குப் போனபிறகும் இந்த வார்த்தையை மாற்று, அந்த வார்த்தையை மாற்று என்று அச்சகத்தாருக்கு தந்தி கொடுப்பார்!

'சந்தோஷப்படும்போது மட்டும் எல்லாக் குடும்பங்களும் ஒரேமாதிரியாகத்தான் உள்ளன. ஆனால் துன்பப்படும்போது மட்டும் ஒவ்வொன்றும் ஒவ்வொரு மாதிரியாக உள்ளது' என்று தொடங்குகிறது அன்னா கரினினா நாவல்! 'அன்னா கரினினா' எழுத அவர் எடுத்துக்கொண்டது இரண்டு மாதங்கள்தான். ஆனால் அதைத்திருத்தி எழுத அவர் எடுத்துக்கொண்டது மூன்றாண்டுகள்!

எழுதி கிடைத்த வருமானத்தால் பெரும்பணக்காரரான ஒருவர் அந்தக் காலத்திலேயே உண்டென்றால் அது டால்ஸ்டாய்தான். ஆறுலட்சம் ரூபிளுக்குமேல் சம்பாதித்தார். ஒருபக்கத்து இவ்வளவு பணம் என்றரீதியில் அவருக்குத் தரப்பட்டது! 'இருளின் வலிமை' (The Power of Darkness) என்ற அவருடைய நாடகம் மூன்றே நாளில் மூன்றுலட்சம் பிரதிகள் விற்றன! அதுமட்டுமல்ல. ஒரு எழுத்தாளராக அவருக்குக் கிடைத்த புகழ் இந்த உலகில் எந்த

வரலாறு படைத்த வரலாறு | நாகூர் ரூமி

படைப்பாளிக்கும் கிடைக்காதது. பொறாமையை ஏற்படுத்த வல்லது. அவருடைய மாஸ்கோவீடு உலகமக்கள் வந்து அவரை தரிசிக்கும் கோவிலாக மாறியது!

ஆன்மிகவாதி

பல மதங்களை ஆழமாகப் படித்துப் புரிந்துகொண்ட டால்ஸ்டாய் கடைசியில் உண்மையையும் அன்பையும் மட்டும் போதிக்கின்ற ஆன்மிகவாதியானார். அவருடைய அமைதி இயக்கம் உலகெங்கும் பரவியது. மகாத்மாகாந்தி அவருடைய மானசீக சீடரானார். A Letter to a Hindu என்ற டால்ஸ்டாயின் கட்டுரையில் அஹிம்சைப் போராட்டத்தின் அவசியத்தை வலியுறுத்தினார். அதன் ஒவ்வொரு பக்கத்திலும் உபநிஷதம், கிருஷ்ணரின் சொற்களை மேற்கோள் காட்டினார். 'பிறர்க்கின்னா' என்று தொடங்கும் திருக்குறளையும் மேற்கோள் காட்டுகிறார். இந்தியர்கள்ஆங்கிலே யரிடம் அடிமையாக இருந்தது குடிகாரர்கள் மதுவிற்ப வர்களிடம் அடிமையானதைப் போன்றது என்றார். அவர் பேரில் 'டால்ஸ்டாய் பண்ணை'யை தென்னாப்பிரிக்காவில் தொடங்கி னார் காந்தி!

துறவும் பிரிவும்

இதற்குமேல் குடும்பத்தோடு இருக்கமுடியாது என்ற முடிவுக்கு வந்தார் டால்ஸ்டாய். சொத்துக்காக சோன்யா அவரோடு நிறைய சண்டை போட்டுவிட்டாள். 'நான் இறந்துபோய்விட்டதாக நினைத்துக் கொண்டு சொத்தை நீங்களே பிரித்து எடுத்துக் கொள்ளுங்கள்' என்று கூறிவிட்டு மனைவிக்கு ஒரு கடிதம் எழுதிவைத்துவிட்டு யாரிடமும் சொல்லிக்கொள்ளாமல் இரவோ டிரவாக வீட்டைவிட்டுக் கிளம்பி ரயிலில் சென்றபோது அவருக்கு வயது 82.

உடம்புக்கு ரொம்ப முடியாமல் போகவே, ஆஸ்டபோ என்ற அறியப்படாத சின்ன ஊரில் இறங்கினார். அவர் பொருட்டால் அந்த ஊர் மெட்ரோபாலிஸானது! அவரைத்தெரிந்துகொண்ட மக்களனைவரும் தங்கள் தொப்பியைக் கழற்றி மரியாதை செய்தார்கள். அவருக்காக தந்திகள் வந்து குவிந்தன. ஊரின் தெருக்களில் ராணுவவீரர்கள் குவிக்கப்பட்டார்கள். பொது மக்கள், பத்திரிக்கையாளர்கள், மாநில ஆளுநர் என ஊரே அமர்க் களப்பட்டது. கடைசிக் கணங்களில்தான் சோன்யா வந்துபார்க்க அனுமதிக்கப்பட்டார். 'உண்மையை நேசிக்கிறேன்' என்ற செ ாற்களுடன் அவர் உயிர் பிரிந்தது.

How Much Land Does a Man Need என்று டால்ஸ்டாயின் சிறுகதை யொன்று. அதில் மனைவியின் தொல்லையால் இருப்பதை யெல்லாம் விற்று சொந்தமாக நிலம் வாங்க பஷ்கீர்கள்

லியோ டால்ஸ்டாய், மனைவி சோஃபியா

என்பவர்களிடம் செல்வான் விவசாயியான பாஹோம். சூரியோதயத்தில் தொடங்கி அது மறைவதற்குள் அவன் சுற்றி வரும் நிலப்பகுதி அவ்வளவும் அவனுக்கே. விலையும் ஆயிரம் ரூபிள்கள்தான். ஆனால் சூரியன் அஸ்தமிப்பதற்குமுன் வந்து விடவேண்டும் என்பது அவர்களின் நிபந்தனை. பேராசையில் படுவேகமாகச் சென்று நிறைய நிலப்பகுதியை வளைத்து நடந்து சூரியன் அஸ்தமிப்பதற்குமுன் வெற்றிகரமாகத் திரும்பும் பாஹோம் களைப்பின் உச்சத்தில் கீழே விழுந்து செத்துப் போவான். ஒரு குழியில் புதைக்கப்படுவான். 'தலைமுதல் கால்வரை அவனுக்குத் தேவைப்பட்ட நிலமெல்லாம் ஆறடிதான்' என்று முடிப்பார் டால்ஸ்டாய்!

வாழ்வின் அடிப்படை உண்மையைப் புரிந்து மகானால்தான் இப்படியொரு கதையை எழுத முடியும். உண்மையை நேசித்தேன் என்று அவர் உதிர்த்த கடைசிச்செய்திதான் எவ்வளவு உண்மை!

24

காஷ்மீர் ரோஜா

அவர் ரொம்ப அழகானவர்.
ஆணழகன் என்றுகூடச் சொல்லலாம். நல்ல உயரம்.
நீண்ட அழகிய நாசி.
எப்போதும் உதட்டோரம் ஒரு வசீகரப்புன்னகை.
பிறவிப்பணக்காரர். Born with a silver spoon.
லண்டனில் புகழ்பெற்ற ஹாரோ (Harrow) பள்ளியிலும்
காம்ப்ரிட்ஜிலும் படித்து பாரிஸ்டர் பட்டம்பெற்றவர்.

நேரு

அவருடைய அம்மா காஷ்மீர் பிராமண குடும்பத்தில் பிறந்ததாலோ என்னவோ காஷ்மீர்மீது அவருக்கு மாறாத, தீராத காதலிருந்தது.

ஆனால் இதையெல்லாம் மீறி அவருடைய கோபம் பிரசித்தி பெற்றுவிட்டது. 'இரண்டு கால்களால் நடந்துசெல்லும் எரிமலை' என்று அவர் வர்ணிக்கப்பட்டார்! 'நான் பலவிஷயங்களை இழக்கும் பழக்கம் கொண்டவன். கோபப்படும்போது கட்டுப் பாட்டையும் இழந்துவிடுகிறேன்' என்று தன் ஆக்ரோஷம் பற்றி அவரே நகைச்சுவையாகக் குறிப்பிட்டுள்ளார்!

ஒருமுறை அவர் சென்னைக்கு வந்தபோது அவரைப் பார்க்கத் தெருவெங்கும்கூட்டம். குழந்தைகள்தான்அதிகம். மரங்களின்மீதேறி குழந்தைகள் அவரைப் பார்த்து சந்தோஷப்பட்டுக்கொண்டிருந்தனர். திறந்த ஜீப்பில் தன்னைப் பார்க்கக்கூடிநின்ற கூட்டத்தை ரசித்துக் கொண்டே வந்தார் அவர். அப்போது ஒரு பலூன் விற்பவன் அவர் கண்ணில் பட்டான். உள்ளுணர்வு ஏதோ சொல்ல, உடனே ஜீப்பிலிருந்து குதித்த அவர் 'இங்கே வா' என்று பலூன் விற்பவனை அழைத்தார். பயந்துகொண்டே அவன் அவரருகில் வந்தான். உடனே அவன் வசமிருந்த பலூன்களையெல்லாம் விலைகொடுத்து வாங்கும்படி அருகிலிருந்த அதிகாரிகளுக்கு உத்தரவிட்ட அவர் அப்பலூன்களையெல்லாம் வேடிக்கை பார்த்துக்கொண்டிருந்த குழந்தைகளுக்குக் கொடுத்தார். முன்னால் நின்றுகொண்டிருந்த ஒரு குண்டுக் குழந்தையின் கன்னத்தை செல்லமாகக் கிள்ளிவிட்டு மீண்டும் ஜீப்பில் ஏறி தன் பயணத்தைத் தொடர்ந்தார்.

> ‘இந்தியாவில் பணக்காரர்களுக்குப்
> பிறந்த ஆண்குழந்தை
> **செல்வம்கொடுத்துக்**
> கெடுக்கப்படுவதற்கு
> அதுவும் முதல் பன்னிரண்டாண்டுகளுக்கு
> அவன் ஒருவன்தான் குழந்தையென்றால்
> கெட்டுப்போவதிலிருந்து அவனைக்
> **காப்பாற்ற வழியே கிடையாது’**

அவரை ‘பண்டிட்’ என்று அறிஞர்களும் ‘ச்சாச்சா’ (மாமா) என்று குழந்தைகளும் அன்பாக அழைத்தனர். அவரது பிறந்த நாள்கூட குழந்தைகள் தினமாகக் கொண்டாடப்படுகிறது. தெரிந்து விட்டதா? ஆமாம், சுதந்திர இந்தியாவின் முதல் பிரதமர் ஜவாஹர்லால் நேருதான் அவர்!

க்ளோசப்

‘இந்தியாவில் பணக்காரர்களுக்குப் பிறந்த ஆண்குழந்தை செல்லம்கொடுத்துக் கெடுக்கப்படுவதற்கு நிறைய வாய்ப்பிருக்கிறது. அதுவும் முதல் பன்னிரண்டாண்டுகளுக்கு அவன் ஒருவன்தான் குழந்தையென்றால் கெட்டுப் போவதிலிருந்து அவனைக் காப்பாற்ற வழியே கிடையாது’ என்கிறார் தன்னைப் பற்றி சுயசரிதையில் நேரு!

பெற்றோருக்கு மட்டுமல்ல, இந்தியாவுக்கும் அவர்தான் செல்லம்! எப்போதுமே தனக்குப் பிடித்ததை, பிடித்தமாதிரிதான் செய்வார். அதுவே அவருடைய பலமாகவும் பலவீனமாகவும் இருந்தது.

இங்கிலாந்தில் படிக்கும்போது மேடையேறிப் பேசவேண்டும் என்பது ஹாரோவின் விதி. பேசமுடியாவிட்டால் அபராதம் கட்டவேண்டும். நேரு அபராதம்தான் கட்டினார்! ஆனால் மாணவப்பருவத்தில் பேசாமடந்தையாக இருந்தவர் பிரதமரான பிறகு உலகெங்கிலும் பேசாத பேச்சில்லை! எல்லோரையும் தனது பேச்சால் வாயடைக்க வைத்தார்!

தலைவராக வேண்டுமென்று அவர் எப்போதுமே நினைத்ததில்லை. ஆனால் தலைமைத் துவம் அவரைப் பின்தொடர்ந்து சென்றது. 'ஒரு தலைவனாக இல்லாதிருந்தால் ரொம்ப சந்தோஷமாக இருந்திருப்பேன்' என்றொருமுறை சொன்னார். ஒரு கட்சியின் தலைவராகவும் நாட்டின் பிரதமராகவும் முடிவுகள் எடுக்க முடியாத தடுமாற்றங்களும் ஊசலாட்டங்களும் ஆரம்பத்தில் அவருக்கு இருக்கத்தான் செய்தன.

காங்கிரஸின் தீர்மானம் பிடிக்கவில்லையென்றால் உடனே 'பதவியை ராஜினாமா செய்துவிடுவேன்' என்று குதிப்பார். பின்பு அவரே அந்த முடிவைத் திரும்பப் பெற்றுக்கொள்வார்! வாடிக்கை யாகிப்போன அவருடைய 'ராஜினாமா', 'வாபஸ்' முடிவுகளை யாரும் பொருட்படுத்துவதில்லை! இப்படியெல்லாமிருந்தாலும் மகாத்மாவுக்கு அடுத்த நிலையில் நேருதான் இந்திய மக்களால் தலைவராகப் பார்க்கப்பட்டார்.

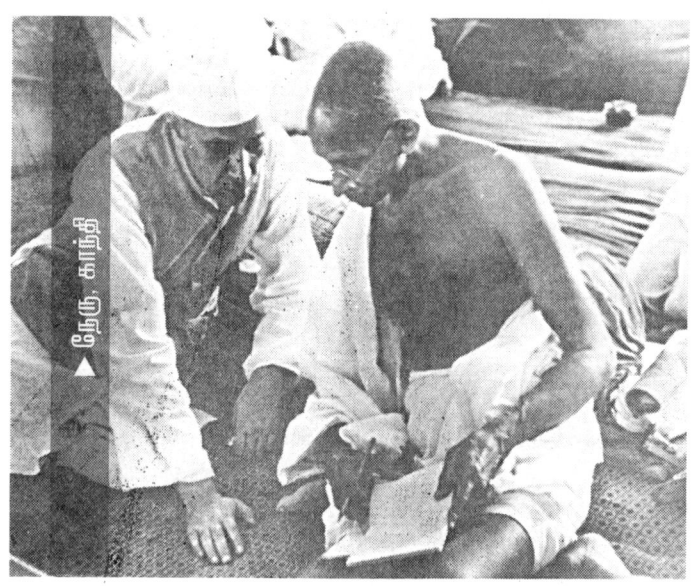

நேரு, காந்தி

சர்வதேச அரசியல் நிலமைகளைப் பற்றிய தனது கருத்துக்களை வெளிப்படையாகத் தெரிவிப்பதற்கு நேரு எப்போதும் தயங்கியதில்லை. ஸ்பெயினில் முஸ்லிம்கள் கொல்லப்பட்ட, விரட்டப்பட்ட வரலாற்றையும் சிலுவைப் போர்களைப் பற்றியும் படித்துவிட்டு முஸ்லிம்கள் பக்கம்தான் நியாயம் இருந்தது என்று கூறினார்.

நேருவின் பாத்திரம் முரண்பாடுகள் கொண்டது. உழைக்கும் வர்க்கம் அவரை நண்பராக நினைத்த அதேசமயம் முதலாளிகள் அவரை எதிரியாக நினைக்கவில்லை! 'கொள்கையில் மார்க்சிய வாதியாகவும், நடைமுறையில் ஜனநாயகவாதியாகவும்,இலக்கு களில் உறுதியாகவும், செயல்படும்விதத்தில் நெகிழ்வுள்ள வராகவும் இருந்தார்' என்கிறார் டாக்டர் மைக்கேல் ப்ரஷர். சோஷலிசம், கம்யூனிசம் போன்றவை பற்றி நேருவின் கருத்துக் களைக் கேட்பவர்களால் அவரைப்பற்றி எந்த முடிவுக்கும் வர முடியாது!

'இருபதாம் நூற்றாண்டின் மத்தியில் வாழும் நாம் என்ன செய்வதென்று பத்தொன்பதாம் நூற்றாண்டின் மத்தியில் வாழ்ந்த கார்ல்மார்க்ஸைக் கேட்பது நியாயமே அல்ல' என்பதுதான் மார்க்சியம் பற்றிய நேருவின் கருத்து!

'தனது சோஷலிஸத்தின் மூலம் காந்தியவாதிகளையும், தனது காந்தியத்தின் மூலம் சோஷலிஸவாதிகளையும் அவர் அதிர்ச்சிக்குள்ளாக்கினார்' என்கிறார் ஃப்ராங்க் மோரஸ்!

வெளி உலகத்துக்கு நேரு அமைதியின் தூதுவராகத்தான் தெரிந்தார். 'எந்தக் கண்டத்துக்கு நீங்கள் சென்றாலும் இந்தியாவின்

பெயர் அமைதியோடு இணைத்தே பேசப்படுவதைக் காண்பீர்கள்' என்று பாராளுமன்றத்தில் பேசினார்! சவூதி அரேபியாவுக்குச் சென்றபோது 'மர்ஹபா, ரஸூலுஸ்ஸலாம்' (அமைதியின்தூதுவரே, வருக) என்று அவருக்கு வரவேற்பு கொடுக்கப்பட்டது (பக்கம் 10).

'என்னை நோக்கி லட்சக்கணக்கான மக்களை இழுப்பது எது? என் முகமா? என் தோற்றமா?...கடந்த முப்பதாண்டுகளாக என் பேச்சையும் எழுத்தையும் மக்கள் ஏற்றுக்கொண்டுவிட்டார்கள். ஏனெனில் அவர்கள் மனதில் இருந்ததைத்தான் நான் என் பேச்சின் மூலமாகவும் எழுத்தின் மூலமாகவும் சொன்னேன்' என்றார் நேரு (பக்கம் 11).

ஆரோக்கியமான குழந்தை

நேரு என்ற தலைவருக்குள், அறிஞருக்குள், படைப்பாளிக்குள் எப்போதுமே ஒரு குழந்தையின் மனமிருந்தது. இல்லையென்றால் பூட்டானிலிருந்து திரும்பிவரும்போது வேண்டுமென்றே 1200க்கும் மேற்பட்ட கிலோமீட்டர்கள் தூரத்தை கழுதையின்மீதும் குதிரையின்மீதும் பயணித்து வந்திருப்பாரா?! திரும்பிவந்தபிறகு, 'இப்போது பத்தாண்டுகள் இளமையாக உணர்கிறேன்' என்றார். அதுவும் அவர் இறந்துபோவதற்கு ஐந்தாண்டுகளுக்கு முன்பு!

சின்ன வயதில் அவரும் அப்பா மோதிலால்நேருவும் பட்டம் விடுவார்கள். அந்தக் குழந்தைத்தனம் அவரைவிட்டுப் பிரியாமல் இருந்ததால்தான் குழந்தைகள் மத்தியிலிருக்கும்போது சந்தோஷ மடைந்தார். பேரக்குழந்தைகளுடன் ஓடிப்பிடித்து விளையாடுவார்.

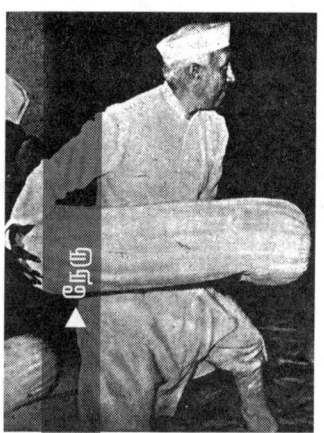

அவர்களது மூன்று சக்கர சைக்கிள்களை ஓட்டுவார். நாகா கலைஞர்களோடு சந்தோஷமுடன் நடனமாடுவார். குழந்தைகள் மீது மாலைகளை வீசுவார்.

ஒருமுறை குடும்ப நண்பரும் காங்கிரஸின் தலைவராகவும் இருந்த ஆச்சார்ய கிருபளானியின் தோள்கள்மீது ஏறிக்கொண்டு விட்டார் நேரு! 'கீழே இறங்குங்கள், நீங்கள் குழந்தை யல்ல' என்று கிருபளானி கெஞ்ச வேண்டியதாகிவிட்டது (பக்கம் 14)! இது எத்தனை வயதில் நடந்தது என்ற குறிப்பு இல்லை.

காங்கிரஸ் கூட்டங்களில் தூங்கிக் கொண்டிருப்பவர்கள் மீதும் மரியாதைக் குறைவாக நடந்துகொள்பவர்கள் மீதும் தலையணைகளைத் தூக்கி எறிவது நேருவின் வழக்கம்! சென்னை ஆவடி காங்கிரஸ் கூட்டத்தில் அப்படி அவர் செய்தபோது அதை ஒரு ஃபோட்டோகிராஃபர் நிழல்படமெடுத்து அப்போதைய முதல்வர் காமராஜர் மூலமாக நேருவுக்கு அனுப்பிவைத்தார். அதைப் பார்த்து சந்தோஷப்பட்ட நேரு அந்த ஒளிப்படத்தில் பல பிரதிகளெடுத்து அதிலொன்றில் கையெழுத்திட்டு அந்த ஃபோட்டோகிராஃபருக்கே பரிசளித்தார்!

எழுபது வயதிலும் எப்படி இளமையோடு இருக்கிறீர்கள் என்று அவரிடம் கேட்கப்பட்டபோது, 'சின்னச் சின்ன விஷயங்களைப் பற்றி நான் கவலைப்படமாட்டேன். அதுமட்டுமல்ல. மலைகளை, குழந்தைகளை, பறவைகளை, மிருகங்களை, மரங்களை, பூக்களை எல்லாம் நான் நேசிக்கிறேன், அதனால்தான்' என்று பதில் சொன்னார்!

வாழும்காலமெல்லாம் உடலுறுதியுடனும் ஆரோக்கியமாகவும் அவர் இருந்ததற்கு அந்த குழந்தைத்தனம் ஒரு முக்கியமான காரணம்.

தேசத்தின் செல்லம் மக்கள் காதலன்

நேருவைவிட அதிகமாக இந்திய மக்களை நேசித்தவர்கள் இருக்க முடியாது என்றே சொல்லலாம். மக்களை அன்றாடம் நேரில் சந்தித்து அவர்களின் உள்ளங்களில் இருந்த வற்றை உணர்ந்து கொண்டவர் அவர். பாதுகாப்புக்காக அவரைச் சுற்றி போலீஸ் இருப்பதை அவர் என்றுமே

விரும்பியதில்லை. 'ஏன் எனக்கும் மக்களுக்கும் மத்தியில் தடையாக நீங்கள் நிற்கிறீர்கள்?' என்று போலீஸைச் சப்தம் போட்டு விரட்டுவார்! தூரத்திலிருந்து மக்கள் கையசைத்துச் சிரிப்பதைப் பார்த்தபிறகுதான் 'ரிலாக்ஸ்' ஆவார். தினமும் அவரைப் பார்க்க முன்னனுமதியின்றி நூறு பேராவது வருவார்கள். 'டெல்லியில் பார்க்கவேண்டிய விஷயங்களில் நானும் ஒன்று' என்று வேடிக்கையாக நேரு குறிப்பிடுவார்!

ராஜாஜிக்கும் அவருக்கும் என்றுமே ஒத்துப்போனதில்லை. ஆனால் 1959ல் தமிழ்ப்புத்தாண்டன்று கிண்டி குழந்தைகள் பூங்காவைத் திறக்க சென்னைக்கு வந்த நேரு ராஜாஜியைப் புகழ்ந்து பேசி, தன் கருத்துகளை நயமாக எடுத்துக்கூறி ராஜாஜி ரசிகர்களையும் கவர்ந்துவிட்டார்! அக்கூட்டத்தில் முக்கியமான தொரு தகவலைக் கூறினார்.'மாநில அரசில் உள்ளவர்கள் தங்களை சூப்பர்மேனாக நினைத்துக் கொண்டு மத்திய அரசைக் கலந்து கொள்ளாமல் இருப்பது தவறு' என்று அழகாக எடுத்துச் சொன்னார். அந்த அறிவுரை ராஜாஜி ரசிகர்களுக்குத்தான்என்றாலும் இன்றும்பொருத்தமாகத்தானே உள்ளது!

கடவுளும் மதமும்

இந்த விஷயத்திலும் நேரு ஒரு புதிர்தான். தன் பதவிக்காலத்தில் எந்த வழிபாட்டுத் தலத்துக்குள்ளும் அவர் சென்றதில்லை. கடவுளையும் மதங்களையும் பற்றி அவர் சொன்ன கருத்துகள் மதவாதிகளுடைய மனங்களில் ஊசியால் குத்துவதைப் போல்தான் இருந்தன. ஆன்மிக ஞானத்தைவிட, எதைச் சாப்பிடலாம், எதைச் சாப்பிடக் கூடாதென்பதில் தான் ஹிந்துமதம் அதிக அக்கறை செலுத்துகிறது.

சமத்துவம், சகோதரத்துவத்தைவிட, தினசரி செய்யவேண்டிய கடமைகளைப் பற்றித்தான் இஸ்லாம் அதிக அக்கறை செலுத்து கிறது என்று நேரு நினைத்தார் (பக்கம் 31). மதம் என்பது குழந்தைகளுக்கானது என்ற இருபதாம் நூற்றாண்டு சூஃபிஞானி இப்னுருஷ்தின் கொள்கைகளில் நேரு பிடிப்புக் கொண்டிருந்தார். ‘கடவுள் இல்லையென்றாலும் அவரை உருவாக்கிக்கொள்ள வேண்டியது அவசியமாகிறது’ என்று சொன்ன வால்டேரின் கருத்துகளும் நேருவின் மீது தாக்கம் செலுத்தின.

கருத்துகளில் இவ்விதம் இருந்தாலும் இந்தியா சுதந்திரமடைந்த அன்று பண்டிதர்களின் ஆசியைப் பெற்றுக்கொள்ள நேரு தயங்கவில்லை. தஞ்சாவூரிலிருந்து வந்த பூசாரிகள் மற்றும் துறவிகளின் கரங்களால் தன் நெற்றியில் திருநீரு பூசப்படவும் அனுமதித்தார்.

உண்மையில் நேரு மதங்களுக்கு எதிரானவரில்லை. மதங்களும் சடங்குகளும்‘பெண்களுக்குஉரியவை’ என்றுகருதப்பட்டகுடும்பச் சூழலில் வளர்ந்தவர் அவர். ஒரு பத்திரிகையாளர் சந்திப்பில் நேரு தன் மதரீதியான நம்பிக்கைகள் பற்றி இப்படிக் கூறினார்:

‘மதரீதியான சடங்குகளில் எனக்கு நம்பிக்கையில்லை என்று பலமுறை கூறியுள்ளேன். மதம் தொடர்பான என் கருத்துகள், நம்பிக்கைகள் என்னவென எனக்கே தெரியாதென்பதுதான் உண்மை. ஆனால்! நற்செயல்களுக்கு நல்ல விளைவும், தீயசெயல்களுக்கு தீயவிளைவும் ஏற்பட்டே தீரும்... அதுதான் இயற்கையின் விதி’ *(பக்கம் 33)* என்று கூறினார்.

ஆயுதம் தாங்கிய சண்டை தவிர்க்கப்பட வேண்டும் என்று தினமும் தான் பிரார்த்தனை செய்வதாக ஆஸ்திரேலியப் பிரதமர் மென்சிஸ் ஐக்கிய நாடுகள் கூட்டத்தில் சொன்ன

போது, பிரார்த்தனை மட்டும் போதாது, செயல்பாடும் தேவை என்று நேரு கூறினார்! 'ஒரு குதிரையைப் பார்ப்பதுபோல்தான் நான் பசுவையும் பார்க்கிறேன்' என்று சொன்னதற்காக நேருமீது ஒருமுறை அலாஹாபாத் உயர்நீதிமன்றத்தில் வழக்குகூட தொடரப்பட்டது!

ஒருமுறை காசியில் அனைத்து மதங்களின் மாநாடு ஒன்றுக்கு ஏற்பாடு செய்யப்பட்டது. அது தொடர்பாக பண்டிட் மதன் மோஹன் மாளவியா வந்து அம்மாநாட்டுக்குத் தலைமையேற்கும்படி மகாத்மா காந்தியை அழைத்தார். ஆனால் தனக்கு வேறு வேலைகள் இருப்பதால் நேருவை அழையுங்கள் என்று மகாத்மா சொல்ல, கடவுளை மறுக்கும் அவரா என்று பண்டிட் கேட்கவும், 'அவர் வேண்டுமானால் கடவுளை மறுக்கலாம். ஆனால் அவரது செயல்களிலும் நடத்தையிலும் தெய்வீகம் உள்ளது' என்றார் மகாத்மா!

எந்த மொழி?

ஒட்டுமொத்த இந்தியாவின் குடிமகனாகவே நேரு தன்னை நினைத்தார், வாழ்ந்தார். தான் இந்த மாநிலத்தவன் என்று தன்னை அவர் எப்போதும் சுருக்கிக் கொண்டதில்லை. 'மஹாராஷ்ட்ராவில் இருக்கும்போது நான் மஹாராஷ்டிரன். தமிழ்நாட்டிலிருக்கும்போது நான் தமிழன். நான் எல்லா மாநிலங்களுக்கும் உரியவன்' (பக்கம் 37) என்று அவர் சொன்னார்.

மொழிப்பிரச்சனையை அவரிடத்திலேயே விட்டிருந்தால் மிக எளிதாக அவரதை சமாளித்திருப்பார். ஏனெனில் அவர் எல்லா மொழிகளையும் நேசித்தார்.

'என் மகளின் கல்விக்காக நான் அவளை உ.பி.க்கு அனுப்பாமல் புனேவுக்கு அனுப்பினேன். அங்கே அவள் குஜராத்தியும் மராத்தியும் கற்றுக்கொள்ளவேண்டும் என்று விரும்பினேன். பின் வங்காளம் கற்றுக்கொள்வதற்காக அவளை சாந்திநிகேதனுக்கு அனுப்பினேன். தென்னிந்தியாவுக்கும் அனுப்பி தமிழ், தெலுங்கு, மலையாளம் ஆகிய மொழிகளையும் கற்றுக்கொள்ள அனுப்பியிருக்கவேண்டும்.

ஆனால் எல்லா மொழிகளையும் கற்றுக்கொள்கிற அளவுக்கு வாழ்க்கை போதுமானதாக இல்லை' (பக்கம் 38) என்று அவர் ஒருமுறை மக்களவையில் கூறினார்.

நேருவின் தாய்மொழி இதுதானென நிச்சயமாகச் சொல்ல முடியவில்லை. அது உருது என்பதற்குப் போதிய ஆதாரங்க ளில்லை. ஆங்கிலத்தின்மீது அடங்காத தாகம் அவருக்கு இறுதி வரை இருந்தது. எனினும் உருதுக் கவிஞர்களான இக்பால், காலிப் ஆகியோர் அவரது சிந்தனையில் பெரிதும் ஆதிக்கம் செலுத்தினர்.

உருது மாநாட்டில் கலந்துகொண்ட அவர் 'உருது அறிஞர்' என்று புகழப்பட்டபோது உடனே ஒலிபெருக்கியில், 'நான் உருது அறிஞனல்ல. இப்படி ஒரு குற்றச்சாட்டு என் மீது வைக்கப் படுவது இதுதான் முதன் முறை' என்று அவருக்கே உரிய நகைச் சுவை பாணியில் குறிப்பிட்டார்!

ஆனால் மக்களவையில் அவர் அடிக்கடி உருதுக் கவிதைகளை எந்த முன் தயாரிப்புகளுமின்றி மேற்கோள் காட்டுவார். ஒருமுறை எதிர்க்கட்சியினர் பிரச்சனை செய்தபோது

ஹம் ஆ பி கர்த்தேஹைன் தொ ஹோஜாதேஹைன் பத்நாம்
வோ கத்ல் பி கர்த்தேஹைன் தொ ச்சர்ச்சா நஹீ ஹோதா

(நாங்கள் பெருமூச்சு விட்டாலும் கெட்டபெயர் வந்துவிடுகிறது. அவர்கள் கொலையே செய்தாலும் அது கண்டுகொள்ளப் படுவதில்லை)

என்ற கவிதையை மேற்கோள் காட்டினார்!

உருது என்பது ஹிந்துக்களுக்கும் முஸ்லிம்களுக்கும் பொதுவான மொழி, அதை எந்த சமூகத்தோடும் தொடர்புபடுத்திப்

பார்க்கக்கூடாது என்பதில் அவர் தெளிவாக இருந்தார். ‘உருது இஸ்லாத்தோடு பிறந்ததா என்ன?’ என்று கேட்ட அவர் டெல்லி, லக்னோ, அலாஹாபாத், உத்திரப்பிரதேசம், பீஹார், பஞ்சாப் எல்லாவற்றிலும் பேசப்பட்ட பொதுவான மொழியாக உருது இருந்தை எடுத்துக்கூறினார் (பக்கம் 40).

செங்கோட்டையில் அவர் பேசிய ஹிந்தி உரையை தவறாக மொழிபெயர்த்து ஒலிபரப்பிய அகில இந்திய வானொலியை கடுமையாகச் சாடினார். ‘இந்த மொழிக்கொலைக்காக கொலை வழக்குப்போட வேண்டும்! இது மனிதர்களைக் கொல்வதைவிட மோசமானது’ என்றார்!

அரசாங்கரீதியாக தரப்படும் பதில்களிலிருந்த யாருக்கும் புரியாத ஹிந்தியை அவர் கிண்டல் செய்தார். எல்லா விஞ்ஞானக் கண்டுபிடிப்புகளுக்கும் ஹிந்தி வார்த்தைகளைத் தேடிய ஹிந்தி ஆர்வலர்களால்தான் ஹிந்தியின் வளர்ச்சி தடைபடுகிறது என்றார்.

‘மொழி என்ற நுண்மையான மலர் இயற்கையாக வளர வேண்டும். அதைப்பிடித்து இழுத்தெல்லாம் வளரவைக்க முடியாது’ என்று அழகாகச் சொன்னார்.

எந்த மொழி?

அரசின் அதிகாரப்பூர்வமொழி மக்கள்மொழியாக இருக்க வேண்டும். யந்திரத்தின் செயற்கையான மொழிபெயர்ப்பாக இருக்கக்கூடாது. ‘சைக்கிள்’ போன்ற வழக்கிலுள்ள ஆங்கிலச் சொற்களை அப்படியே பயன்படுத்துவதே சரி. பதிலாக ‘திவிச்சக் கரவாஹி’ என்பதெல்லாம் சரியாக வராது என்று அழுத்தமாகக் கூறினார் நேரு (பக்கம் 43). ‘ஐயா, இந்தக் காசோலையை எந்த வங்கியில் இடவேண்டும்?’ என்று யாரவது நம்மிடம் கேட்டால் அவரை எப்படிப் பார்ப்போம்?! இதை நேரு அன்றே தீர்க்கதரிசனத்தோடு யோசித்துள்ளார்!

நேருவுக்கு ஆங்கிலம், உர்து, ஹிந்தி ஆகிய மொழிகள் மிக நன்றாகவும், சமஸ்கிருதம், ஃப்ரெஞ்ச், லத்தின் ஆகிய மொழிகள் ஓரளவும் தெரியும். ஆங்கில மொழியில் அவரது புலமையை உலகறியும். அவருடைய நூல்களே அதற்குச் சான்றுகள். நேரு ஆங்கிலத்திலேயே சிந்தித்திருக்கிறார். தூங்கும்போது நேரு ஆங்கிலத்தில் பேசுவதைக்கேட்டு அஹ்மத்நகர் கோட்டைச் சிறையில் நேருவோடு இருந்த அபுல்கலாம் ஆஸாத் அசந்து போனார். 'கனவைக்கூட நேரு ஆங்கிலத்தில்தான் காண்கிறார்' என்றார் ஆஸாத்!

பிடித்த மொழியில்

ஒருமுறை நேருவைப் பார்க்க பலகுழந்தைகள் தீன்மூர்த்தி பவனுக்கு வந்திருந்தனர். ஒரு சிறுவன் நேருவிடம் ஆட்டோகிராஃப் கேட்டான். அதில் அவனுக்குக் கையெழுத்திட்டுக் கொடுத்தார்.

அதைப்பார்த்த அவன், 'ச்சாச்சாஜி, தாரிக் (தேதி) போட விட்டு விட்டீர்கள்' என்று சொன்னான்.

உடனே அதைவாங்கி தேதியைப் போட்டுக்கொடுத்தார்.

அதைப் பார்த்த அவன் மீண்டும், 'ச்சாச்சாஜி, சந்தேஷ் (செய்தி) எதுவும் எழுதவில்லையே?' என்று கேட்டான்.

உடனே நேருவும் அவனுக்கான ஒரு செய்தியை அதிலெழுதிக் கொடுத்தார். அதைப்பார்த்த அச்சிறுவனுக்கு ஒன்றும் புரிய வில்லை. ஏன்?

அவரது கையெழுத்து ஆங்கிலத்திலும், தேதி உருதுவிலும், செய்தி ஹிந்தியிலும் இருந்தது! ஏன் இப்படி என்று கேட்டபோது, 'நீ என் கையெழுத்தை ஆங்கிலத்தில் கேட்டாய். தேதியை

உருதுவில் (தாரிக்) கேட்டாய். செய்தியை ஹிந்தியில் (சந்தேஷ்) கேட்டாய். அதனால்தான் இப்படி என்றார்!

பேச்சுதான் மூச்சு

பேசிக்கொண்டேயிருப்பதில் நேருவுக்கு அலாதிப் பிரியம். ஒருமுறை ராஜ்யசபாவில் அமெரிக்க-பாகிஸ்தான் ராணுவ ஒப்பந்தம் பற்றிய ஐந்து பக்க அறிக்கையொன்றை நேரு வாசிக்க வேண்டியிருந்தது. அதை முழுமையாக வாசிக்காமல் சுருக்கத்தை மட்டும் சொன்னால் போதுமென்று ஜனாதிபதி ராஜேந்திரபிரசாத் கூறினார். ஆனால் நேரு அந்த அறிவுரையைக் கேட்கவில்லை. 'நான் சுருக்கமாக சொல்வதற்காக எடுத்துக்கொள்கின்ற நேரம் ஐந்து பக்கங்களைப் படிக்க எடுத்துக்கொள்கின்ற நேரத்தைவிட அதிகமாகிவிடலாம்' என்றுகூறி ஐந்து பக்கங்களையும் வாசித்து விட்டுத்தான் அமர்ந்தார்!

உரைநிகழ்த்துவதில் 'ரெகார்டு' ஏற்படுத்தி அதை முறியடிக்கவும் செய்த ஒரே பிரதர் இந்த உலகிலேயே நேரு ஒருவராகத்தான் இருப்பார்! பேசுவதானது ஒரு நோய்போல தன்னைப் பீடித்திருந்தது என்று அவருக்கே தெரியும். 'அவருக்கு காலிலும் வாயிலும் ஒரு நோயிருந்தது' என்று அவரது பிரயாணங்களையும் பேச்சுகளையும் பற்றி நண்பர்கள் கிண்டலாகக் குறிப்பிடுவார்கள்.

தேர்தல்கள் வந்துவிட்டால் போதும். பேசிப்பேசியே நேரு வென்றுவிடுவார். சராசரியாக ஒருநாளைக்கு பதினைந்து அல்லது இருபது சொற்பொழிவுகள் நிகழ்த்துவார். ஒருமுறை இரண்டே நாள்களில் 76 முறைகள் சொற்பொழிவாற்றினார்! எல்லா சொற்பொழிவுகளுமே முன்தயாரிப்புகளின்றி செய்யப்பட்டவை! பிரதமரான பிறகுகூட எழுதிவைத்து பேசிய உரைகள் மிகக்குறைவு.

காந்தியும் நேருவும்

காந்தியும் நேருவும் ஒருவருக்கொருவர் நேரெதிரான கருத்துக்களைக்கொண்ட இரண்டு தலைவர்கள். அதேசமயம் அவர்களைப் போல ஒருவர்மீது ஒருவர் அன்புகொண்ட, புரிந்துகொண்ட தலைவர்களைப் பார்க்கமுடியாது. 'நேருவின் கைகளில் இந்தியா பாதுகாப்பாக இருக்கும்' என்றார் காந்தி. 'காந்தி ஒரு பணிவானவர். ஆனால் வைரத்தைப் போல உறுதியானவர். பாவப்பட்ட அந்த சின்ன உடம்புக்குள் பாறை இருந்தது. இந்திய மக்களின் மனங்களை ஏதோ மந்திரச்சங்கிலியால் அவர் கட்டுண்டு வைத்திருந்தார்' என்றார் நேரு.

இன்னொரு வீடு

சுதந்திரப் போராட்டத்தின்போது நேரு சிறை செல்வது வாடிக்கையாகிப் போனது. ஆனால் அதை ஒரு பொருட்டாகவே அவர் மதிக்கவில்லை. ஒருமுறை ட்ரக்கில் ஏற்றப்பட்டு சிறைக்குக் கொண்டுசெல்லப்பட்டபோது, 'நான் இப்போது என் இன்னொரு வீட்டுக்குச் சென்றுகொண்டிருக்கிறேன். கொஞ்சநாள்தான்' என்று மகள் இந்திராவுக்குத் தந்திகொடுத்தார்! அது உண்மைதான். கிட்டத்தட்ட பதிமூன்று ஆண்டுகளை நேரு சிறையிலேயே கழித்தார்!

ஒருமுறை சிறையிலிருந்து விடுதலையான அபுல்கலாம் ஆஸாத், 'வெளியே வந்துவிட்டேன். ஆனால் 'ரிடர்ன் டிக்கட்' டோடு' என்றார்! அவர் சொன்ன மாதிரியே விரைவிலேயே மீண்டும் கைது செய்யப்பட்டு சிறையிலடைக்கப்பட்டார்! நாடே அடிமைப்பட்டுக் கிடந்தபோது தனிமனிதன் மட்டும் சுதந்திரமாக இருப்பதில் அர்த்தமில்லை என்றே நேரு ஆஸாத் போன்றவர்கள் நினைத்தனர்.

நேரு முதன்முதலாக சிறை சென்றபோது அப்பா மோதிலால் நேரு தன் வீட்டுத் தரையில் படுத்துப் பார்த்தார்! மகனும் அப்படித்தானே படுப்பான், அவனுக்கு எப்படியிருக்கும் என்று உணர முயன்றார்! ஆஹா, அப்படி ஒரு அப்பா நமக்குக் கிடைத்தால் நாமும் கொடுத்துவைத்தவர்கள்தான்.

நேரு சிறையை சிறையாகவே நினைக்கவில்லை. சிறை வாழ்க்கைக்கு தன்னை நன்றாகப் பழக்கிக்கொண்டார். அங்கேயே உடற்பயிற்சி செய்வார், சவரம் செய்துகொள்வார், இப்படி ஏதாவது செய்துகொண்டே இருப்பார். இரவில் களைத்துப் படுத்து நன்றாக உறங்குவார். சிறையில் தன் மனதை துருப்பிடிக்க விடவில்லை அவர்.

சிறையில் அவர் படித்த புத்தகங்களில் எதுவுமே பொழுது போக்கும் நூலல்ல. எல்லாமே ரொம்ப 'சீரியஸான' புத்தகங்கள். அஹ்மத்நகர் கோட்டைச் சிறையில் 1942-46 வரை நான்காண்டு களில் அவர் படித்த புத்தகங்களின் எண்ணிக்கை ஆயிரம்! சிறையில் அவர் எழுதிய Glimpses of World History, Autobiography, The Discovery of India ஆகிய மூன்று புத்தகங்களும் அவருடைய Master-Pieces. நமக்குக் கிடைத்த பொக்கிஷங்கள். அதற்காக நேருவின் சிறை வாழ்க்கைக்குத்தான் நாம் நன்றி சொல்லவேண்டும்!

புத்தகம் படித்த, எழுதிய நேரம்போக மீதி நேரத்தில் மனிதர்களையும் பொருள்களையும் உன்னிப்பாகக் கவனிக்க ஆரம்பித்துவிடுவார். அணில்களின் விளையாட்டு, குரங்குகளின் சண்டை, கிளிகளின் கூடல், தேள்கள், பாம்புகளின் குறுக்கீடு என எல்லாவற்றிலிருந்தும் அவர் உன்னிப்பாகப் படித்துக் கொண்டிருந் தார்! அதுமட்டுமல்ல, சிறையிலேயே சிரசாசனம் செய்வார், தோட்டம் போடுவார்!

ஒருமுறை அப்பாவும் மகனும் ஒரே சிறையில் அடைக்கப் பட்டனர். மோதிலாலுக்கு வேண்டிய எல்லாவற்றையும் நேரு தயாராக எடுத்துவைப்பார். 'காலைத் தேநீரிலிருந்து இரவு படுக்கும் வரை எனக்குத் தேவையான அனைத்தையும் எடுத்துக் கொண்டு வந்து வைத்துவிடுவான்' என்று மோதிலால் சொன்னார். 'மகன் தந்தைக்காற்றும் உதவி' என்று பாடிய வள்ளுவனின் வாரிசாக சிறையிலும் இருந்தார் நேரு.

கற்சுவர்கள் உருவாக்குவதில்லை சிறையை

இரும்புக் கம்பிகள் உருவாக்குவதில்லை கூண்டை

என்றார் கவிஞர் ரிச்சர்ட் லவ்லேஸ். அது நேருவின் வாழ்வில் உண்மையாகிப்போனது.

வித்தியாசமான கருத்துக்கள்

'ஜனநாயகம் என்ற அரசமைப்பில் மனிதர்கள் எண்ணப் படுகிறார்கள். மதிக்கப்படுவதில்லை' என்ற அல்லாமா இக்பாலின் கருத்தோடு ஒத்துப்போன மாதிரி நேரு நடந்து கொண்டார். நேருவின் அரசியல் வாழ்வு எல்லா 'இஸம்'களின் தொகுப்புபோல் இருந்தது. அவருடைய இதயத்தில் சோஷ லிஸமும், அறிவில் கம்யூனிஸமும், உதடுகளில் ஜனநாயகமும், நடவடிக்கையில் சர்வாதிகாரமும் இருந்தது. ஜனநாயகம் என்பதே சிறுபான்மையினரை பெரும்பான்மையினர் அடக்கிப் பணிய வைப்பது. இரண்டாம்தர, மூன்றாம் தரமான மனிதர்களை அதிகமாக உருவாக்குவது என்று நேரு நினைத்தார் என்கிறார் வரலாற்றாசிரியர் ரவூஃப்.

'ஜனநாயகத்தை நான் நேசிக்கிறேன், வியக்கிறேன். ஆனால் அதிக எண்ணிக்கையிலான மனிதர்கள் சொல்வதும் செய்வதும்தான் சரி என்ற கருத்தை என்னால் ஏற்றுக்கொள்ளமுடியாது' என்று நேரு கூறினார். இன்னும் ஒருபடி மேலேபோய், 'உங்கள் சோஷலிஸமோ கம்யூனிஸமோ இருக்கின்ற செல்வத்தைப் பங்கு போடத்தான் பயன்படும். ஆனால் இந்தியாவில் இப்போது செல்வமில்லை. இருப்பதெல்லாம் வறுமைதான். அதைத்தான் பங்குபோடவேண்டும்' என்று ஆவடி காங்கிரஸ் மாநாட்டில் கூறினார் (பக்கம் 62).

கேரளாவில் நடந்த ஒரு கலகத்தின் காரணமாக அங்கே ஜனாதிபதி ஆட்சி பிரகடனம் செய்யப்பட்டது. அது தொடர்பாக

நேருவை சந்தித்த கம்யூனிஸ்ட் கட்சியினரிடம் நேரு சொன்னார்: 'தாயையும் தந்தையையும் கொலைசெய்துவிட்டு நான் அனாதை யாகிவிட்டேன், எனக்கு இரக்கம்காட்டுங்கள் என்று கூறிய இளைஞனின் கதைதான் ஞாபகம் வருகிறது'.

'ஹிந்து மகாசபை போன்ற சில அமைப்புகளின் கருத்துக்கள் படுமுட்டாள்தனமானதாகப் படுகிறது. ஆனால் இந்த நாட்டில் முட்டாள்தனத்துக்கும் மன்மதத்துக்கும் ஒரு சந்தையிருக்கத்தான் செய்கிறது' என்று பாராளுமன்றத்தில் நேரு பேசினார் (பக்கம் 65).

சிறுசிறு சாமிசிலைகளை உடைத்தும், தேசியக்கொடியையும் இந்திய அரசியல்சாசனப் பிரதிகளை எரித்தும் திராவிடக் கழகத் தினர் போராட்டம் நடத்தியபோது, 'அவர்கள் இன்னுமா மனநலக்

காப்பகத்துக்கு வெளியே இருக்கிறார்கள்?' என்று கேட்டார் *(பக்கம் 64)*.

'பத்தொன்பதாம் நூற்றாண்டைவிட்டு அவர் இன்னும் வெளியே வரவில்லை' என்று ஒருமுறை ராஜாஜி பற்றி நேரு கூறினார்.

பதிலடிகளும் பொறிபறக்கும் அறிவுக்கூர்மையும்

ஆங்கிலத்தில் repartee, retort என்று சொல்வார்கள். தன்னிடம் கூறப்பட்ட ஒரு விமர்சனப்பூர்வமான கருத்துக்கு பதில் விமர் சனத்தை கணமும் தாமதிக்காமல், அதேசமயம் ரொம்ப நயமாகவும், நகைச்சுவையோடும் சொல்லும் கலையது. அதில் உலகில் மிக்குறைவான பேர்களே புகழ்பெற்றவர்கள். பாரதியார், பெர்னார்ட்ஷா, ஆஸ்கார் வொயில்ட், மார்க்ட்வைன் போல. அந்த வரிசையில் நேருவையும் சேர்த்துக்கொள்ளவேண்டும். அதுமட்டுமல்ல, ரசித்து மகிழும்படியான அறிவுப்பொறிகளும் அவ்வப்போது நேருவிடமிருந்து பறக்கும்.

இந்தியா பாகிஸ்தான் பிரிவினையின்போது நடந்த வன் முறையில் இரு நாடுகளிலும் ரத்தஆறு ஓடியது. அதை நேருவும் ஜின்னாவும் சோகத்தோடு பார்வையிட்டு வந்தனர். டெல்லிக்குத் திரும்பிய நேருவிடம் பத்திரிக்கையாளர்கள், 'எந்தப் பக்கம் அதிகமான அழிவு?' என்றுகேட்க, அதற்கு நேரு சொன்னார்: 'அந்தப் பக்கம் ஆறுபேர் என்றால் இந்தப் பக்கம் ஒரு டஜனில் பாதி'.

சீனாவோ ரஷ்யாவோ இந்தியாவைத் தாக்கலாம் என்று சொன்ன அன்றைய பொருளாதார அமைச்சரான கிருஷ்ணமாச் சாரியைப் பதவிநீக்கம் செய்யவேண்டும் என்று இந்திய கம்யூனிஸ்ட் கட்சி நேருவிடம் சொன்னது. அதற்கு நேரு, 'நான் இந்திய கம்யூனிஸ்ட் கட்சியிடமிருந்து எனக்கான உத்தரவுகளை எடுத்துக்கொள்வதில்லையே' என்றார்!

ரஷ்யர்கள் சந்திரனுக்கு ராக்கட் அனுப்பியதைப் பற்றிக் கேட்டபோது, 'உங்கள் ஜோதிடத்தின்படி சந்திரன்தான் மனிதர் களின் வாழ்வை பாதிக்கும். இப்போது பாவம் அந்த சந்திரனுக்கே பிரச்சனை வந்துவிட்டது. உயிர் பிழைத்துவிடும் என்று நம்பு கிறேன்' என்றார்!

ராஜாஜியின் கருத்துக்கு எப்போதுமே எதிர்ப்பு தெரிவிக்கிறீர்களே, அவர் இப்போது கவர்னர்-ஜெனரலாக இருக்கிறார். இப்போது என்ன செய்வீர்கள் என்று நேருவிடம் கேட்கப்பட்டது. 'இந்த முறை அவர் என்னோடு உடன்பட மறுக்கலாம்' என்றார்!

'ராஜாஜியின் பழமைவாதம் உங்களுக்குப் பிடிக்காது. உங்களது சோஷலிஸம் அவருக்குப் பிடிக்காது. அவர் கவர்னர் ஜெனரலாக இருக்கும் நிலையில் இப்போது எப்படி சமாளிப்பீர்கள்?' என்று ஒரு துடுக்கு நிருபர் கேட்டபோது உடனே நேரு, 'நாங்கள் ஏற்கனவே சமரசமாகிவிட்டோம். அவர் பழைய ஏற்பாட்டை விரும்புகிறார். நான் புதிய ஏற்பாட்டை விரும்புகிறேன்' என்று சொல்லி அசத்தினார்!

காஷ்மீரில் நேருவின் உருவப்படங்களும் உருவபொம்மைகளும் எரிக்கப்பட்டபோது அதுபற்றி அவரிடம் பாராளுமன்றத்தில் கேட்கப்பட்டது. 'ஆமாம், கேள்விப்பட்டேன். அதுபற்றிய அறிக்கைகளை நானும் படித்தேன். எந்தவித பாதிப்புமின்றி நான் முழு ஆரோக்கியத்துடன் இருக்கிறேன் என்று மாண்புமிகு சபை உறுப்பினர்களுக்குத் தெரிவித்துக்கொள்ள விரும்புகிறேன்' என்று கூறினார்!

ஒருமுறை சென்னைக்கூட்டத்தில் நேரு பேசவந்தபோது ஒலிபெருக்கி சரியாக வேலைசெய்யாமல் அவர் சொல்வது காதில் விழாத பகுதியிலிருந்து சலசலப்பு எழுந்தது. கொஞ்சநேரம் அதைப் பார்த்துக் கொண்டிருந்த நேரு எழுந்துசென்று ஒலிபெருக்கியில், "நான் பேசுவது காதில்விழுபவர்கள் கைகளை உயர்த்தவும்' என்று சொன்னார். உடனே உரத்த சிரிப்பொலியுடன் அனேக கைகள் உயர்ந்தன. உடனே நேரு, 'நான் சொல்வதைக் கேட்கமுடியாதவர்கள் இப்போது கைகளை உயர்த்தவும்' என்று சொன்னார்!

காந்தி குல்லாய் அணிவதுபற்றி அவரிடம் கேட்கப்பட்டது. அதற்கவர், 'காந்தி குல்லாய்மீது எனக்கு மரியாதையுண்டு. ஆனால் மூடபக்தி கிடையாது. காந்தி குல்லாய் முக்கியமல்ல. குல்லாய்க்குக் கீழே உள்ளதுதான் முக்கியம்' என்றார்!

அலாஹாபாத் நகராட்சித் தலைவராக நேரு இருந்தபோது ஒரு பிரச்சனை வந்தது. விலைமகளிரை நகருக்குள் வசிக்க அனுமதிக்கக்கூடாது. ஊருக்கு வெளியே தனியிடம் ஒதுக்க

வேண்டும் என்று சொல்லப்பட்டது. அப்படியானால் அப் பெண்களிடம் செல்லும் வாடிக்கையாளர்களுக்கும் ஊருக்குள் இடமொதுக்க முடியாது. அவர்களுக்கும் தனியிடம் ஒதுக்க வேண்டிவரும் என்று பதிலடி கொடுத்தார் நேரு!

இந்தியா ஒரு விவசாய நாடென்றும் தொழிற்சார்ந்த நாடென்றும் வர்ணிக்கப்படுகிறது. நான் என்ன சொல்வது என்றொருமுறை பாராளுமன்றத்தில் நேரு கேட்கவும் ஒரு உறுப்பினர் எழுந்து, 'வண்ணானின் நாய் அவன் வீட்டுக்கும் சொந்தமில்லை, அவன் பேட்டைக்கும் சொந்தமில்லை' என்று உரக்கச் சொன்னார். உடனே நேரு, 'மரியாதைக்குரிய நம் உறுப்பினர் அவரது அனுபவத்தை எடுத்துரைத்துள்ளார்' என்று பதிலடி கொடுத்தார்!

இறுதிக்குறிப்புகள்

- இக்கட்டுரையில் சொல்லப்பட்ட கருத்துக்கள் பெரும்பாலும் A.A.Ravoof எழுதிய Nehru the Man (Pearl Publictions, Bombay, 1967) என்ற அரிய நூல்வழி எடுக்கப்பட்டவை.

- நேருவுக்கு ஜோஸியம், ஜாதகம் இவற்றிலெல்லாம் நம்பிக்கையில்லை. பாதுகாப்புக்காக கையில் தாயத்து கட்டிக் கொள்ளும்படி ஜனாதிபதி ராஜேந்திரபிரசாத் சொல்லியும் நேரு மறுத்துவிட்டார். கடைசியில் நேருவுக்காக பிரசாத்தே ஒரு தாயத்தைத் தன் கையில் கட்டிக் கொள்ள வேண்டியிருந்தது (76).

- தன் ஷேர்வானி பித்தானில் எப்போது ஒரு சிவப்பு ரோஜா செருகி வைத்திருப்பார். அதை அவர் இழக்க விரும்புவதே இல்லை. குழந்தைகளை நோக்கி வீசும் மாலையோடு அது சேர்ந்துபோய்விட்டால்கூட திரும்பி அதை எடுத்து செருகிக்கொள்வார்!

- எப்போதும் உழைத்துக்கொண்டேயிருந்த நேருவுக்கு ஓய்வெடுப்பது பிடிக்காது. 'ஆராம் ஹராம் ஹை' (ஓய்வு விலக்கப்பட்டது) என்றவர் கூறினார். இன்று நம்மில் பலருக்கு உழைப்பல்லவா ஹராமாக உள்ளது!

- மாதா, பத்மஜா நாயுடு, மௌண்ட்பேட்டனின் மனைவி எட்வினா ஆகியோரோடு நேருவுக்கு நெருக்கமான பழக்கமிருந்ததாகக் கூறப்படுகிறது.

- நான்குமுறை அவரைக் கொல்ல முயற்சி நடந்தது. 1964 மே 27 அன்று அவர் இயற்கையாக உலகைவிட்டுப் பிரிந்தார்.

'அமைதி என்பது நாடுகளுக்கிடையேயான நல்லுறவோ, போரில்லாமல் இருப்பதோ அல்ல. அமைதியென்பது ஒரு மனநிலை. அது ஆன்மாவின் ஞானம். உள்அமைதி பெற்றவர்களுக்கு மட்டுமே நிரந்தர அமைதி கிட்டும்' என்று சொன்ன காஷ்மீர் ரோஜாவின் வாழ்வையும் வார்த்தைகளையும் பற்றி சிந்திப்பது நம் நாட்டுக்கு நல்லது.